D1772516

உச்சி வெயில்

(கட்டுரைகள்)

எஸ்.வி.ராஜதுரை

நியூ செஞ்சுரி புக் ஹவுஸ் (பி) லிட்.,
41-பி, சிட்கோ இண்டஸ்டிரியல் எஸ்டேட்,
அம்பத்தூர், சென்னை - 600 050.
☎: 044 - 26251968, 26258410, 48601884

Language: Tamil
Ucchi Veyil
(Articles)
Author: **S.V. Rajadurai**
First Edition: March, 2024
Copyright: Author
No.of Pages: 192
Publisher:
New Century Book House Pvt. Ltd.,
41-B, SIDCO Industrial Estate,
Ambattur, Chennai - 600 050.
Tamilnadu State, India.
Email: info@ncbh.in
Online: www.ncbhpublisher.in

ISBN: 978-81-2344-620-2

Code No. A4998

₹ **180/-**

Branches

Ambattur 044 - 26359906 **Spenzer Plaza (Chennai)** 044-28490027
Trichy 0431-2700885 **Pudukkottai** 04322- 227773 **Thanjavur** 04362-231371
Tirunelveli 0462-4210990, 2323990 **Madurai** 0452-2344106, 4374106
Dindigul 0451-2432172 **Coimbatore** 0422-2380554 **Erode** 0424-2256667
Salem 0427-2450817 **Hosur** 04344-245726 **Krishnagiri** 04343-234387
Ooty 0423-2441743 **Vellore** 0416-2234495 **Villupuram** 04146-227800
Pondicherry 0413-2280101 **Nagercoil** 04652-234990

உச்சி வெயில்

(கட்டுரைகள்)

ஆசிரியர் : எஸ்.வி. ராஜதுரை

முதல் பதிப்பு: மார்ச், 2024

அச்சிட்டோர்: **பாவை பிரிண்டர்ஸ் (பி) லிட்.,**
16 (142), ஜானி ஜான் கான் சாலை, இராயப்பேட்டை, சென்னை - 14
☎: 044-28482441

All rights reserved. No part of this book may be reprinted or reproduced or utilised in any form or by any electronic, mechanical, or other means, now known or hereafter invented, including photocopying and recording, or in any information storage or retrieval system, without permission in writing from the publishers.

பேராசிரியர்கள்
ஆ.சிவசுப்பிரமணியன் எம்.ஏ.நுஃமான்
எழுத்தாளர்கள்
இமையம் ச.தமிழ்ச்செல்வன் கவிஞர் ஆசை
இதழாளர்கள்
அ.ராயப்பன் தி.சிகாமணி
'காக்கைச் சிறகினிலே' வி.முத்தையா
ஆகியோருக்கு...

முன்னுரை

கடந்த பதினாறு மாதங்களாக பல்வேறு ஏடுகளில் நான் எழுதிய 22 கட்டுரைகளுடன் இத்தொகுப்பின் வழியாக என் இலக்கிய நண்பர்களுக்கும் வாசகர்களுக்கும் பணிவுடன் நான் தெரிவிக்க விரும்பும் செய்தியொன்றைக் கொண்டுள்ள இன்னொரு கட்டுரையையும் உள்ளடக்கிய இந்தத் தொகுப்பும்கூட என் வேறு பல கட்டுரைத் தொகுப்புகளைப் போலவே, முக்கியத்துவம் வாய்ந்த இந்திய, உலக அரசியல் நிகழ்வுகளைப் பதிவு செய்வதாகவும் கலை, இலக்கியம், சமூகவியல் ஆகியன பற்றிய என் கண்ணோட்டத்தை வெளிப்படுத்துபவையாகவும் இருக்கும். இருப்பினும், இவற்றில் சிலவற்றை மட்டுமே படித்துள்ள வாசகர்கள் என் உலகக் கண்ணோட்டத்தை முழுமையாக வெளிப்படுத்தும் இன்னொரு நூல் என்று கருதி இதனை வரவேற்பர் என்று நம்புகிறேன்.

இந்தக் கட்டுரைத் தொகுப்புடன் என் எழுத்துப் பணிகள் முடிவுற்றுவிட்டதாகக் கருதுகிறேன். ஏதேனும் ஓர் ‘அதிசயம்’ விளைந்து என முக நரம்பு வலியை ஓரளவேனும் தணிக்குமானால் நான் நீண்ட நாள்களாக எழுத வேண்டும் அல்லது மொழியாக்கம் செய்ய வேண்டும் என்று விரும்பியவற்றை எழுதக் கூடும். ஆனால் அதற்கான வாய்ப்பு மிக அரிதே.

எனினும் என் நூல்கள் பெரும்பாலானவற்றை வெளியிட்ட என்.சி.பி.எச். பதிப்பகத்தாரே இந்த நூலையும் வெளியிட முன்வந்தது எனக்கு மிகுந்த மனநிறைவையும் மகிழ்ச்சியையும் தருகிறது.

அதன் பொருட்டு என்.சி.பி.எச். நிறுவனத்தின் இயக்குநர் குழுத் தலைவர் தோழர் ஸ்டாலின் குணசேகரன், மேலாண் இயக்குநர் தோழர் க.சந்தானம் ஆகியோருக்கு என் நன்றியைச் செலுத்துகிறேன்.

என் நூல்களை வெளியிடுவதில் உற்சாகமும் ஊக்குவிப்பும் தந்து வந்துள்ள தோழர்கள் சண்முகம் சரவணன், தி.இரத்தினசபாபதி, ப.கு.ராஜன் ஆகியோருக்கும் என் நன்றி.

என் எழுத்துப் பணிகளுக்கான களத்தை விரிவாக்கிக் கொடுத்த 'உயிர் எழுத்து' சுதீர் செந்திலுக்கு மிகவும் கடமைப்பட்டுள்ளேன்.

எனது கட்டுரைகளை வெளியிட்ட இந்து தமிழ் திசை, மின்னம்பலம், உயிர் எழுத்து, காலச்சுவடு, காக்கைச் சிறகினிலே, புதிய புத்தகம் பேசுது ஆகிய இதழ்களுக்கு நன்றி.

பின்னட்டைக் குறிப்பாக, உலகளவில் புகழ்பெற்றுவரும் எழுத்தாளர் பெருமாள் முருகனின் முகநூல் பதிவொன்றிலிருந்து சில வரிகள் உரிமையுடன் எடுத்தாளப்பட்டுள்ளன. பதிப்பாளர் சார்பில் அவருக்கு நன்றியும் வணக்கமும்.

என் நூல்களை மிக மகிழ்ச்சியோடும் அர்ப்பணிப்புடனும் வடிவமைத்து வந்துள்ள திருமதி பி.சரிதா, அட்டை வடிவமைப்பதில் நாளுக்கு நாள் மெருகூட்டி வரும் தோழர் கா.குணசேகரன், பதிப்புப் பணிக்குப் பொறுப்பேற்றுள்ள திருமதி ப.ரேவதி, பிழை திருத்தம் செய்யும் தோழர் ஜி.சரவணன்;

இந்த நூலின் மெய்ப்புப் பார்க்கும் கடமையை தானே முன்வந்து ஏற்றுக்கொண்ட என் ஆருயிர் நண்பர் பொன்.தனசேகரன்;

என் துன்பங்களை எப்போதும் இன்முகத்துடன் பகிர்ந்துகொண்டு நான் நம்பிக்கை இழக்காமல் இருப்பதற்கு அனைத்தையும் செய்துவரும் என் துணைவியார் சகு ஆகியோருக்கும் என் நன்றி.

கோத்தகிரி
12.03.2024

எஸ்.வி. ராஜதுரை

பொருளடக்கம்

1.	உண்மைகளை மூடிமறைக்க மோடியும் சங் பரிவாரமும் செய்யும் சூழ்ச்சிகள்	9
2.	நித்தி என்னும் முத்து	25
3.	பெரிய மேளத்தின் மீது தீராக்காதல்: ஜப்பானிய அறிஞர் யோஷிடாகா தெராடா	34
4.	யானைகளும் ஆஸ்கார் விருதும்	37
5.	புதிய நாடாளுமன்றக் கட்டடம்: திறப்பு விழாவா, கால்கோள் இடும் விழாவா?	39
6.	கோகுல்ராஜ்: மரணித்த பின்னாவது கிடைத்ததே நீதி!	43
7.	தமிழிசை பற்றிய கலைக்களஞ்சியம்	47
8.	வைகறை 74	51
9.	காஸா: 'இண்டியா' கூட்டணிக்கு ஒரு வேண்டுகோள்	57
10.	'கோபல்ல கிராமத்'திற்கு மீண்டுமொரு முறை	63
11.	தொலைக்காட்சி ஊடகங்கள் சொல்ல விரும்பாத சில உண்மைகள்: ஜெர்மன் நாஜிசமும் இஸ்ரேலிய பாசிசமும்	91
12.	ஸரமாகோ: பாலஸ்தீனப் பயணம்	97
13.	காஸா போர்: இஸ்ரேலும் ஏகாதிபத்திய நலன்களும்	100
14.	இனவாதியா பெரியார்?	107
15.	பொதுவுடைமை இயக்கத்தில் பூத்த மலர்கள் - மதிப்புரை	118
16.	ஜெர்மன் நாஜிசமும் சங் பரிவார பாசிசமும்	124
17.	மெடுஸாவின் தெப்பமும் உழைக்கும் மக்களின் படகுகளும்	133
18.	பாலஸ்தீனத்தில் நடக்கும் இனக்கொலை: இந்தியா வேடிக்கை மட்டுமா பார்க்கிறது?	139
19.	'தீர்க்க தரிசனம்': மானுடத் துயரத்தின் வெளிப்பாடு	143
20.	அரசும் புரட்சியும்	147
21.	உச்சி வெயில்: ஒடுக்குமுறையும் திரைப்படமும்	158
22.	ஸ்டானிஸ்லோவ் ஜெர்ஸி எல்இசி: வியக்க வைக்கும் மூதுரைகள்	174
23.	விடைபெறுதல்	180

1. உண்மைகளை மூடிமறைக்க மோடியும் சங் பரிவாரமும் செய்யும் சூழ்ச்சிகள்

2002இல் குஜராத்தில் முஸ்லிம்கள் இனக்கொலை செய்யப்பட்டதில் அப்போது அந்த மாநிலத்தின் முதல்வராக இருந்தவரும் இப்போது இந்தியாவின் பிரதமராக இருப்பவருமான நரேந்திர மோடி வகித்த பாத்திரம் பற்றி பிபிசி வெளியிட்ட ஆவணப்படத்தை, அதைப் பார்க்காமலேயே தடை செய்த ஒன்றிய அரசாங்கத்தால், அவர் வகித்த பாத்திரம் உலகறியச் செய்யப்பட்டுவிட்டது என்ற ஆத்திரத்தில், 'பிபிசி காலனிய மனோபாவத்துடன் செயல்படுவதாகக்' குற்றம் சாட்டுவதைத் தவிர வேறொன்றையும் செய்ய முடியவில்லை. 'மூத்த, நடுநிலைப் பத்திரிகையாளர்' என்று சொல்லப்பட்டு தொலைக்காட்சி விவாதங்களில் நூற்றுக்கணக்கான முறை பங்கேற்ற ஒருவர், தன் உண்மை முகத்தை வெளிப்படுத்தும் விதமாக, பிபிசியின் காலனிய மனப்பான்மையைப் பற்றியும் அது ஏகாதிபத்திய ஆக்கிரமிப்புப் போர்களில் பிரிட்டன் வகித்த பாத்திரம் பற்றிய ஆவணப்படம் எதையும் தயாரித்ததில்லை என்பது பற்றியும் பேசினார். ஆனால், அதே பிபிசிதான் சில ஆண்டுகளுக்கு முன் பிரிட்டிஷ் ஆட்சியின் கீழ் 1940களில் ஏற்பட்ட - வரலாற்றில் காணப்பட்ட மிகப் பெரும் பஞ்சத்தை - பற்றிய ஆவணப்படத்தை வெளியிட்டு, அந்தக் கொடூர நிகழ்வுக்கான முழுப்பொறுப்பையும் பிரிட்டிஷ் ஆட்சியாளர்கள் மீது சுமத்தியது. உலகிலுள்ள எல்லா நாடுகளிலுமுள்ள தொலைக்காட்சி சானல்களைப் போலவே, பிபிசியும் பாரபட்சம் கொண்டதுதான் என்பதில் ஐயமில்லை. ஆனால், குஜராத் இனக்கொலை பற்றிய 'மோடி பிரச்சினை' என்ற ஆவணப்படத்தில் உண்மை இருக்கிறதா, இல்லையா என்ற மையப் பிரச்சினையிலிருந்து மக்களின் கவனத்தைத் திசை திருப்ப இந்த மூத்த பத்திரிகையாளர் உள்ளிட்ட பலரும் பல்வேறு உத்திகளைக் கையாண்டு வருவதைப் பார்க்கிறோம். அந்த ஆவணப் படத்திற்கு சங் பரிவாரத்தினரின் முதல் எதிர்வினை ஒரு 'மீம்ஸ்' வடிவத்தில் வெளிவந்தது. ராகுல் காந்தியும் பிரிட்டிஷ் தொழிற் கட்சியின் முன்னாள் தலைவர் ஜெரெமி கோர்பின்னும் பல மாதங்களுக்கு முன் சந்தித்துப் பேசியபோது எடுக்கப்பட்ட

புகைப்படத்துடன் "ராகுல் காந்தி ஆறு மாதங்களுக்கு முன் பிபிசியின் இயக்குநரைச் சந்தித்தார், அதன் விளைவு இப்போது தெரிகிறதா" என்ற வாக்கியங்களும் அடங்கிய 'மீம்ஸ்' அது. தொழிற்கட்சியின் முன்னாள் தலைவர் யார், பிபிசியின் இயக்குநர் யார் என்பன சங் கூலிப்படைகளை ஏவுகின்றவர்களுக்குத் தெரியாதது அல்ல. அந்தப் படையிலுள்ள மூடர்கள், மூர்க்கர்கள், புளுகர்கள் ஆகியோரை அந்த 'மீம்ஸை' வெளியிடச் செய்து இந்திய மக்களை முட்டாள்களாகச் செய்ய முயன்றனர் சங் பரிவாரத்தின் குதர்க்கவாதிகள். நல்லவேளையாக, அந்தப் புகைப்படத்தில் இருந்த தாடி வைத்திருந்த ஒரு மனிதரை, 'மார்கரெட் தாட்சர்' என்று சொல்லுமளவுக்கு அந்த 'மீம்ஸ்' செல்லவில்லை!

அந்த ஆவணப்படத்தை இந்திய மக்கள் பார்க்க முடியாதபடி செய்வதற்காக இந்தியாவில் அதை ஒளிபரப்பிக் கொண்டிருந்த யூட்யூப், டிவிட்டர் போன்ற சமூகவலைத்தளங்களுக்குத் தடைவிதித்த மோடி அரசாங்கம், அதற்கு அடுத்தபடியாக உலகமனைத்தையும் சேர்ந்த கோடிக்கணக்கான ஆவணங்களை வைத்துள்ளதும் அமெரிக்காவைத் தலைமையகமாகக் கொண்டிருப்பதுமான 'இன்டெர்நெட் ஆர்க்கைவும்' அந்த ஆவணப் படத்தை ஒளிபரப்பிக் கொண்டிருந்த சில மணி நேரங்களிலேயே அதை அந்த 'ஆர்க்கைவி'லிருந்து நீக்கச் செய்வதில் வெற்றி பெற்றது. ஆனால், சங் பரிவாரம் அறிந்துகொள்ளாதது என்னவென்றால், இந்த மின்னணு யுகத்தில் எதையும் தடை செய்வது சாத்தியமில்லை என்ற எளிய உண்மையைத்தான். புதியபுதிய இணைப்புகள் மூலம் எண்ணற்ற இந்தியர்களால் அந்த ஆவணப் படத்தைப் பார்ப்பதும் பதிவிறக்கம் செய்து கொள்வதும் அதை மற்றவர்களுடன் பகிர்ந்து கொள்வதும் சாத்தியமாயிற்று.

அதன் பிறகு அமெரிக்காவிலுள்ள ஹிண்டென்பெர்க் நிறுவனம், மோடியின் மிக நெருக்கமான நண்பரும் மோடி அரசாங்கத்தின் தயவால் பல இலட்சக்கணக்கான கோடி டாலர் பெறுமானமுள்ள நிலங்கள், விமானத் தளங்கள், துறைமுகங்கள் முதலியவற்றை மட்டுமல்லாது, அரசு நிதி நிறுவனங்களிலிருந்து பல இலட்சம் கோடி ரூபாய்களைக் கடன் வாங்கியும், தன் நிறுவனங்களின் பங்கு மதிப்பை செயற்கையாக உயர்த்திக் காட்டியும், வெளிநாட்டு நிறுவனங்களுக்கு வரி விதிக்காத மொரிஷியஸ் போன்ற நாடுகளில் போலி நிறுவனங்களை உருவாக்கி பல இலட்சம் கோடி ரூபாய்களை சேமித்து வைத்திருந்ததுமான பலவகையான ஊழல்களை அம்பலப்படுத்திய பிறகு, 'இஞ்சி தின்ற குரங்கு' போல முகத்தை வைத்துக் கொண்டிருந்த சங்கிகளும் அவர்களின் தலைவர்

மோடியும் (மோகன் பகவத் இப்போது ஓரங்கட்டிவிடப்பட்டுள்ளார்), நாடாளுமன்றத்தில் அதானி ஊழலைப் பற்றி எதிர்க்கட்சிகள் எழுப்பிய கேள்விகளுக்குப் பதில் சொல்வதைத் தவிர்த்துவிட்டு, 'ரெய்டுகள்தான் எதிர்க்கட்சிகளை ஒன்று சேரச் செய்கின்றன' என்று, அதன் கட்டுப்பாட்டிலுள்ள அமலாக்கப் பிரிவு, வருமானவரித் துறை, சிபிஐ போன்ற அமைப்புகள் எதிர்க்கட்சிகளை முடக்குவதற்காகவும் அவற்றை அவதூறு செய்வதற்காகவும் திட்டமிட்டு துஷ்பிரயோகம் செய்யப்படுவதை மறைமுகமாக ஒப்புக் கொண்டு, சங் பரிவாரத்தினர் மட்டுமே சர்வோத்தமர்கள், களங்கமற்றவர்கள் என்ற எண்ணத்தை உருவாக்க முனைந்தனர்.

'அதானிக்கும் உங்களுக்குமுள்ள உறவு என்ன?' என்று மோடியைப் பார்த்து ராகுல் காந்தி நேரடியாகக் கேட்ட கேள்விக்கும், அதானி ஊழல் பற்றி விசாரணை நடத்த வேண்டும் என்று எதிர்க்கட்சிகள் ஒருமித்த குரலில் எழுப்பிய கேள்விக்கும் பதில் சொல்லாத மோடி, அதற்கு சம்பந்தமில்லாததும் காங்கிரஸ் கட்சி கடந்த காலத்தில் செய்த தவறுகளைப் பற்றியும் 9.02.2023இல் மாநிலங்கள் அவையில் பேசியதோடு, ராகுல் காந்தியின் குடும்பத்தைத் தனிப்பட்ட முறையில் அவதூறும் செய்தார். அந்தக் குடும்பம் நேருவின் பெயரை வைத்துக் கொள்ளவில்லை என்றாலும், நேருவின் மரபை நிராகரித்துள்ளதா? நேருவையும் காந்தியையும் வரலாற்றிலிருந்து அப்புறப்படுத்திவிட வேண்டும் என்று திட்டமிட்டு வேலைசெய்து கொண்டிருக்கும் சங்கிகளின் தலைவர் மோடி, ராகுலின் குடும்பம் நேருவின் பெயரை வைத்துக்கொண்டிருந்தால் அதைப் புகழ்ந்திருப்பாரா? காங்கிரஸ் ஆட்சிக்காலத்தில் எத்தனையோ மாநில அரசாங்கங்கள் கலைக்கப் பட்டிருக்கின்றன; மாநில அரசாங்கங்களின் உரிமைகள் பறிக்கப் பட்டிருக்கின்றன என்பது உண்மைதான் என்றாலும், அவற்றை இப்போது மோடி சொல்வதற்கான ஒரே காரணம், அதானி பிரச்சினையைத் தட்டிக் கழிப்பதுதான். அதைவிட வேடிக்கை என்னவென்றால், தன்னுடைய அரசாங்கம்தான் இந்தியாவில் கூட்டாட்சித் தத்துவத்தை உண்மையிலேயே கடைப்பிடிப்பதாக மோடி கூறியதுதான். பாஜக ஆட்சி செய்யாத மாநில அரசாங்கங்கள் எந்த மக்கள் நலத் திட்டத்தையும் முழுமையாக நிறைவேற்ற முடியாமல் செய்யும் ஜி.எஸ்.டி., தேசியக் கல்விக் கொள்கை, நீட் தேர்வு என்று ஒவ்வொரு நாளும் மாநிலங்களை நகராட்சி மன்றங்களின் நிலைக்குக் குறுக்கிக் கொண்டிருப்பது மோடி அரசாங்கமல்லவா? மாநில அரசாங்கங்கள் வேறு வழியின்றி கடன்களை வாங்குவதற்கும்கூட

உச்சவரம்பு விதித்திருப்பது யார்? ஜி.எஸ்.டி. குழுக் கூட்டங்களைக் கூட உரிய காலத்தில் கூட்டாமல் இருப்பது யார்? மேலும், 1977 தேர்தலில் இந்திரா காங்கிரஸைத் தோற்கடித்து ஆட்சி அமைத்த ஜனதா அரசாங்கத்தையும் பின்னர் வி.பி.சிங்கின் அரசாங்கத்தையும் கவிழ்த்தது யார்? சங் பரிவார ஜனசங்கமும் பாஜகவும்தானே? மக்கள் நலம் கருதியா அதைச் செய்தன? நாட்டின் பெரும்பான்மையான மக்களான தலித்துகள், பிற்படுத்தப்பட்ட சாதியினர் ஆகியோரின் நலன்களுக்கான திட்டங்களை அந்த அரசாங்கங்கள் செய்து கொண்டிருந்தன என்பதால்தானே? இவற்றுக்கெல்லாம் ஓரடி முன்னே சென்று தேர்தலில் பெரும்பான்மை இடங்களைப் பெற்ற எதிர்க்கட்சிகள் மாநில அரசாங்கங்களை உருவாக்குவதற்கு முன்பே அவற்றின் எம்.எல்.ஏ.க்களை விலைக்கு வாங்குவது யார்? ‘கட்சி மாறமாட்டோம்’ என்று கடவுள் சிலைக்கு முன்னால் சத்தியம் செய்து கொடுத்த கோவா காங்கிரஸ் சட்டமன்ற உறுப்பினர்களை ‘தெய்வ நிந்தனை’ செய்யும் வகையில் - அதுவும் இந்துக் கடவுள்களை நிந்தனை செய்யும் வகையில் - கட்சி மாற வைத்தது யார்? அஇஅதிமுகவை இரண்டாகப் பிளந்து, இரு பிரிவுகளின் தலைவர்களையும் தன் முழு நேர அடிமைகளாக்கியது யார்? அண்ணாவின் பெயரைத் தாங்கியுள்ள கட்சியைச் சேர்ந்த இந்த மானமற்றவர்கள், ‘அறிஞர் சி.என்.அண்ணாதுரை’ என்ற பெயரைக்கூடத் தன் உரையில் சொல்ல மறுத்த ஆளுநர் ரவி வெளிநடப்பு செய்தபோது அவருடைய வால்களாகக் கூடவே செல்ல வைத்தது யார்? ‘ரெய்டு’ என்கிற ‘டெமாகிள்ஸ் வாளை’ அந்த இரு பிரிவினரின் தலைக்கு மேல் தொங்க வைத்துக் கொண்டிருப்பது யார்? ஜெயலலிதா இருக்கும் போதுகூட அஇஅதிமுக மேடைகளில் பெரியார் படம் இருக்கும்; பெரியார் பிறந்த நாளிலும், நினைவுநாளிலும் பெரியாருக்கு மரியாதை செலுத்தி வந்தவர் அவர். ஆனால், அவர் நோய்வாய்ப்பட்ட பிறகு அக்கட்சியின் மேடைகளிலிருந்து பெரியார் படம் அகற்றப்பட்டது ஏன்? பெரும்பாலான எதிர்க்கட்சிகளையும் போலவே ஜெயலலிதாவும் பல சந்தர்ப்பவாத நடவடிக்கைகளை மேற்கொண்டிருந்தார், சுயநலம் கொண்டிருந்தார் என்றாலும், மோடியின், சங் பரிவாரத்தின் அடிமையாகச் செயல்பட்டிருக்கிறாரா? இப்போது இரு பிரிவுகளும் ஒன்றுசேரும் வாய்ப்பை பாஜக திணித்துள்ளதால், அவை இப்போது ‘அம்மா, அம்மா’ என்றுகூட அலறுவதில்லை. அறிஞர் அண்ணாவின் பெயரையும் அவரது எழுத்துகளையும் பற்றி மேடையில் பேசும் தைரியம் இந்த இரு குழுக்களுக்கும் உண்டா? பெரியாரின் நூற்றாண்டு நிறைவின்போது அவரது மணிமொழிகளைத் தொகுக்கச் செய்து

அரசாங்கச் செலவில் இலட்சக்கணக்கான பிரதிகளை அச்சிட்டு விநியோகிக்கச் செய்தாரே 'இரட்டை இலை' சின்னத்தை உருவாக்கிய எம்.ஜி.ஆர். அந்தச் செயலைப் பற்றி மேடையில் பேசும் தைரியம் உண்டா இந்த இரு குழுக்களுக்கும்? தந்தை பெரியாரும் அண்ணல் அம்பேத்கரும் வாழ்நாள் முழுக்கப் போராடியதன் காரணமாகத்தானே ஒரு ஈபிஎஸ்ஸுூம் ஒரு ஓபிஎஸ்ஸுூம் ஆட்சிக் கட்டிலில் அமர முடிந்தது? அவர்களின் தொண்டர்களாக உள்ள பல்லாயிரக்கணக்கானோர் பள்ளி, கல்லூரிப் படிப்புகளையும் அரசாங்கப் பணிகளையும் பெற முடிந்தது? அவற்றிலும்கூட கைவைக்கின்ற, பார்ப்பனர்களின் நலன்களையே பெரிதும் கருத்தில் கொண்ட வகையில் இடஒதுக்கீடு கொள்கையில் கைவைத்தது யார்? பல்லாயிரக்கணக்கான சிறு, குறு தொழில்களையும் சிறு வணிகர்களையும் மட்டுமின்றி 'அன்றாடங் காய்ச்சிகளின்' வயிற்றிலும் அடித்த பணமதிப்புக் குறைப்பு செய்தது யார்? 2020இல் கோவிட் தொற்று நோய்க்காலத்தில் அனாதைகளாக்கப்பட்ட வெளி மாநிலத் தொழிலாளர்கள் (பெரும்பாலும் இந்தி பேசும் மாநிலத்தைச் சேர்ந்தவர்கள்) ஆயிரக்கணக்கில் இறந்ததற்குக் காரணம் யார்? அவர்களோடு சேர்ந்து பல்லாயிரக்கணக்கான கால்நடைகளும் (இவற்றில் 'புனிதப் பசுக்களும்' அடங்கும்) மடிந்ததற்குக் காரணம் யார்? பரிசோதிக்கப்படாத தடுப்பூசி மருந்துகளை இரண்டே இரண்டு மருந்துத் தயாரிப்பு நிறுவனங்களின் முற்றுரிமையாக்கியது யார்?

'குஜராத்தின் மாநில முதலமைச்சராக இருந்தவர் என்ற முறையில் மாநிலங்களின் உரிமைகளைப் பாதுகாத்தவன் நான்' என்று மார் தட்டிக் கொள்கிற மோடி, இவ்வாண்டு பட்ஜெட்டில், விரைவில் சட்டமன்றத் தேர்தல்களைச் சந்திக்கவிருக்கும் மாநிலங்களுக்கு மட்டும் வேண்டிய சலுகைகளை அளித்துவிட்டு, பாஜக ஆட்சி செலுத்தாத மாநிலங்களுக்கு ஓரவஞ்சனை காட்டுவது ஏன்? 'மதுரையில் எய்ம்ஸ் கொண்டு வரும் திட்டம் எங்களால்தான் சாத்தியமாயிற்று' எனத் தம்பட்டம் அடித்துக் கொண்டிருந்த ஈபிஎஸ், ஓபிஎஸ் கூட்டத்தினர், இந்த ஆண்டு பட்ஜெட்டிலும் ஒரு ரூபாய்கூட மதுரை எய்ம்ஸுக்கு ஒதுக்கப் படவில்லை என்பதைப் பற்றிய கவலையில் ஒரு துளியையாவது வெளிப்படுத்தியுள்ளனரா? இல்லை. அவர்களுக்கு பதவியும் பணமும் மட்டுமே முக்கியம், உயிர் மூச்சு. அதனால்தான் தங்கள் திராவிடத் தமிழ் தொண்டர்களில் ஒரு சிலருக்கு மட்டும் சலுகைகள் கொடுத்தும், பாஜகவுடன் சேர்ந்து தேர்தல்களில் பணத்தை வாரி இரைத்தும் இலட்சக்கணக்கானோரின் எதிர்காலத்தைப் பார்ப்பன-பனியா கூட்டத்திற்குப் பலி கொடுக்கத் தயாராகிவிட்டனர்.

2

பிபிசி ஆவணப்படம், அதானி ஊழல் ஆகியவற்றைப் பற்றி மூச்சு விடாமல் இருந்த வானதி சீனிவாசன் போன்ற சூத்திரர்கள், இந்து அறநிலையத்துறை அமைச்சர் சேகர் பாபு பழனி முருகன் கோவிலில் கருவறைக்குள் நுழைந்ததைப் பெரிய பிரச்சினையாக்கி, அது ஆகம விதிகளை அவமதித்துவிட்டதாகப் புலம்புகின்றனர். அதாவது, தாழ்த்தப்பட்டவர்கள் மட்டுமல்ல, சூத்திரர்களும்கூடத் தீண்டத்தகாதவர்கள் தான், அவர்களது நுழைவால் கருவறை தீட்டுப்பட்டுவிட்டது என்பது தான் அவரது கூற்றின் பொருள். வழக்குரைஞராக இருந்த அந்த அம்மையாருக்கு ஆகமவிதிகள் பற்றி ஏதேனும் தெரியுமா? அந்த ஆகம விதிகளை மீறித்தானே தேவதாசி ஒழிப்புச் சட்டம் கொண்டு வரப்பட்டது? அந்த ஆகம விதிகளை மீறித்தானே தாழ்த்தப்பட்டவர்களுக்கு மட்டுமல்ல, இப்போது சங் பரிவாரத்தின் கணிசமான வாக்கு வங்கியாகத் தங்களை இணைத்துக் கொண்டுவரும் நாடார் சமூகத்தினரும் மதுரை மீனாட்சி சுந்தரேஸ்வரர் கோவிலுக்குள் நுழையும் உரிமை தரப்பட்டது. அதேவேளை சைவக் கோவில்கள் எப்படிக் கட்டப்பட வேண்டும், வைணவக் கோவில்கள் எப்படிக் கட்டப்பட வேண்டும் என்ற ஆகம விதிகளை மீறித்தான் சென்னையில் தியாகராயநகரில் உள்ள சிவா-விஷ்ணு ஆலயம் கட்டப்பட்டுள்ளது. அதேபோலத்தான் பெசன்ட் நகரிலுள்ள இன்னொரு பெரிய இந்துக் கோவிலும். இதைப் பற்றி சங்கராச்சாரியார்களிடமும் இந்துக்களின் பாதுகாவலர்கள் என்று கூறிக் கொள்ளும் ஹெச்.ராஜா போன்றவர்களிடமும் வானதி சீனிவாசன் கேள்வி கேட்பாரா?

அதுமட்டுமல்ல; ஆகம விதிகளுக்குள் வராத, பார்ப்பனரல்லாதவர்களையே பூசாரிகளாகக் கொண்ட சிறு தெய்வங்களை, கிராம தெய்வங்களைப் பார்ப்பன ஆகம விதிகளுக்குள் கொண்டுவந்து, அந்தப் பூசாரிகளும்கூட வருங்காலத்தில் அந்தக் கோவில்களின் கருவறைக்குள் நுழைய முடியாதபடி செய்து கொண்டிருக்கும் சங்கிகளைப் பற்றி வானதி சீனிவாசன் பேசுவாரா? வட இந்தியாவிலுள்ள இந்துக் கோவில்களில் ஆகம விதிகள் கடைப்பிடிக்கப்படுகின்றனவா?

மேலும், மக்களின் மத உணர்வையும் நம்பிக்கையையும் தேர்தலின்போது பயன்படுத்திக் கொள்வதற்காக தமிழ்நாட்டிலுள்ள ஒவ்வொரு இந்துக் கோவிலிலும் முக்கிய, முக்கியமல்லாத பண்டிகை நாளையும் நேரத்தையும் திட்டமிட்டு நீட்டித்து, அதன் பொருட்டு இலட்சக்கணக்கில் செலவு செய்து வரும் சக்திகள், வேலையற்ற

இளைஞர்களுக்கும் ஒடுக்கப்பட்ட மக்களுக்கும் அந்தப் பணத்தில் ஒரு சிறு பகுதியையாவது செலவிடுமா?

இவற்றையெல்லாம்விட முக்கிய விஷயம், கடந்த முப்பதாண்டு களுக்கு மேலாக ஆங்கில ஆண்டுப் பிறப்பான ஜனவரி முதல் நாளன்று தமிழக இந்துக் கோவில்களில் சிறப்புப் பூசைகள், சிறப்பு அர்ச்சனைகள் ஆகியன நடத்தப்படுகின்றன என்பதல்லவா? இவை எந்த ஆகம விதிக்குள் வருகின்றன? 'மிலேச்சன்' என்று சங் பரிவாரம் கூறிவரும் வெள்ளையன் கொண்டு வந்ததுதான் ஆங்கில நாள்காட்டி. 'தமிழ் வருஷப் பிறப்பு' என்று தமிழர்களின் ஆண்டுகளை அறுபதாண்டுகளுக்குள் திரும்பத்திரும்பக் கொண்டு வரும், நேர்கோட்டில் செல்கின்ற வரலாற்றை மீண்டும்மீண்டும் அறுபதாண்டுகளுக்குள் முடக்கிவிடும் திட்டமும் அந்த அறுபதாண்டுகளின் பெயர்களும் எப்படி வந்தன என்ற புராணக் கதையைத் தங்கள் மேடைகளில் எடுத்துச் சொல்ல சங்கிகள் தயாரா?

ஆகம விதிகளை அப்பட்டமாக மீறும் வகையில், 'மிலேச்சன்' கொண்டு வந்த கிரிகோரியன் ஆங்கில நாள்காட்டியின்படி ஜனவரி 1ஆம் தேதியைப் புத்தாண்டுப் பிறப்பாகக் கொண்டாடுவதையும் கோவில்களில் சிறப்பு வழிபாடு செய்யப்படுவதையும் கண்டும் காணாமல் இருக்கும் சங் பரிவாரத்தினருக்கு இப்போது கண்ணை உறுத்துவது அந்த நாள்காட்டியில் உள்ள 'பிப்ரவரி 14'. கடந்த பல்லாண்டுகளாக வட மாநிலங்களிலும், சங் பரிவாரத்தின் செல்வாக்குக்கு உள்பட்ட கர்நாடகா போன்ற மாநிலங்களிலும், அரசின் மறைமுக ஆதரவு பெற்ற கண்காணிப்புக் குழுக் குண்டர்கள், பூங்காக்களுக்கும் பிற பொது இடங்களுக்கும் சென்று அங்கு உட்கார்ந்து கொண்டிருக்கும் அல்லது நின்றுகொண்டிருக்கும் இளம் காதலர்களை அடித்துத் துன்புறுத்துவதும் அவமானப்படுத்துவதுமான நடவடிக்கைகளில் தொடர்ந்து ஈடுபட்டு வருவது நாம் அறிந்ததே. ஆனால், தமிழகத்தில் சங் பரிவாரத்தின் சூத்திர, தலித் அடிமைகள் உள்ள இந்து முன்னணி, இந்து மக்கள் கட்சி, வி.ஹெச்.பி. போன்றவை இன்னும் தங்கள் வடநாட்டு, கர்நாடக சகாக்களின் அளவுக்கு வன்முறையில் இறங்கியதில்லை என்றாலும், 'பிப்ரவரி 14' அன்று உலகெங்கும் கடைப்பிடிக்கப்பட்டு வரும் ('வாலெண்டின் நாள்' என்று கூறப்படும்) 'காதலர் தினத்'தை இழிவுபடுத்தும் வகையில் பல செயல்களைச் செய்து வந்தனர். அவற்றிலொன்றுதான், பிப்ரவரி 14 அன்று கழுதைகளுக்குத் திருமணம் செய்து வைக்கும் செயல். நமக்கு அதில் ஆட்சேபணை இருக்கவில்லை. ஏனெனில் அவர்கள் பிள்ளைகளுக்கு

அவர்கள் திருமணம் செய்து வைக்கிறார்கள் என்றே கருதினோம். இப்போது ஒன்றிய அரசாங்கமே அந்த வேலையை - சற்று நாகரிகத்துடன் - எடுத்துக் கொண்டுவிட்டது. அதாவது கழுதைக்குப் பதிலாக பசு. ஒன்றிய அரசாங்கத்தின் விலங்குகள் நல வாரியம் சில நாள்களுக்கு முன் வெளியிட்ட ஆணை (அறிக்கை), இந்தியாவிலுள்ள 'பசு நேசர்கள்', வேதகாலத்திலிருந்து இன்றுவரை இந்துக்களால் புனிதமானதாகக் கருதப்படும் பசுவை கட்டியணைத்துக் கொள்ளும் நாளாக பிப்ரவரி 14ஆம் தேதியைக் கொண்டாட வேண்டும் என்று 'மிலேச்சர்கள்' கண்டுபிடித்த கணினி, தட்டச்சு, மின்னணு சாதனங்கள் மூலம் அறிவித்தது. அதே போன்ற 'மிலேச்ச' சாதனங்கள் மூலம் சங் பரிவாரம் அந்த செய்தியைப் பரப்பி வந்தது. மக்களின் வாழ்வாதாரங்களிலொன்றான பசு மட்டுமல்ல, காளை மாடுகளும் பொங்கல் நாளில் தமிழர்களால் சிறப்புச் செய்யப்படுகின்றன. எருமைகளை இழிவாகக் கருதும் சங்கிகளும் பார்ப்பனர்களும் தாங்கள் பயன்படுத்தும் 'ஆவின்' போன்ற பால்களில் எருமைப் பாலும் உள்ளது என்பதை அறியாமலா இருக்கிறார்கள்? பொங்கல் போன்ற அறுவடைத் திருநாள்களைக் கொண்டாடும் பிற மாநிலத்தவரும் பசுவைப் போற்றுகிறார்கள். எனவே பசுவைக் கொண்டாடுவது சங்கிகளின் கண்டுபிடிப்பல்ல என்றாலும், ஒரு பசு மலடாகவோ, வயதானதாகவோ ஆகிவிட்டால் அவற்றை கசாப்புக் கடைகளுக்கு, அல்லது சங் பரிவாரத்தின் மிரட்டல்களுக்குப் பயந்து 'கோசாலை'களுக்கு அனுப்பிவிடுகின்றனர் அதன் உரிமையாளர்கள். ஆக, அவர்களும்கூட எல்லாக் காலத்திலும் பசுவை வணங்குவதில்லை.

இனி, வேத காலத்திலிருந்து பசு புனிதமானதாகவும், 'காமதேனு' என்ற கடவுளாகவும் இந்துக்களால் கருதப்பட்டு வந்துள்ளது என்ற ஒன்றிய அரசாங்கத்தின் கூற்றைப் பரிசீலிப்பதற்கு முன், நகரங்களில் வசிக்கும் 'பசு நேசர்கள்' ஒன்றிய அரசாங்கத்தின் அறிவுரையை (ஆணையை) எப்படிக் கடைப்பிடிக்கப் போகிறார்கள் என்ற கவலை என்னை ஆட்டிவந்ததைச் சொல்லியாக வேண்டும். நகர்ப்புறப் 'பசு நேசர்கள்'. ஒன்று கணிசமான எண்ணிக்கையில் இருக்கமட்டார்கள் அல்லது அப்படிப் போதுமான எண்ணிக்கையில் உள்ள 'பசு நேசர்கள்' கட்டியணைப்பதற்குத் தேவையான அளவுக்குப் பசுக்கள் நகர்ப்புறங்களில் இரா. எனவே இந்தப் பிரச்சினையை ஒன்றிய அரசாங்கம் எவ்வாறு தீர்க்கப் போகிறது என்ற கவலையால் என்னால் இரண்டு நாள்களாகத் தூங்க முடியவில்லை. ஒன்றிய அரசாங்கம், கிராமப்புறங்களிலிருந்து ஆயிரக்கணக்கான பசு மாடுகளை நகரங்களுக்கு ஓட்டிக்கொண்டு வந்து கணிசமான எண்ணிக்கையில் இருப்பதாகக் கருதப்படும் 'பசு நேசர்கள்' அவற்றைக் கட்டியணைக்க ஏற்பாடு செய்ய வேண்டும்.

அப்படியானால் அதற்கான 'கட்டமைப்புகள் எவை'? போக்குவரத்து நெரிசலை எப்படிச் சமாளிப்பது? பலவிதமான நோய்கள் நிலவிவரும் நகர்ப்புறங்களுக்குத் தங்கள் பசு மாடுகளை ஓட்டிச்செல்ல கிராமப் புறத்தினர் விரும்புவார்களா? இதற்கு மாறாக, நகர்ப்புறங்களில் கணிசமாக உள்ள 'பசு நேசர்கள்' நாட்டுப்புறங்களுக்குக் கால்நடையாகவோ அல்லது வாகனங்களிலோ ஓட்டிச் செல்லப்படுவார்களா? அப்படியானால் எந்தெந்த கிராமங்களுக்கு? திடீரென்று தங்கள் கிராமங்களுக்குப் படையெடுத்து வரும் நகர்ப்புற 'பசு நேசர்களை' கிராமவாசிகள் வரவேற்பார்களா அல்லது வெறுப்பார்களா? எப்படியிருந்தாலும் பிப்ரவரி 14 அரசாங்க விடுமுறையாக அறிவிக்கப்படுமா? இந்தக் கேள்விகள் என்னைத் துளைத்தெடுத்துக் கொண்டிருக்கின்றன. ஏனென்றால் நான் 'பசு நேசன்' மட்டுமல்ல; கிறிஸ்தவர்கள், முஸ்லிம்கள், தலித்துகள், பழங்குடியினர் ஆகியோரையும் நேசிப்பதுடன் மட்டுமல்லாது வள்ளலார் போல வாடிய பயிரைக் கண்டாலே வாடுபவன். அனைத்து உயிர் ராசிகளையும் நேசிக்க வேண்டும் என்று அண்ணல் அம்பேத்கரின் பௌத்த 'மைத்ரி' கொள்கையைப் பின்பற்றுகிறவனும்கூட. ஆனால், 'பிளஷ் அவுட்' கழிப்பறை வைத்தால் மலத்தில் இருக்கும் புழுக்கள் அழிந்துவிடும் என்றும், எனவே, மனிதக் கரங்களால்தான் மலம் அள்ளப்பட்டு குழிகளில் தள்ளப்பட வேண்டும் என்றும் கூறுமளவுக்குச் சென்றுள்ள குஜராத் சமணர்களைப் போன்ற 'ஜீவோபுகாரி' அல்ல.

நற்பேறாக என் தூக்கத்தைக் கெடுத்து வந்த கேள்விகளிலிருந்து என்னைக் காப்பாற்ற ஒன்றிய அரசாங்கத்தின் விலங்கு நல வாரியமே இன்று (10.02.2023) வந்துவிட்டது. அதாவது பிப்ரவரி 14ஆம் நாளை பசுவைத் தழுவிக் கொள்ளும் நாளாகக் கொண்டாட வேண்டும் என்ற அறிவிப்பைத் திரும்பப் பெற்றுக் கொண்டுவிட்டதாக அறிவித்து விட்டது. இந்தத் தலைகீழ் மாற்றத்துக்கான காரணம் என்னவென்று தெரியவில்லை. அதேவேளை கழுதைத் திருமணங்கள் இந்த ஆண்டும் தொடர்ந்து நடக்குமா என்பதும் தெரியவில்லை.

எனினும், வேதகாலத்திலிருந்தே பசு புனிதமானதாகக் கருதப்பட்டு வருவதாகச் சொல்லப்படுவதைச் சற்று கவனிப்போம். இந்தக் கருத்தை மறுப்பவர்கள் எல்லோரும் 'மிலேச்ச'க் கொள்கைகளான மார்க்ஸியத்தையோ, நாத்திகத்தையோ கடைப்பிடிப்பவர்கள், தேச விரோதிகள், நகர்ப்புற நக்சல்கள் என்ற குற்றச்சாட்டுகளுக்கு ஆளாகும் அபாயத்தைக் கருத்தில் கொண்டு மார்க்ஸிய அறிஞர் டி.என்.ஜா தக்க ஆதாரங்களுடனும் ஆழ்ந்த புலமையுடனும் எடுத்துரைத்த கருத்துகளை முன்வைக்க மாட்டேன். மாறாக, வேதங்கள், தர்ம சாஸ்திரங்கள், ஸ்ருதிகள்,

ஸ்மிருதிகள் ஆகியவற்றில் ஆழ்ந்த புலமைகொண்டிருந்தவரும், உச்சநீதிமன்றத் தீர்ப்புகள் சிலவற்றிலும்கூட தனது கருத்துகளும் விளக்கங்களும் மேற்கோளாகக் காட்டப்படும் பேறு பெற்றிருந்தவருமான காலஞ்சென்ற மகாராஷ்டிர அறிஞர் பி.வி.கானெ (P.V.Kane), 19ஆம் நூற்றாண்டைச் சேர்ந்த வங்காள அறிஞர் ராஜேந்திரலால் மித்ர (Rajendralal Mitra), ஆர்.எஸ்.எஸ். அமைப்பில் இருந்த முக்கியப் பிரமுகர்களிலொருவரும் அதன் அதிகாரபூர்வமான ஆங்கில ஏடான 'தி ஆர்கனைஸரின்' நீண்டகால ஆசிரியராக இருந்தவருமான கே.ஆர். மல்கானி (K.R.Malkani) ஆகியோரும்கூட பசுக்களும் மாடுகளும் எருமைகளும் உணவுக்காகவும் வேள்விகளுக்காகவும் கொல்லப்படுவது வேதங்களில் குறிப்பிடப்பட்டுள்ளதைச் சுட்டிக்காட்டியுள்ளனர் என்பதை மட்டும் சொல்லிக் கொள்ள விரும்புகிறேன். ராஜேந்திரலால் மித்ர, பிறப்பால் காயஸ்தர் என்ற இருபிறப்பாளர்தான் என்றாலும், அவர் வேத, புராணங்களிலுள்ள கட்டுக்கதைகளை விமர்சித்தவர் என்பதால் இந்து தேசியவாதிகளால் முற்றிலுமாகப் புறக்கணிக்கப்பட்டார். ஆர்.கே. மல்கானி, எல்.கே.அத்வானியைப் போலவே இப்போதைய பாகிஸ்தானிலுள்ள ஓர் ஊரில் பிறந்தவர். ஆயுள் காப்பீட்டு நிறுவனங்களை தேசியமயமாக்குவதை ஆதரித்தவர். மாநில அரசாங்கங்களைக் கலைப்பதற்காக ஒன்றிய அரசாங்கம் அரசமைப்பின் 370வது சட்டப் பிரிவைப் பயன்படுத்தி வந்ததை எதிர்த்தவர்; பாபர் மசூதியை கர சேவகர்கள் இடித்துத் தள்ளியதை விமர்சித்தவர். எனவே அவர் சங் பரிவாரத்தினரால் ஓரங்கட்டப்பட்டார். ஆனால் பி.வி.கானெ, டி.டி.கோசம்பியைப் போலவே பிறப்பால் பார்ப்பனர். அதிலும் பார்ப்பனர்களில் மிக உயர்ந்த இடத்தை வகிப்பதாகச் சொல்லப்படும் சித்பவன் பார்ப்பனர்.

டி.என்.ஜா, பி.வி.கானெ ஆகியோர்களின் ஆதாரபூர்வமான கருத்துகளை மறுதலிக்கும் ஆள்களுக்கு சங் பரிவாரத்திடம் பஞ்சமா இருக்கிறது? அவர்களிலொருவரும் பசுப் பாதுகாப்பு இயக்கத்தின் முன்னணியாளருமான சந்தியா ஜெயின் (Sandhya Jain) கூறுகிறார்: வேதங்களில் அந்தந்தச் சந்தர்ப்ப சூழ்நிலைகளுக்கேற்ப 'பசு (gau)' என்ற சொல்லுக்கு பசு என்ற விலங்கு, நீர், சூரியக் கதிர்கள், கற்றறிந்தோர், பிரித்வி (தெய்விகத் தாய்), அக்னயா (aghnya), அதிதி (Aditi) என்ற பல பொருள்கள் உள்ளன. பசுவைக் குறிக்கும் கடைசி இரண்டு சொற்களின் பொருள் 'கொல்லப்படக்கூடாதது' என்பதாகும். இறைச்சி உண்பவர்கள், இறைச்சி உண்ணாதவர்கள் உள்ளிட்டதாக வேதகாலச் சமுதாயம் பலதரப்பட்டதாக இருந்தபோதிலும், பசுவை உணவுக்காகக் கொல்லுதல் என்பது இருக்கவே இல்லை.

இந்த 'மகாபுருஷர்', தனது வாதத்தில் தர்க்கம் அடிபட்டுப் போகிறது என்பதை உணரவேயில்லை. 'பசு' என்ற சொல்லுக்குப் பல பொருள்கள் உண்டு என்கிற அவர், அதே மூச்சில் அதற்கு 'கொல்லப்படக்கூடாதது' என்ற ஒரே பொருள் மட்டும் இருப்பதாக வாதிடுகிறார்.

இனி, சங் பரிவாரம் செய்ய வேண்டியதெல்லாம், அவர்களால் உயர்த்திப் பிடிக்கப்படும் பாரதியாரை - "காதலினால் மானுடர்க்குக் கலவியுண்டாம், கலவியிலே மானுடர்க்குக் கவலை தீரும், காதலினால் மானுடர்க்குக் கவிதையுண்டாம், கானமுண்டாம், சிற்ப முதற் கலைகளுண்டாம், ஆதலினாற் காதல் செய்வீர், உலகத்தீரே" என்று பாடியதற்காக - புறக்கணிக்கும் இயக்கத்தைத் தொடங்குவதுதான்!

சுருக்கமாகச் சொல்வதென்றால் மோடி அரசின் ஊழல்கள், வெறுப்பு அரசியல், வெளிநாட்டுக் கொள்கை ஆகியன பற்றிய விமர்சனங்கள் வரும்போபொதெல்லாம், மத, பண்பாட்டுப் பிரச்சினைகளை எழுப்பி, மக்களின் மத உணர்வுகளைப் பயன்படுத்தி, அவர்களது கவனத்தைத் திசை திருப்புவதுதான் சங் பரிவாரத்தின் நீண்டகால உத்தி. அதற்குத் துணை போகின்றவையாக உள்ளவை இந்திய முதன்மை ஊடகங்களில் மிகப் பெரும்பாலானவை. பிபிசி ஆவணப் படம், அதானி ஊழல் ஆகியவற்றுக்குப் பெரும் முக்கியத்துவம் தராத அவை, அந்த விஷயங்களைப் பற்றி ஒரு சொல்கூடப் பேசாமல் எதிர்க்கட்சிகளின் மீது தரம் தாழ்ந்த தாக்குதலை நடத்திவிட்டு அவை இரைக்கும் சேற்றிலிருந்து தாமரை மலரும் என்று கூறிய மோடியின் சொற்ஜாலத்துக்கு முக்கியத்துவம் கொடுத்துத் தலைப்புச் செய்தியாக வெளியிட்டன.

3

பன்னூற்றாண்டுக் காலம் பார்ப்பனர்களுக்கும் பார்ப்பனியத்துக்கும் செயலாலும் சொல்லாலும் அடிமைப்பட்டிருந்த சூத்திரர்கள் பலருக்கு சுயமரியாதை உணர்வை ஊட்டியதுடன் அவர்கள் கல்வியிலும், அரசாங்க அலுவல்களிலும், பண்பாட்டுத் தளத்திலும், அரசியல் களத்திலும், பொருளாதாரத் துறையிலும் முன்னேற்றம் காணத் தன் வாழ்க்கை முழுவதையும் அர்ப்பணித்தார் பெரியார். ஆனால் அந்த சுயமரியாதை உணர்வு பெற்றவர்களின் இன்றைய தலைமுறையினரில் கணிசமான பகுதியினர் பார்ப்பன சங்கிகளுக்கு அடிமையாகிவிடுவதைப் பெருமையாகக் கருதி தங்கள் தலையில் தாங்களே சேற்றை வாரி இரைத்துக் கொள்வதைப் பற்றிய உணர்வே இல்லாமல் இருக்கிறார்கள்.

அதனால்தான் சில நாள்களுக்கு முன்பு கோவையில் பிராமணர் சங்கத்தில் உரையாற்றிய ‘கலைமாமணி’ திருச்சி கல்யாணராமன் என்பவர், நாடார் சமூகத்தினரைப் பற்றிய மிக இழிவான கருத்துகளைக் கூறினார். அதற்குப் பல தரப்பிலிருந்து வந்த கண்டனக் குரல்களின் காரணமாகவோ, அந்த சமூகத்தினரில் கணிசமானோர் பா.ஜ.க.வின் வாக்கு வங்கியாக இருப்பது அவருக்கு நினைவூட்டப்பட்டதன் காரணமாகவோ ‘மன்னிப்பு’க் கேட்டுக் கொண்டார். ஆனால் அதிலும் ஒரு பொய்யைக் கூறினார். அதாவது தான் ‘நாடார் சமூகத்தினரைப்’ பற்றி அல்ல, ‘பக்தியை நாடார்’ பற்றியே அப்படிக் கூறியதாகப் புளுகினார்!

தந்தை பெரியாரால் சுயமரியாதை உணர்வு ஊட்டப்பட்டவர்களின் சந்ததிகளில் பலர் இன்று சூடு சொரணையற்றவர்களாகப் போய் விட்டனர் என்றால், தற்போது வடநாட்டில் உள்ள சூத்திரர்கள், தலித்துகள் அடங்கிய ‘பகுஜன்’களுக்கு சூடும் சொரணையும் ஏற்படுத்தி வருவதற்கும்கூட ஒரு பார்ப்பனரே காரணமாகியுள்ளார் என்பது ஒரு வரலாற்று முரண்நகை. அவர் 17ஆம் நூற்றாண்டைச் சேர்ந்த, மொகலாயப் பேரரசர்கள் அக்பர்-ஜஹாங்கிர் ஆட்சிக் காலத்தில் வாழ்ந்த துளசிதாஸ். 2500 ஆண்டுகளுக்கு முன் வால்மீகியால் எழுதப்பட்டதாகச் சொல்லப்படும் ‘இராமாயண’ காப்பியத்தைத் தழுவி, 17ஆம் நூற்றாண்டைச் சேர்ந்த துளசிதாஸ் உத்தரப்பிரதேசத்தில் இன்றும் புழங்கிவரும் அவதி மொழியில் எழுதிய ‘ராமசரித்திரமானாஸ்’ (ராமரின் வரலாறு) இந்துத் துறவிகளால் கொண்டாடப்பட்டும், சங் பரிவாரத்தால் ‘புனித நூல்’ என்று மிகவும் போற்றப்பட்டும் வந்துள்ள ஒரு புனைவிலக்கியம். வால்மீகி இராமாயணத்தில் இராமன் சில பலகீனங்களைக் கொண்ட மனிதனாகச் சித்திரிக்கப்படுவதற்கு மாறாக, துளசிதாஸின் நூலில் அவன் எல்லாம் வல்லவனாக, அனைத்தும் அறிந்தவனாக, பிரம்மனுக்கு நிகரானவனாகச் சித்தரிக்கப்படுகிறான்.

அக்பர்-ஜஹாங்கிர் ஆகியோரின் மொகலாயப் பேரரசு இருந்த காலத்தில் எழுதப்பட்ட அந்த நூலில், நம் நாட்டின் பண்பாட்டைச் சீரழித்ததாகவும் சாதி வேறுபாடுகளை உண்டாக்கியதாகவும் சங்கிகளால் குற்றம் சாட்டப்படும் மொகலாய மன்னர்களைப் பற்றிய ஒரு கடுஞ்சொல்கூட இல்லை. மாறாக, மொகலாயர் ஆட்சிக் காலத்தில் வேளாண் நிலங்களைப் பெருக்கவும், அதன் பொருட்டுக் காடுகளை அழித்து அவற்றைத் திருத்தி விளைநிலங்களாக ஆக்கவும், வேறு பல கடினமான உடல் உழைப்புச் செய்யவும் விதிக்கப் பட்டிருந்த, அன்று ‘சூத்திரர்கள்’ என்று பொதுவாக அழைக்கப்பட்டு

வந்த பிற்படுத்தப்பட்ட சாதியினரும் தலித்துகளும் பழங்குடியினரும் அவர்களோடு சேர்த்து பெண்களும்தான் இழிவுபடுத்தப்பட்டுள்ளனர். அப்படி இழிவுபடுத்தும் சொற்களை 'இடைச் செருகல்' என்று கூறுவதற்கு சங்கிகளாலும்கூட முடியவில்லை. வேளாண் உற்பத்தியில் கடும் உழைப்பைச் செலுத்திய சூத்திரர்கள் மீது மொகலாய ஆட்சி தாங்க முடியாத வரிகளையும் விதித்தது. துளசிதாஸ் வேளாண்மை தொடர்பான உழைப்பையும் தொழில்களையும் 'ஆன்மிக வகையில் மரியாதைக்குரியனவல்ல' என்றும், மாறாக சூத்திரர்களின் இழிவான தொழில் என்றும் எழுதினார். அந்த 'சரித்திரத்தில்' உள்ள கீழ்த் தரமான வரிகள்: ढोल गवाँर सूद्र पसु नारी। सकल ताड़ना के अधिकारी।(ḍhōla gavāomra sūdra pasu nārī. sakala tāḍanā kē adhikārī). "A drum, an illiterate, a Shudra, a beast and a woman — all deserve punishment". "பறை, சூத்திரன், விலங்கு, பெண் ஆகிய அனைவரும் தண்டனைக்குரியவர்களே" என்பதுதான் இதன் பொருள். யாரால் விதிக்கப்படும் தண்டனைக்கு? மொகலாய மன்னரால் விதிக்கப்படும் தண்டனைக்கல்ல; ராமனால் வழங்கப்படும் தண்டனைக்குத்தான்!

இப்படி அவர் எழுதுவதற்குக் காரணம், எவர் ஆட்சிக்கு வந்தாலும் அவர்களுக்கு சேவை செய்யத் தயாராக இருக்கும் பார்ப்பன அறிவாளிகள் மொகலாய மன்னர்களின் அரண்மனையிலும் உயர் பதவிகளில் இருந்ததுதான். அவர்களிலொருவர் அக்பரால் 'ஒன்பது நவரத்தினங்கள்' என்றழைக்கப்பட்டவர்களில் ஒருவரான பீர்பால். அவர் சரஸ்வத் பார்ப்பனர். இன்னொருவர் அக்பரின் நிதியமைச்சராக இருந்த தோடர் மால். வருண தர்ம முறைப்படி இருபிறப்பாளர்களாகக் கருதப்படும் காயஸ்த வகுப்பைச் சேர்ந்த அவர், மொகலாயப் பேரரசின் ஆலோசகராகவும் (Vakil-us-Sultanat) இருந்தார். அக்பரின் பேரரசின் 15 நிர்வாக அலகுகளுக்கான (Subas) திவான்களாக (இன்றைய மாநில முதலமைச்சர்கள் போன்றவர்கள்) அவரால் நியமிக்கப்பட்டவர்கள் நிச்சயம் பார்ப்பனர்கள், இராஜபுத்திரர்கள், காயஸ்தர்கள் ஆகிய இருபிறப்பாளர்களாகத்தான் இருந்திருப்பர். மொகலாயர்கள் - இந்து இருபிறப்பாளர்கள் ஆகியோரின் ஆட்சியின் கீழ் சூத்திரர்கள் கடுமையான அளவுக்கு நில வாரத்தையும் இதர வரிகளையும் செலுத்த வேண்டியிருந்தது. மொகலாயர்களின் வரலாற்றை ஆழமாக ஆய்ந்தறிந்து நூல்களை எழுதிய இர்ஃபான் ஹபீப் போன்ற மார்க்ஸிய அறிஞர்களின் கண்களுக்கும்கூட மேற்சொன்ன ஆளும் வர்க்கக் கூட்டணியின் கீழ் சூத்திரர்கள், தலித்துகள், பெண்கள் ஆகியோருக்கு இருந்த பண்பாட்டு - பொருளாதார - சமுதாய

நிலைமைகள் தெரியவில்லை என்று காஞ்சா அய்லய்யா ஷெப்பர்ட் கூறுகிறார். இந்த சமுதாயச் சூழ்நிலையில்தான் துளசிதாஸ் இராமனின் சரித்திரத்தை எழுதினார். முஸ்லிம்களின் ஆட்சி பார்ப்பனர்களுக்கு விரோதமானதாக இருந்திருந்தால், துளசிதாஸ் முஸ்லிம் ஆட்சியாளர்களையோ முஸ்லிம்களையோ தண்டிக்கும்படி இராமனை பிரார்த்தித்திருப்பார். ஆனால் அவருடைய 'சரித்திரத்தில்' முஸ்லிம் ஆட்சியாளர்களுக்கோ அல்லது அக்பருக்கோ எதிராகக் கூறப்பட்டுள்ள ஒரு வரிகூட இல்லை. ஆனால், சூத்திரர்கள், தலித்துகள், பார்ப்பனப் பெண்கள் உள்பட அனைத்துப் பெண்கள் ஆகியோரைத் தண்டிக்கும்படி இராமனை வேண்டுகிறார். சங் பரிவாரத்தினரைப் பொருத்தவரை துளசிதாஸ்தான் தீர்க்கதரிசி; அவரது நூல்தான் 'புனித நூல்'. துளசிதாஸ் காலத்தில் இருந்த சூத்திரர்களும் சண்டாளர்களும்தான் இன்றைய அரசமைப்புச் சட்டத்தில் பிற்படுத்தப்பட்ட வகுப்பினராகவும் பட்டியல் சாதியினராகவும் வகைப்படுத்தப்பட்டுள்ளனர். அதன் பொருள் உற்பத்திச் செயல்பாடுகளில் ஈடுபட்டுள்ள சாதியினர் அனைவரும் உடல் உழைப்பில் ஈடுபடாத இரு பிறப்பாளர்களுக்கு (பார்ப்பனர், சத்திரியர், காயஸ்தர், பனியாக்கள் என்று இன்று அழைக்கப்படும் வைசியர்கள்) என்றென்றும் அடிமைகளாக இருக்க வேண்டும் என்பதுதான் பார்ப்பன வருணாசிரம சங்கிகளின் திட்டம். அத்திட்டம்தான் சம்ஸ்கிருத நூல்கள் பெரும்பாலானவற்றில் காணப்படுகிறது. அந்த வருணதர்மச் சிந்தனை பார்ப்பனரல்லாத, சத்திரிய உயர்சாதியைச் சேர்ந்த உத்தரப்பிரதேச முதலமைச்சர் யோகி ஆதித்யநாத்திடமும் மேலோங்கியுள்ளது. அதனால்தான் அவருக்கு முன்பு அந்த மாநிலத்தின் முதலமைச்சராக இருந்தவரும் பிற்பட்ட சூத்திர சாதியைச் சேர்ந்தவருமான அகிலேஷ் சிங் யாதவ் அந்த வீட்டைக் காலி செய்த பிறகு, பசும்பாலையும் பசு மூத்திரத்தையும் அந்த வீடெங்கும் தெளித்து அதைத் 'தூய்மைப்படுத்திய' (Shuddikaran) பிறகே அங்கு குடியேறினார் அந்த யோகி. சங் பரிவாரத்தின் நடைமுறை இப்படி இருக்க, அதன் பிரசாரமோ சூத்திரர்களும் தலித்துகளும் இந்துக்கள்தான் என்றும் அவர்கள் மாபெரும் இந்து சமுதாயத்தின் பிரிக்க முடியாத பகுதி என்றும் கூறுகிறது. சூத்திரர்களிலும் தலித்துகளிலும் சூடு சொரணையற்றவர்கள் ஒரு சில சலுகைகளுக்காக சங்கிகளுடன் கைகோர்த்துக் கொண்டு மதச் சிறுபான்மையினர் மீது வன்முறை செலுத்தவும் பார்ப்பன வருண தர்ம ஆட்சி நிலைத்து நிற்கவும் பாடுபடுகிறார்கள். சூத்திரர்களும் சாதிவாரியாகப் பிளவுபட்டிருப்பதால் அவர்களால் ஒன்றுதிரண்டு பார்ப்பனர்களையும் பிற இருபிறப்பாளர்களையும் எதிர்க்க

முடியவில்லை. உத்தரப்பிரதேசத்தில் ஜாட்டுகள் சத்திரிய அந்தஸ்து கோரினர். ஆனால் அவர்களுக்குள்ள இடம் அதுவல்ல என்று ஆதித்யநாத் தெளிவாகக் கூறிவிட்டார்.[2]

தமிழகத்திலும் சில பிற்படுத்தப்பட்ட சாதித் தலைவர்கள் தங்கள் சாதியினர் சத்திரியர்கள் என்றும் வைசியர்கள் என்றும் நீண்டகாலமாகக் கூறி வருகின்றனர். அவர்களில் ஒருவருக்காவது ஆர்.எஸ்.எஸ். அமைப்பின் மாநிலத் தலைவராகவேனும் ஆக முடியுமா?

துளசிதாஸின் பார்ப்பனியத்தையும் சூத்திரர்கள், தலித்துகள், பெண்கள் மீது அவர் கொண்டிருந்த வெறுப்பையும் எடுத்துச் சொன்ன காரணத்துக்காக பிகாரின் கல்வி அமைச்சர் சங்கிகளின் கடும் தாக்குதலுக்கு உள்ளாகி வருகிறார். அவருக்கு ஆதரவாக ஆர்.ஜே.டி. கட்சித் தலைவர் தேஜேஸ்வி யாதவ் பேசி வருகிறார். இந்திய சமுதாயத்தின் மிகப் பெரும்பகுதியினராக உள்ள பெண்கள், தலித்துகள், பிற்படுத்தப்பட்ட சாதியினர் ஆகியோரை இழிவுபடுத்தும் பகுதிகளை துளசிதாஸின் நூலிலிருந்து நீக்க வேண்டும் என்ற கிளர்ச்சி உத்தரப்பிரதேசத்திலும் உருவாகியுள்ளது.

அங்குள்ள முக்கிய பிற்படுத்தப்பட்ட வகுப்புத் தலைவரும் சமாஜ்வாதிக் கட்சித் தலைவருமான சுவாமி பிரசாத் மவுரியா, ராமசரித்திரமானாஸின் சில வசனங்கள் சமூகத்தின் பெரும்பகுதி மக்களை சாதியின் அடிப்படையில் 'இழிவுபடுத்துவதாக' குற்றம்சாட்டி, அவற்றைத் 'தடை செய்ய வேண்டும்' என்ற கோரிக்கையை எழுப்பினார். அவருக்கு எதிராக சங்கிகளும், சாமியார்களும் ஒரு போராட்டத்தை நடத்தியதன் காரணமாக 2023 ஜனவரி 29இல் அனைந்திந்திய பிற்படுத்தப்பட்டோர் மகாசபை, மவுரியாவுக்கு ஆதரவாக ஒரு போராட்டத்தை நடத்தியது. துளசிதாஸின் நூலில் 'பெண்கள் மற்றும் தலித்துகள் மீதான ஆட்சேபணைக்குரிய கருத்துகள்' உள்ள பக்கங்களின் நகல்களை அந்த மகாசபை உறுப்பினர்கள் எரித்தனர். இதன் விளைவாக சமாஜ்வாதி கட்சியைச் சேர்ந்த சலீம், சத்யேந்திர குஷ்வாஹா ஆகியோரை உத்தரப்பிரதேச அரசு கடந்த பிப்ரவரி 6இல் தேசியப் பாதுகாப்புச் சட்டத்தின் கீழ் (NSA) கைது செய்துள்ளது. வேறு பலர் மீதும் வழக்குகள் பதிவு செய்யப்பட்டுள்ளன.

கர்மா, மறுபிறவி, முன்ஜென்மவினை, அத்வைதம் கூறும் மாயாவாதத் தத்துவம் ஆகியனவற்றை வலியுறுத்தும் துளசிதாஸின் நூலில் காணப்படும் வெறுப்புக்குரிய வேறு சில கருத்துகள் பின்

வருமாறு: *(1)* கீழ்சாதி மக்கள் கல்வி கற்றால் பாம்பு குடித்த பாலைப் போல அவர்கள் உடலிலும் நஞ்சேறிவிடும்; *(2)* ஒரு பார்ப்பனன், தீய பண்புகள் நிறைந்தவனாக இருந்தாலும் அவன் வணங்கப்பட வேண்டும். அதேவேளை கீழ்சாதிக்காரனொருவன் வேதவித்தகனாக இருந்தாலும்கூட அவன் மதிக்கப்படத் தக்கவனல்ல.

துளசிதாஸின் நூலிலுள்ள வெறுக்கத்தக்க பகுதிகள் நீக்கப்பட வேண்டும் என்ற கோரிக்கை இந்தி பேசும் வட மாநிலங்களிலுள்ள தலித்துகள், பிற்பட்ட சாதியினர், பெண்கள் ஆகியோர் ராமனுக்கு எதிராக அணிதிரளக்கூடும் என்ற அச்சம் ஆர்.எஸ்.எஸ். அமைப்பைக் கவ்வியதால், அதன் தலைவர் மோகன் பகவத் தலையிட்டு உண்மையைப் பூசி மெழுகும் வேலையில் ஈடுபட்டார். அதாவது கடவுள் எவருக்கும் உயர்வு தாழ்வு கற்பிக்கவில்லையென்றும் அது சில 'பண்டிட்டுகள்' செய்த தவறு என்றும் விளக்கம் கூறினார். அந்தப் 'பண்டிட்டுகள்' யார் என்பது அவருக்கும் தெரிந்ததுதானே!

தரவுகள்:
1. Sandhya Jain, Did Vedic People really eat cow – Part 1, *https:// ebooks.iskcondesiretree.com/pdf/Voice_of_Cows/Voice_of_Cows_-Newsletter_Vol-01_-_Issue-05_-_2010-02.pdf* (Accessed on 10.02.2023).
2. Kancha Ilaiah Shepherd, Why Did Tulsidas Ask His God Rama To Punish Shudras And Women Not Mughal Rulers?, Countercurrents.Org, 06.02.2023, *https://countercurrents.org/2023/02/why-did-tulsidas-ask-his-god-rama-to-punish-shudras-and-women-not-mughal-rulers/* (Accessed on 07.02.2023)

மின்னம்பலம்
11 பிப்ரவரி, 2023

2. நித்தி என்னும் முத்து

நண்பர்களுக்கும் உறவினர்களுக்கும் ‘நித்தி’யாக உள்ள மு.நித்தியானந்தனை நான் நேரில் முதல் முறையாகச் சந்தித்தது 1983ஆம் ஆண்டு இறுதியில் என்று நினைக்கிறேன். அப்போது ஸ்ரீலங்காவின் அபகீர்த்தி வாய்ந்த வெலிக்கடைச் சிறைச்சாலையில் அடைக்கப்பட்டிருந்த விடுதலைப் புலிகள் இயக்கப் போராளிகளையும் ஆதரவாளர்களையும் விடுவிக்க அந்த அமைப்பைச் சேர்ந்தவர்கள் நடத்திய வெற்றிகரமான தாக்குதலின் காரணமாக தமிழகத்திற்கு வந்து சேர்ந்தவர்கள் நித்தியும் நிம்மி என்று அழைக்கப்பட்டு வந்த நிர்மலாவும். பாக் நீரிணையின் வட பகுதியில் வாழ்ந்து வரும் தமிழர்களுக்கும் தென் திசையில் வாழ்ந்து கொண்டிருக்கும் தமிழர்களுக்குமிடையேயான கலாசார இணைப்புப் பாலமாக இருந்துவந்துள்ள ஆர். பத்மனாப ஐயர் வழியாக நித்தியும், அப்போது அவருடைய இணையராக இருந்த நிர்மலாவும் எங்கள் குடும்பத்திற்கு ஏற்கெனவே நன்கு அறிமுகமானவர்களைப் போல இருந்தனர். சிறையைத் தகர்த்து, அங்கு அடைக்கப்பட்டவர்களை விடுதலை செய்த போராளிகளின் புகழுக்குச் சற்றும் குறையாதவற்றைக் கொண்டிருந்தனர் அவர்களிருவரும்.

ஈழ விடுதலைப் போராட்டம் தொடங்கிய காலத்தில்தான் உலகின் பல்வேறு நாடுகளிலும் இந்தியாவின் சில பகுதிகளிலும் தேசிய இனங்களின் உரிமைப் போராட்டங்களும் ஆயுதமேந்திய போராட்டமும் நடைபெற்றுவந்தன. ஐயர் வழியாக எனக்குக் கிடைத்து வந்த பல்வேறு ஆங்கில, தமிழ் சஞ்சிகைகளில் வெளிவந்து கொண்டிருந்த கட்டுரைகளைப் படிக்கும்போதுதான், அந்தச் சின்னஞ்சிறு தீவு நாடு, எத்தனை அற்புதமான அறிவாளிகளை, எழுத்தாளர்களை, சுய சிந்தனையாளர்களை உருவாக்கியிருந்தது என்பதைத் தெரிந்துகொண்டேன். சிங்கள, தமிழ், சோனக மரபுகளைச் சேர்ந்தவர்களிடையே நடந்த விவாதங்களும் கருத்துப் பரிமாற்றங்களும் எவ்வித இனவாதச் சாயலுமற்றவையாய் இருக்க, அந்த நாட்டில் ஏன் மதத்தையும் மொழியையும் பயன்படுத்தும் பேரினவாதம் தோன்றியது என்பது என் போன்றோரை வியக்க வைத்தது. ஆனால் ‘லங்கா கார்டியன்’ போன்ற ஆங்கில ஏடுகளில் வெளிவந்த கட்டுரைகளும் குமாரி ஜெயவர்த்தன, ரெஜி சிறீவர்த்தன, பி.ஏ.காதர் போன்ற சிந்தனையாளர்களின்

விளக்கங்களும் தமிழீழ விடுதலைக் கோரிக்கையை முன்வைத்துப் போராடிய பல்வேறு போராளிக் குழுக்களின் வெளியீடுகளும் அந்தப் பேரினவாதத்திற்கு அடிப்படையாக இருந்த வரலாற்று, அரசியல், பொருளியல் காரணங்களைத் தெரிந்து கொள்ள வைத்தன.

விடுதலைப் போராளிகளின் சொல்லாடல்களில் சில, ஈழவிடுதலை என்பது சோவியத், சீன, கூப முன்மாதிரிகளிலிருந்து வேறுபட்ட தனித்துவமான சோசலிசமே அவர்களது இலக்காக இருக்கும் என்ற மனப்பதிவை என் போன்றோரிடம் ஏற்படுத்தியிருந்தது. அதனால் தான் இந்தியாவிலுள்ள முதன்மையான (நாடாளுமன்றக்) கம்யூனிஸ்ட் கட்சிகள் ஈழத் தமிழர்களின் தன்னுரிமைக் கோரிக்கை தொடர்பாகக் கொண்டிருந்த நிலைப்பாட்டுக்கு மாறாக, தமிழீழ விடுதலைப் போராட்டத்தை நிகராகுவாவின் ஸாண்டினிஸ்டா போராட்டத்துடன் ஒப்பிட்டு வந்தோம். ஆனால் நிகராகுவாவைப் போல பல்வேறு கட்சிகளும் இயக்கங்களும் ஒன்றிணைந்து நடத்திய போராட்டமாக ஈழ விடுதலைப் போராட்டம் அமையவில்லை. மேலும், அவர்களிடையே சகோதரக் கொலைகளும் நடந்தன. இதற்கிடையே தமிழகத்தில் ஈழப் போராட்ட இயக்கங்கள் அனைத்தும் தங்கள் பிரதிநிதிகளையும் அலுவலகங்களையும் வைத்திருந்தன. அந்த இயக்கங்கள் எல்லா வற்றையும் சேர்ந்தவர்கள் என்னைச் சந்திக்க வருவார்கள். சிலவேளை ஒன்றுக்கொன்று மோதிக்கொண்டிருந்த இயக்கங்களைச் சேர்ந்தவர்கள் ஒரே நேரத்தில் என் வீட்டுக்கு வந்து எனக்கு இக்கட்டான நிலையை ஏற்படுத்திய தருணங்கள் ஏராளம். என் வீடு மிகச் சிறியது. அத்தகைய தருணங்களில் ஓர் இயக்கத்தைச் சேர்ந்தவரை என் படுக்கை அறையில் அடைத்து வைத்துவிட்டு, மற்றொரு இயக்கத்தைச் சேர்ந்தவரிடம் உரையாடி அவரை அனுப்பிய பிறகே படுக்கை அறைக் கதவைத் திறக்க வேண்டியிருக்கும்.

அப்படிப்பட்ட சூழலில்தான் நித்தியும் நிர்மலாவும் எங்கள் வீட்டுக்கு வரத் தொடங்கினார்கள். அவர்கள் நல்ல படிப்பாளிகள், எழுத்தாளர்கள், கல்விப் புலம் சார்ந்தவர்கள். ரிச்சர்ட் வேக்னர் பற்றி - வெங்கட்சாமிநாதனுக்குப் பதிலளிக்கும் முகமாக - நிர்மலா தமிழக ஏடொன்றில் எழுதியிருந்த கட்டுரை அவரது இசையறிவை எங்களுக்குப் புலப்படுத்தியிருந்தது. பல பரிமாணங்களைக் கொண்டிருந்த அவர்கள் இருவரையும் நாங்கள் பெரிய ஹீரோக்களாகக் கருதி வந்தோம்.

ஆனால் அவர்களுக்கு முன்பே ராகவன் அறிமுகமாகியிருந்தார். சென்னை தி.நகரில் துப்பாக்கிச் சூடு நிகழ்வின் காரணமாக, எம்.ஜி.ஆர். ஆட்சிக் காலத்தில் கைது செய்யப்பட்டு சென்னை மத்திய

சிறையில் அடைக்கப்பட்ட அவருடனும் பிரபாகரனுடனும் அங்கு அரசியல் கைதியாக இருந்த நக்ஸலைட் இயக்கத் தலைவர் புலவர் கலியபெருமாள் தொடர்பு கொண்டிருந்தார். 1983 ஜூலை கலவரத்திற்குப் பின் விடுதலை செய்யப்பட்ட ராகவனை என்னுடன் தொடர்பு கொள்ளும்படி கூறியிருந்தார். புலவர் கலியபெருமாளும் அவரது இயக்க ஆதரவாளனாகவும் மனித உரிமைச் செயலார்வலனுமாக இருந்த நானும்தான் அந்த இயக்கத்தில் ஈழ விடுதலைப் போராட்டத்தை முதன் முதலில் ஆதரித்தவர்கள். மற்றவர்கள் எல்லோரும், யூத குருமார்கள் தங்கள் புனித நூல்களில் உலகிலுள்ள எல்லாப் பிரச்சினைகளுக்குமான தீர்வைத் தேடிக் கொண்டிருந்ததைப் போல, தேசிய இனப் பிரச்சினையில் லெனின் என்ன கூறினார், ஸ்டாலின் என்ன சொன்னார் என்ற ஆராய்ச்சியில் மூழ்கிக் கொண்டிருந்தனர். ஆனால், சிபிஐ, சிபிஎம் போல அவர்கள் ராஜீவ் காந்தி - ஜெயவர்த்தன ஒப்பந்தத்தையோ, இந்திய அமைதிப் படை அனுப்பப்பட்டதையோ ஆதரித்தவர்களல்லர். ஈழ விடுதலைப் போராட்டத்தை அவர்கள் ஆதரிக்கத் தொடங்கிய போது, அந்தப் போராட்டம் ஏறக்குறைய அழியும் தருவாயில் இருந்தது.

சிறையிலிருந்து வெளியே வந்த ராகவனிடம் என் முகவரி இருக்க வில்லை. 'க்ரியா'வுடன் நெருக்கமான தொடர்பு கொண்டிருந்தவன் நான் என்பதால் பலமுறை அந்த அலுவலகத்திற்குச் சென்று நான் வரும் சந்தர்ப்பமொன்றை எதிர்பார்த்துக் கொண்டிருந்தார். அங்குதான் எங்கள் முதல் சந்திப்பு நிகழ்ந்தது. பிறகு அவர் மூலம் விடுதலைப் புலிகள் இயக்கத்தைச் சேர்ந்த பலர் எனக்கு அறிமுகமாயினர். அவர்களிருவர் குமரப்பாவும் புலேந்திரனும். அவர்களது வேண்டுகோளின் பேரில் அவர்களுக்கான சில தமிழாக்கங்களைச் செய்து கொடுத்தேன். முழுநேர மொழிபெயர்ப்பாளராக காலஞ்சென்ற ப. சிங்கராயரை அனுப்பிக் கொடுத்தேன். ஆனால், அந்த இயக்கத்தினருக்கு வேண்டிய அரசியல், இராணுவ விடயங்களை மொழியாக்கம் செய்யும் அறிவோ, திறனோ எங்களுக்கு இல்லை. இராணுவக் கலையில் அவர்களுக்கிருந்த அறிவு என் போன்றோரை பெரும் வியப்பில் ஆழ்த்தியது.

அந்தச் சூழலில்தான் நித்தியும் நிம்மியும் எங்கள் விட்டுக்கு வருவார்கள். இருவரும் மார்க்ஸியம், உலக அரசியல், நவீன இலக்கியம் ஆகியவற்றில் நல்ல பரிச்சயம் கொண்டவர்கள். நிம்மி உணர்ச்சிப் பெருக்குடையவர். நித்தி நகைச்சுவை மன்னர். அவர் பேசத் தொடங்கிவிட்டால், 'போதும்போதும் நித்தி, நிறுத்துங்கள், எங்கள் விலா நோகின்றது' என்று நாங்கள் கெஞ்சுகிற வகையில் அவரது

நாவிலிருந்து நகைச்சுவை கொட்டித் தீர்க்கும். இந்திய - இலங்கை ஒப்பந்தத்திற்குப் பிறகு அனுப்பப்பட்ட இந்திய அமைதிப் படை, மிக மோசமான பாதிப்புகளுக்கு உள்ளாகியிருந்தபோது ஜெயவர்த்தன கூறினார்: “ராஜிவ் காந்தி சதுரங்கப் பலகையில் சதம் அடிக்க விரும்புகிறார்”. இதை நான் நித்தியிடம் குறிப்பிட்டவுடன் அவர் கூறினார்: “ஜெயவர்த்தனாவிடம் இருக்கும் மூளைக்கு இந்தச் சின்னஞ் சிறு தீவு போதாது; ஆசியக் கண்டம் முழுவதும் அதற்குத் தேவை”. சூழ்ச்சித் திறன் கொண்ட ஒரு சிங்கள இனவாத அரசியல் தலைவரைப் பற்றிய இப்படிப்பட்ட, நகைச்சுவை கலந்த ஆழமான கணிப்பை நித்தி போன்றவர்களால் மட்டுமே தர முடியும்.

எங்கள் வீட்டில் மட்டுமின்றி, ‘க்ரியா’ ராமகிருஷ்ணன் வீட்டிலும் நானும் என் துணைவியார் சகுவும் அவர்கள் இருவரையும் அடிக்கடி சந்திப்போம். நானும் சாதி மறுப்பு, மத மறுப்பு, காதல் திருமணம் செய்து கொண்டதால், எங்கள் அனுபவத்தை அவர்களுக்குச் சொல்வோம். அவர்களின் அனுபவத்தை எங்களுடன் பகிர்ந்து கொள்வார்கள். எனினும், எனக்கும் சகுவுக்கும் தொடங்கிய உறவு கல்லறைத் தோட்டத்தில் அல்ல; மருத்துவமனையில்தான்!

நித்தியும் நிம்மியும் விடுதலைப்புலிகள் இயக்கத்தில் இருந்த போது என் வாழ்க்கையில் அதிர்ச்சியும் பீதியும் தரும் நிகழ்வுகள் பல நேர்ந்திருக்கின்றன. எடுத்துக்காட்டாக ‘டெலொ’ இயக்கத்தில் இருந்த நித்தியின் மாணவனொருவன் அந்த இயக்கத்திலிருந்து விலகி அங்குமிங்குமாக அலைந்துகொண்டிருந்தபோது, எதிர்பாராதவிதமாக அவனைப் பார்க்க நேரிட்ட நித்தி, அப்போது விடுதலைப் புலிகள் இயக்கத்தில் இருந்த காரணத்தால், அவனுக்கு எந்த உதவியும் செய்ய முடியாமல் என் வீட்டிற்கு அனுப்பி வைத்தார். அவனும் சில மாதங்கள் என்னுடன் இருந்தான். ஆனால், டெலோ இயக்கத்தைச் சேர்ந்தவர்களும் என் வீட்டுக்கு (பெரும்பாலும், உளவுபார்க்கவே) வந்து கொண்டிருந்ததால், சென்னைப் புறநகரொன்றில் என் நண்பர் வீட்டில் அவனைச் சேர்ப்பித்தேன். அவனும் வெளிநாட்டுக்குச் செல்வதற்கான கடவுச்சீட்டு முதலியவற்றை வாங்கி வைத்திருந்து இரண்டொரு நாளில் விமானப் பயணம் செய்யவிருந்தான். ஆனால் திரைப்படமொன்றைப் பார்க்கும் ஆவலால், என் நண்பர் வீட்டிலிருந்து திரையரங்கொன்றுக்கு வந்திருந்த போது, அவனை அடையாளம் கண்டு கொண்ட டெலோ இயக்கத்தினர் அவனைக் கடத்திக் கொண்டு போய்விட்டனர். அந்தச் செய்தியை எனக்குச் சொன்னவர் நித்திதான். அப்போது அவர் விடுதலைப் புலிகள் இயக்கத்திலிருந்து

விலகியிருந்தார். அதற்குச் சில மாதங்களுக்கு முன் அவனைத் தேடி யாழ்ப்பாணத்திலிருந்து வந்திருந்த அவனது தமக்கை கண்ணீரும் கம்பலையுமாக என்னிடம் வந்து தன் தம்பியை எப்படியாவது காப்பாற்ற வேண்டும் என்று கெஞ்சிப் புலம்பினாள். நானும் உடனே சென்னை சாலிகிராமத்திலிருந்த டெலோ அலுவலகத்துக்குச் சென்றேன். அந்த அலுவலகத்தின் மாடியில் இயந்திரத் துப்பாக்கி ஏந்திய சிலர். இது தமிழ்நாடா, யாழ்ப்பாணமா என்று வியந்தேன். அந்த அளவுக்கு அந்த இயக்கத்திற்கு அரசு ஆதரவு இருந்தது. அங்கிருந்த ஒபராய் தேவன் என்பவரிடம், கடத்திக் கொண்டு செல்லப்பட்டவனைப் பற்றி விசாரிக்கத் தொடங்கிய எனக்கு ஏற்பட்ட அவமானம், அச்சுறுத்தல் ஆகியவற்றை நினைத்தாலே இப்போதும் உடல் நடுங்குகிறது. இதழியல் நண்பரொருவர், காவல் துறையுடன் நெருக்கமாக இருந்த தன் சகாவிடம் கூறி, அந்த இளைஞனை விடுவிக்க உதவி செய்தார். அவன் இப்போது எங்கிருக்கிறான் என்பது தெரியாது. ஆனால் அவனது தமக்கை தன் அண்டை வீட்டுக்காரரொருவருடன் இருந்த பிணக்கைத் தீர்த்துக்கொள்ள அப்போது யாழ்ப்பாணத்தில் உண்மையான அதிகாரத்தைக் கொண்டிருந்த இந்திய அமைதிப் படையினரின் உதவியை கேட்டிருக்கிறாள் என்பதை அறிந்த விடுதலைப் புலிகள் இயக்கத்தினர், அமைதிப்படை அங்கிருந்து சென்றதும் அவளைச் சுட்டுக் கொன்றுவிட்டார்கள் என்பதை அறிந்தேன்.

இதற்கிடையே எங்கள் இலட்சிய இணையர்களாக விளங்கிய நித்தியும் நிம்மியும் பிரிந்துவிட்டனர். யார் பக்கம் நிற்பது என்று எனக்கும் சகுவுக்கும் தெரியவில்லை. நித்தியின் மாணவராக இருந்தவரும் பிரபாகரனிடமிருந்து விலகிவந்துவிட்டவரும் என்னிடம் நட்பு கொண்டிருந்தவருமான ராகவனுடன் நிம்மி வாழத் தொடங்கியதை அவர்களுடைய சொந்த விருப்பம் சார்ந்தது என்றே கருதினோம். சில மாதங்களுக்குப் பிறகு அவர்களிருவரும் இலண்டனுக்குப் புலம் பெயர்ந்தனர். ஆனால் நித்தி நீண்டகாலம் மனமுடைந்து கிடந்தார். நகைச்சுவை மன்னரிடம் அப்படியொரு அழுகைக் குரல் இருக்கு மென்பதை நாங்களோ ராமோ எதிர்பார்க்கவில்லை. நான், சகு, ராம் ஆகிய மூவரும் நித்தி, நிம்மி ஆகிய இருவருக்கும் நண்பர்கள். ஒருவரை வெறுத்து இன்னொருவரை ஏற்றுக்கொள்ள எங்களுக்குத் திராணியில்லை. இதற்கிடையே நிம்மியின் சகோதரி ரஜனி திரணகம, கவிஞர் செல்வி ஆகியோர் கொல்லப்பட்ட நிகழ்வுகள், யாழ்ப்பாணத்திலிருந்த டெலோ உறுப்பினர்கள் ஆயுதம் தரிக்காதிருந்த போது சுட்டுக் கொல்லப்பட்டமை, முஸ்லிம்களை 48 மணி நேரக்கெடு

விதித்து புலிகள் வெளியேற்றியமை, சென்னையில் சந்ததியார் கொல்லப்பட்டமை, பின்னர் ஈ.பி.ஆர்.எல்.எஃப் தலைவர் பத்மனாபா கொல்லப்பட்டமை முதலிய அனைத்தும் சேர்ந்து, எல்லா இயக்கங்களிலிருந்தும் நான் மிகவும் விலகியிருக்கச் செய்துவிட்டன. எனினும் நான் அவற்றுடன் முன்பு தொடர்பு கொண்டிருந்ததால், எனக்குக் காவல் துறையின் தொல்லைகளும் அதிகரித்தன. ராஜிவ் காந்தி கொலையுண்ட பிறகு, புவிசார் அரசியல் பற்றியும், இந்திய அரசு தென்னாசியாவில் கொண்டுள்ள செல்வாக்கு, வலிமை குறித்தும் சிறிதளவும் புரிந்துகொள்ளாதிருந்தவர்களாகவே விடுதலைப் போராளிகள் என் கண்ணுக்குத் தெரிந்தனர். மேலும், தமிழ்நாட்டு அரசியல்வாதிகளை மட்டுமே - அதுவும் வெற்றுத் தமிழ் தேசியத்தை மட்டுமே பேசி வந்தவர்களை - சார்ந்திருந்த இயக்கங்கள், தமிழ்நாடு இந்திய அரசின் ஓர் அங்கம் மட்டுமே என்பதையும் இந்தியாவின் புவிசார் நலன் சார்ந்த கொள்கைகள் டெல்லியில்தான் எடுக்கப்படுகின்றன என்பதையும் அறிந்து கொள்ளவில்லை.

நிகராகுவா மாடல் புரட்சி ஏதும் நடக்கவில்லை. உண்மையில் அந்தப் புரட்சியும் தகர்க்கப்பட்டுவிட்டது. இதற்கிடையில் நித்தியும் சிறிது காலம் காணாமல் போய் திரும்பி வந்தார் - பழைய நித்தியாகவே - எங்களையெல்லாம் சிரிப்பில் முழ்கடிப்பதற்காக. தன் எதிர்கால வாழ்க்கை பற்றிய தீர்க்கமான முடிவொன்றை அவர் மேற்கொண்டிருக்கிறார் என்பது எங்களுக்கு ஓரளவு புரிந்தது.

ஒரு நாள் நானும் சகுவும் ஒரு நண்பர் வீட்டுக்கு சென்றிருந்தோம். திரும்பி வந்ததும், எங்கள் வீட்டுப் பூட்டில் ஒரு சீட்டு தொங்கிக் கொண்டிருந்ததைப் பார்த்தோம். மணிமணியான எழுத்துகள். அதில் எங்கள் வீட்டுக்கு வந்தவர் யார் என்ற குறிப்போ பெயரோ இல்லை. அதில் இருந்ததெல்லாம் 'முக்காபலா, முக்காபலா, லைலா' என்ற, அந்த நாள்களில் பிரபலமாக இருந்த ஒரு சினிமாப் பாட்டின் வரிகள். எங்கள் வீட்டிற்கு வருபவர்கள் பெரிதும் சமூக, அரசியல் ஆர்வலர்கள். கலை இலக்கிய நண்பர்கள்கூட அப்படி ஒரு செய்தியை எழுதி வைத்துவிட்டுப் போக மாட்டார்கள். அந்தச் சீட்டை வைத்தவர் யார் என்று நானும் சகுவும் நாள் கணக்கில் மண்டையைக் குடைந்து கொண்டிருந்தோம். ஓரிரு கிழமைகள் கழித்து நித்தி வந்தார் - ஏதும் அறியாதவர் போல முகத்தை வைத்துக் கொண்டு. சில கிழமைகளுக்கு முன் தான் வந்திருந்ததாகவும், எங்கள் வீடு பூட்டப்பட்டிருந்ததைக் கண்டு உடனே சென்றுவிட்டதாகவும் அவர் சொல்லும்போது அவரே அறியாமல் சிரித்துவிட்டார். அப்போதுதான் எங்களுக்குப் புரிந்தது,

அந்த 'முக்காபலா' நித்திதான் என்பது. நானும் சகுவும், வட சென்னையில் அவருக்கும் மீனாவுக்கும் நடந்த திருமணத்தில் மிகுந்த ஆசையுடன் கலந்து கொண்டோம். அதற்கு ஓரிரு ஆண்டுகளுக்கு முன் லண்டனுக்குச் சென்றிருந்த நான் நிம்மி, ராகவன், அவர்களுக்குப் பிறந்த மகள் (அவள் பெயர் நினைவில் இல்லை) ஆகியோருடன் பல நாள்களைக் கழித்து இன்புற்றிருந்தேன். அவர்களது நட்பையும் இன்றுவரை போற்றி வந்திருக்கிறேன். நித்திக்கும் நிம்மிக்கும் கடந்த சில ஆண்டுகளாகவே நல்ல நட்பு இருப்பதற்கு இருவருக்கும் உள்ள வலுமிக்க ஆளுமைதான் காரணம்.

எப்படியோ பல ஆண்டுகளுக்குப் பின் நித்தி மீண்டும் இல்லற வாழ்க்கையில் நுழைந்திருந்தது எங்கள் எல்லோருக்கும் மகிழ்ச்சிதான். அவரும் மீனாவும் சென்னை வாழ்க்கையைத் துறந்தது போலவே நானும் சகுவும் கோத்தகிரியில் குடியேறினோம். அங்கு ஓரிரு முறை நித்தி எங்களை சந்திக்க வந்திருந்தார். மாதக் கணக்கில் அவருக்கும் எங்களுக்கும் எவ்விதத் தொடர்பும் இருக்காது. ஆனால், திடீரென்று பிரசன்னமாகி எங்களை வியப்பில் ஆழ்த்துவார். அப்படித்தான் 2022ஆம் ஆண்டும் நான் சென்னையில் மருத்துவமனையில் இருந்தபோது தன் குடும்பத்தாருடன் எதிர்பாராதவிதமாக என்னைச் சந்தித்தார். அவரது இரு மகள்களும் இப்போது பெரிய பிள்ளைகளாகி படிப்பில் மிகுந்த ஆர்வம் கொண்டவர்களாக உள்ளனர். ஜெர்மனியில் உள்ள எங்கள் அருமை நண்பர்கள் சுசீ-இன்பா இணையர்களும் நித்தி-மீனாவும் நெருக்கமானவர்களாக இருப்பது எங்களுக்குக் கூடுதல் மகிழ்ச்சி.

எனினும் இவை மட்டுமே நித்தியின் பரிமாணங்களல்ல; தமிழிலும் ஆங்கிலத்திலும் புலமை கொண்டுள்ள நித்தி, பொருளியல், சமூகவியல், மொழியியல், வரலாற்றியல், கலை, இலக்கியம் ஆகியவற்றில் ஆழ்ந்த பரிச்சயம் கொண்டவர். ஆனால், அவரை எழுத வைப்பது மிகக் கடினமான காரியம் என்று வருத்தப்பட்டுக் கொண்டிருப்பார் 'க்ரியா' ராம். நித்தியின் கட்டுரைகள் இலங்கை ஏடுகளில் நிறைய வெளிவந்துள்ளன என்றாலும், அவரை சிறந்த வரலாற்று, இனவரைவியல் ஆசிரியராக முன்னிறுத்திக் காட்டியது அவர் எழுதி, க்ரியா வெளியிட்ட 'கூலித் தமிழ்' என்ற நூல்தான். அந்தச் சிறப்புமிகு நூலைப் பற்றிய விரிவான மதிப்புரை எழுதும் பேறு எனக்குக் கிடைத்தது. அதன் பிறகு அவரிடமிருந்து ஆழமான கட்டுரைகளைக் கறந்து வெளியிட்டு வந்துள்ளார் விடுதலைச் சிறுத்தைகள் கட்சியின் பொதுச் செயலாளரும், நாடாளுமன்ற உறுப்பினரும் மொழிபெயர்ப்பாளரும், எழுத்தாளருமான ரவிக்குமார்.

கடந்த மூன்றாண்டுகளாக என் முகத்தின் இடப்புறம் முழுவதும் ஏற்பட்டுள்ளதும், எந்த மருத்துவ முறையாலும் குணப்படுத்த முடியாததுமான நரம்பு வலியால் சொல்லொணா வலியை அனுபவித்து வரும், ஏற்கெனவே ஒரு கண் பார்வையை முற்றிலும் இழந்து இன்னொரு கண்ணில் மெல்லமெல்ல பார்வையை இழந்து கொண்டிருக்கும் நான், என் மனோவலிமையையும் சகுவும் அன்புக்குரிய நண்பர்களும் தரும் ஊக்கத்தையும் கொண்டு விடாது எழுதியும் மொழியாக்கமும் செய்து வருகிறேன். இருதய நோயும் கண் பார்வைக் குறைவும் சேர்ந்து என்னை வருத்தி வர, சகுவும் கடந்த இருபதாண்டுகளுக்கு மேலாக தீராத மூட்டு வலியால் அவதிப்பட்டு வருவதால் தாற்காலிகமாக குளிரில்லாத ஓரிடத்திற்கு - முதியோர் இல்லத்திற்குக் - குடிபெயர்ந்தோம். இது போதாதென்று சகுவுக்கு மாரடைப்பு ஏற்பட்டு பின்னர் அவர் தப்பிப் பிழைத்த போதிலும் மிகவும் பலகீனமாக இருக்கிறார். எனவே அவரையும் நான் பார்த்துக்கொள்ள வேண்டியுள்ளது, இந்தச் சூழலில்தான் மூன்று மாதங்களுக்கு முன் என்னுடன் தொடர்பு கொண்ட மீனா, நித்தியின் 75ஆண்டு நிறைவை முன்னிட்டு (எல்லோரையும் முட்டாளாக்கும் அவர் ஏப்ரல் ஃபூல் நாளில் பிறந்திருக்கிறார்!) ஒரு சிறப்பு மலர் கொண்டு வர ஏற்பாடு செய்து வருவதாகவும் அதற்கு என் ஆக்கமொன்று வேண்டும் என்றும் கேட்டிருந்தார். அப்போது எனது சூழ்நிலைமையை விளக்கிய நான், உடனடியாகக் கட்டுரை எதனையும் எழுத முடியாது என்றாலும் நிச்சயமாக என் பங்களிப்பு இல்லாமல் அந்த மலரை வெளியிடக்கூடாது என்றும், ஒரு மாதம் கழித்து எனக்கு நினைவூட்டுமாறும் கூறியிருந்தேன். ஆனால், அவப்பேறாக நான் அதை மறந்துவிட்டிருக்க, மீனாவும் என் உடல் நிலை, சகுவின் உடல் நிலை கருதி எனக்குத் தொல்லை தரக்கூடாது என்ற முடிவை மேற்கொண்டிருக்கிறார். நித்தியின் புதிய நான்கு நூல்கள் வெளியிடப்படும் செய்தி கடந்த பத்து நாள்களாகப் பல நண்பர்களிடமிருந்து வந்துகொண்டிருந்தது. அப்போதுதான் எனக்கு உறைத்தது - 2023 ஏப்ரல் 1, நித்தியின் பவள விழா நாள் என்பது. எனக்கு ஏற்பட்ட மனவருத்தத்திற்கு அளவே இல்லை. என் ஆருயிர் நண்பரும் ஆகச்சிறந்த அறிவாளியுமான நித்தி பற்றிய எனது ஓரிரு வரிகள்கூட இல்லாத வகையில் அந்த மலர் தயாரிக்கப்பட்டுவிட்டது எனக்கும் சகுவுக்கும் பெரும் குற்ற உணர்வை ஏற்படுத்திவிட்டது. மன அழுத்தம் தாங்காமல் மீனாவுக்கு ஒரு குறுஞ்செய்தி அனுப்பினேன். என் மீதும் சகு மீதும் அளவற்ற அக்கறையும் அன்பும் கொண்டிருக்கும் அவர், எனக்குத் தொல்லை தரக்கூடாது என்பதால்தான் நினைவூட்டு

அனுப்பவில்லை என்றார். ஆனால், நானோ ஒவ்வொரு நாளும் ஏதோவொன்றை எழுதவோ படிக்கவோ செய்து கொண்டிருக்கிறேன். அதுதான் எனக்கு ஓரே ஒரு வலி நிவாரணி. 2023ஆம் ஆண்டு முதல் மூன்று மாதங்களில் மட்டும் என் இரு தமிழாக்கங்களும் ஒரு நூலும் வெளிவந்துள்ளன. ஒரு கட்டுரைத் தொகுப்பு (52 கட்டுரைகள்) இம்மாத இறுதியில் வெளிவரப் போகிறது. அப்படியிருக்க நித்தி பற்றி ஒரு சிறு கட்டுரை கூடவா என்னால் எழுதியிருக்க முடியாது? எனவே எனக்கு ஆறுதல் தருவதற்கோ என்னவோ சில நாள்களுக்கு முன் மீனா கூறினார்: “எப்படியோ தவறு நேர்ந்துவிட்டது. நித்தியின் பவள விழா மலரில் உங்கள் கட்டுரை இடம்பெறாமல் போனது பெரும் அவப்பேறு. எனினும் ஒரு வாழ்த்துரையையாவது அனுப்புங்கள். அதைப் பவள விழா நாளில் படிப்பதுடன், ஒரு பத்திரிகையிலும் வெளியிடச் செய்கிறோம்”.

ஆனால் நற்பேறாக, கடைசி நேரத்தில் என்னால் அனுப்பப்பட்ட இக்கட்டுரையும் மலரில் இடம் பெறப் போகிறது என்பது தெரிய வந்தது. இதைவிட மகிழ்ச்சியான செய்தி வேறென்ன வேண்டும் எனக்கு.

இது நித்திக்கான வாழ்த்துரையோ, அவரது வாழ்வும் பணியும் பற்றிய மதிப்புரையோ அன்று. மாறாக, நித்தி என்னும் முத்துவுக்கு முன் நான் வைக்கும் குற்ற ஒப்புதல் வாக்குமூலம்தான்.

நித்தியம் - மு.நித்தியானந்தனின் பவள விழா மலர்
1.4.2023

3. பெரிய மேளத்தின் மீது தீராக்காதல்: ஜப்பானிய அறிஞர் யோஷிடாகா தெராடா

ஏறத்தாழ இருபதாண்டுகள் எனக்குக் கிடைத்துவந்த நட்புப் பேறுகளிகலொன்றாக விளங்கிய யோஷிடாகா தெராடா என்ற மாபெரும் ஜப்பானிய ஆளுமை 2023 மார்ச் 28 அன்று திடீரென்று காலமான செய்தி என்னைப் போலவே தமிழகத்திலுள்ள அவரது நண்பர்களுக்கும் - தமிழிசைக் கலைஞர்கள், இசை ஆராய்ச்சியாளர்கள், ஆராய்ச்சி நூலகர்கள் - பேரிடியாக வந்து சேர்ந்தது.

இனக்குழு இசை (ethnological music) என்று சொல்லப்படும், உலக சமுதாயங்களில் விளிம்புநிலையிலுள்ள மக்கள், பழங்குடி மக்கள், சமுதாயப் படிநிலை வரிசையில் கீழ்ப்படிகளில் உள்ளவர்கள் ஆகியோர் இன்னும் பாதுகாத்து வரும் அவர்களது இசை, மற்றும் பிற கலை வடிவங்களையும் மரபுகளையும் பற்றிய ஆராய்ச்சியில் ஈடுபட்டுவரும் ஜப்பானின் ஒசாகா நகரிலுள்ள தேசிய இனக்குழுவியல் அருங்காட்சியகத்திலும் (National Museum of Ethnology) சில அமெரிக்க, ஜெர்மன், ஜப்பான் பல்கலைக்கழகங்களிலும் பேராசிரியராக விளங்கிய தெராடா, ஐரோப்பிய செவ்வியல் இசை, ஜாஸ், இந்துஸ்தானி, இசை, கர்நாடக இசை என்ற பெயரில் நிலவுகின்ற தமிழிசை ஆகியவற்றில் ஆழமான அறிவுகொண்டிருந்தவர். உலகின் பல்வேறு நாடுகளுக்குப் பயணம் செய்து விளிம்புநிலை மக்களின், பழங்குடி மக்களின், தமிழகத்தைப் பொருத்தவரை சாதியமைப்பில் கீழ்நிலையில் வைக்கப் பட்டவர்களின் இசைகளையும் கலை வடிவங்களையும் பதிவு செய்வதிலும், அவர்களின் இசைக்கருவிகளையும் கலைப் படைப்புகளையும் சேகரித்து மேற்சொன்ன அருங்காட்சியகத்தில் சேர்ப்பதும், பல்வேறு நாடுகளைச் சேர்ந்த ஆராய்ச்சியாளர்களுடன் இணைந்தோ, தனியாகவோ இசை மட்டுமல்லாது, மரச்சிற்பங்கள் போன்ற கலைவடிவங்களைப் பற்றிய ஆராய்ச்சிக் கட்டுரைகள் எழுதுவதையும் தன் வாழ்க்கைப் பணியாகக் கொண்டிருந்தவர். ஒரு முறை நீலகிரி மாவட்டத்திலுள்ள இருளர்களும் கோத்தர்களும் பயன்படுத்தும் சிறுஅளவிலான நாயனம் போலத் தோற்றமளிப்பதும் அரைசுரத்தில் மட்டுமே இசைக்கப் படுவதுமான கருவிகளைச் சேகரிக்க விரும்பினார். இருளர்களுடன் எனக்குள்ள நல்ல தொடர்பால் அவர்களது இசைக்கருவி கிடைத்தது.

ஆனால், கோத்தர்கள் வாழும் கிராமமொன்றில் (அவர்களின் கிராமம் கோக்கல் என்றழைக்கப்படுகிறது) நானும் அவரும் கோத்தர்களின் இசையை ஆராய்வதில் பல ஆண்டுகளைச் செலவிட்ட அவரது அமெரிக்க நண்பரும் ஒரு நாள் முழுக்க செலவிட்டு, கடும் முயற்சி செய்தபோதிலும், தாங்கள் மிகப் புனிதமாக கருதும் அந்த இசைக் கருவியை கோத்தர்கள் அல்லாத வேறு யாருக்கும், அவர்கள் எவ்வளவு பணம் கொடுத்தாலும் கொடுக்க மாட்டோம் என்று உறுதியாகக் கூறிவிட்டனர். அது தெராடாவுக்குப் பெரும் ஏமாற்றம் தந்தது என்றாலும், அப்பழங்குடி மக்களின் குழந்தைகளும் முதியவர்களும் காட்டிய அன்பும் விருந்தோம்பலும் அந்த ஏமாற்ற உணர்வைத் தணிக்க உதவின.

தமிழிசையாலும் தமிழ் மொழியாலும் தமிழர்களின் பண்பாட்டாலும் ஈர்க்கப்பட்டு தன் பெயரை 'மதி தெராடா' என்றே கூறிக்கொள்வார். கடிதங்களிலும் மின்னஞ்சல்களிலும் அப்பெயரையே பயன்படுத்துவார்.

தமிழ்நாட்டில் கர்நாடக இசைத்துறையில் உள்ள சாதி ஆதிக்கத்தைக் கண்ணுற்ற அவர், இத்தாலிய மார்க்ஸியச் சிந்தனையாளர் அண்டோனியோ கிராம்ஷியின் 'மேலாண்மை' என்ற கருத்தாக்கத்தின் துணையுடன், இந்த நிலையை ஆராயத் தொடங்கினார். உலக இசை வடிவங்களில் ஈடிணையற்றது என்று அவரால் கருதப்பட்டது பெரிய மேளம் (நாகசுரம், ஒத்து, தவில், தாளம் ஆகிய இசைக்கருவிகளால் இசைக்கப்படுவது). திருவாவடுதுறை ராஜரத்தினம் பிள்ளை, காருக்குறிச்சி அருணாசலம், ஷேக் சின்ன மௌலானா ஆகியோரையும் வாய்ப்பாட்டில் தண்டபாணி தேசிகரையும் மிக உயர்வாகக் கருதினார். ராஜரத்தினம் பிள்ளை பாஹ், பீத்தோவன், மோஸர்ட் போன்றவர்களுக்கு நிகரானவர் எனக் கருதினார். கர்நாடக இசையில் வயலின், மிருதங்கம், புல்லாங்குழல் முதலியவற்றை ஏறக்குறைய தங்கள் முற்றுரிமையாக்கிக் கொண்டவர்களும் 'சதிரை' பரதநாட்டியமாக்கி அதைத் தன்வயமாக்கிக் கொண்டவர்களுமான ஓர் உயர் சாதியினரில் எவரும் 'மங்கள வாத்தியம்' என்றழைக்கப்படும் நாகசுரத்தையோ, தவிலையோ வாசிப்பதில் அக்கறை காட்டாதது முதலில் அவருக்குப் புதிராகத் தோன்றியது. எனவேதான், தமிழகத்தைப் பொருத்தவரை இசைக்கும் சாதிக்குமுள்ள உறவை ஆழமாகப் புரிந்துகொள்ளத் தொடங்கினார். அப்போதுதான் அவருக்கும் எனக்குமிடையே நட்பு மலர்ந்தது. பெரிய மேளம் மெல்லமெல்ல மறைந்து வருவதும், அதைப் பாதுகாத்து வளர்ப்பதற்கு 2006-2011இல் கலைஞர் மு. கருணாநிதி அறிவித்த திட்டம் செயல்படாததும் அவருக்கு மிகுந்த

வேதனையளித்தன. உலகிலுள்ள எல்லாவகை இசைகளிலும் நாட்டம் கொண்டிருந்த அவர் பெரிய மேளத்தின் மீது தீராக்காதல் கொண்டு, நாகசுரத்தை நன்கு வாசிக்கவும் கற்றுக் கொண்டார். நாகசுரம் அண்டை மாநிலங்களான கர்நாடகா, ஆந்திரா ஆகியவற்றிலாவது இன்னும் பரவலாகப் பயன்படுத்தப்படுகிறதா என்பதைக் கண்டறிய அந்த மாநிலங்களுக்கும் சென்று வந்த அவர், நாகசுரத்திற்குப் பதிலியாக சாக்ஸஂஃபோன் பயன்படுத்துவதைக் கண்டு உள்ளம் குமுறினார். ‘பெரிய மேளத்தின் மறைவு’ என்பதை அவரது முனைவர் பட்டத்துக்கான ஆராய்ச்சிக்கான கருப்பொருளாகக் கொண்டிருந்தார். சில ஆண்டுகளுக்கு முன் பணியிலிருந்து ஓய்வு பெற்ற அவர், தன் ஆராய்ச்சிக் கட்டுரைகளை நூல் வடிவத்தில் வெளியிடுவதில் தன் நேரத்தைச் செலவிட்டுவந்தார். சென்னையிலுள்ள ரோஜா முத்தையா ஆராய்ச்சி நூலகத்தால் வெளியிடப்பட்ட அவரது நூலான ‘Rajarattinam Pillai: Charisma, Caste Rivalry and the Contested Past in South Indian Music என்ற நூல் அச்சிடப்பட்டு சில படிகள் அந்த நூலகத்தின் இயக்குநர் சுந்தரின் கைகளுக்கு வந்த நாளன்றேதான் அவரது மறைவும் நிகழ்ந்தது பெரும் சோகம் தரும் உடனிகழ்வு.

இந்து தமிழ் திசை
ஏப்ரல் 2, 2023

4. யானைகளும் ஆஸ்கார் விருதும்

2022ஆம் ஆண்டுக்கான சிறந்த ஆவணப்படத்திற்கான ஆஸ்கார் பரிசைப் பெற்றுள்ள கார்கி கோன்ஸல்வஸைப் பாராட்டி, அவரை ஊக்குவிக்கும் விதமாக தமிழக முதல்வர் அந்தப் பெண்மணிக்கு ஒரு கோடி பரிசளித்திருப்பது, அவருடைய தலைமையில் செயல்படும் தமிழ்நாடு அரசாங்கம், கலைஞர்களுக்கும் எழுத்தாளர்களுக்கும் ஆராய்ச்சியாளர்களுக்கும் வழங்கும் பாராட்டுகள், பணக் கொடைகள் ஆகியவற்றின் ஒரு பகுதியே என்பதை நான் உணர்ந்திருக்கிறேன். இவை இதுவரை தமிழ்நாட்டிலிருந்த கலைஞர் மு.கருணாநிதி தலைமையிலிருந்தது உள்பட வேறு எந்த அரசாங்கமும் மேற்கொண்டிராத நடைமுறை.

கார்கி, கோவாவைச் சேர்ந்த பெற்றோர்களுக்குப் பிறந்தவர் என்றாலும், ஊட்டியிலும் அதன் சுற்றுப்புறங்களிலும் வாழ்ந்து வருகிறவர். ஊட்டியிலும் கோவையிலும் படித்தவர். நீலகிரி மாவட்டத்திலுள்ள காட்டுப் பகுதிகளையும் காட்டுயிர்களையும் நன்கு அறிந்தவர். அவற்றை உளமார நேசிப்பவர். அவரே இயக்கிய முதல் ஆவணப் படம் தமிழ் மொழியில் உள்ளது பாராட்டுக்குரியது.

எனினும், தமிழக முதலமைச்சர் தனது தமிழார்வத்தின் காரணமாகவே மிகவும் அவசரப்பட்டு அந்தப் பெண்மணிக்கு ஒரு கோடி ரூபாய் பரிசாக அளித்திருக்கிறார் என்றும் அதில் ஒரு பகுதியை அந்த ஆவணப் படத்தில் காட்டப்படும் யானைகளைப் பராமரிக்கும் பழங்குடி இணையர்களுக்குக் கொடுத்திருக்கலாமே என்றும் எனக்குத் தோன்றுகிறது.

இந்த எண்ணம் எனக்குத் தோன்றுவதற்கான முக்கியக் காரணம் இந்த ஆவணப் படத்தின் தலைப்பு அசலானது அல்ல. தென்னாப்பிரிக்காவில் வாழ்ந்து பல ஆண்டுகளுக்கு முன்பே காலமாகிவிட்டவரும் காடுகளையும் காட்டுயிர்களையும் பாதுகாப்பதற்கே தன் வாழ்க்கையை அர்ப்பணித்துக் கொண்டவருமான லாரன்ஸ் ஆண்டனி, தனது அனுபவங்களைக் கூறும் நூலின் தலைப்பும் 'The Elephant Whisperer' என்பதுதான். காடுகளையும் காட்டுயிர்களையும் நேசிப்பவர்கள் பலரும் அறிந்த செய்திதான் இது. எனவே கார்கி, தனது ஆவணப் படத்தின் பெயருக்கு லாரன்ஸ் ஆண்டனிக்குக் கடன்பட்டிருப்பதாக அதில் எங்கும் சொல்லாமலிருப்பது வருந்தத்தக்கது.

லாரன்ஸ் ஆண்டனியின் புத்தகத்திலுள்ள சில விஷயங்களை லக்ஷ்மி சரவணகுமார் எழுதிய "கானகன்" நாவலுக்கு நான் எழுதியுள்ள முன்னுரையில் குறிப்பிட்டிருக்கிறேன். அந்த நாவல் 2014இல் வெளியானது. அதை அப்படியே இங்கு தருகிறேன்:

"தென்னாப்பிரிக்காவின் க்வாஸுலு மாநிலத்தின் ஜுலுலேண்டிலுள்ள துலா துலா புதர்க்காட்டுப் பகுதியில் வாழ்கின்றன இரண்டு யானைக் கூட்டங்கள். மனிதர்களைக் கொல்கின்ற, சாகுபடி செய்யப்பட்டுள்ள பயிர்களுக்கும் மனிதர்களின் குடியிருப்புகளுக்கும் சேதம் விளைவிக்கின்ற 'மதம் பிடித்த யானைகள்' என்றும் சுட்டுக்கொல்லப்பட வேண்டியவை என்றும் ஒரு காலத்தில் கருதப்பட்டவையே அவை. ஆனால், அவை தமது இயற்கையான வாழ்க்கைச் சூழல் பாதிக்கப்பட்டதால் மன உளைச்சலுக்கு ஆளானவை என்று கருதிய உலகப் புகழ் பெற்ற காட்டுயிர்/கானகப் பாதுகாப்பாளர் லாரன்ஸ் ஆண்டனி, அந்த யானைகளிடம் அவற்றின் 'மொழியிலேயே' பேசி, அந்த ஜுலுலேண்ட் புதர்க்காடுகளில் அவை நிம்மதியாக வாழ வைத்திருக்கிறார். காட்டுயிர்கள் பற்றியும் அவற்றைப் பாதுகாப்பது பற்றியும் அவர் எழுதிய மூன்று நூல்கள் மிகவும் பிரசித்தி பெற்றவை (Babylon Ark, The Last Rhinos, The Elephant Whisperer). பல ஆண்டுகள் அவரது வீட்டுக்கு அடிக்கடி வந்துபோய்க் கொண்டிருந்த அந்த யானைகள் கடந்த இரண்டாண்டுகளாக வரவில்லை.

"அவர் கடந்த (2012 என்பதுதான் சரியானது - எஸ்.வி.ஆர்.) மார்ச் 2ஆம் தேதி காலமானார். அவரது மரணத்தைப் பற்றி அந்த யானைகள் எப்படித் தெரிந்துகொண்டனவோ, யாருக்கும் தெரியாது. பல மைல் தூரம் அவை ஏதோ சவ ஊர்வலத்தில் கலந்து கொள்வது போல நூற்றுக்கணக்கான மைல்கள் வரிசையாக நடந்துவந்து இறந்து போனவரின் வீட்டுக்கு அருகே இரண்டு நாள்கள் இருந்துவிட்டுத் திரும்பிச் சென்றன. யானைக்கு நினைவாற்றல் மிக அதிகம் என்று வாய்மொழிக் கதைகள், நாட்டார் கதைகள் மூலமாகக் கேள்விப் பட்டிருக்கிறோம். ஆனால், துக்கம் விசாரிக்க அவை வந்தது பற்றிய செய்தி நமக்குத் தெரிந்தவரை இது ஒன்றுதான். விலங்குகளை நேசிப்பவர்களுக்கு - நாய், பூனை போன்றவற்றை வேட்டை விலங்குகளாகவோ, செல்லப் பிராணிகளாகவோ வைத்துப் பழக்கப்பட்டவர்களுக்கும்கூட - அவற்றின் 'மொழி' தெரியும்; அவற்றின் 'மொழி'யில் பேசவும் தெரியும்".

கார்கியிடம் நாம் குறைந்தபட்சம் வேண்டிக்கொள்வது என்ன வென்றால், "உங்கள் ஆவணப் படத்தில் லாரன்ஸ் ஆண்டனியின் பெயரை எங்காவது குறிப்பிடுங்கள்".

மின்னம்பலம்
மே 24, 2023

5. புதிய நாடாளுமன்றக் கட்டடம்: திறப்பு விழாவா, கால்கோள் இடும் விழாவா?

பாசிஸ்டுகள், "அடுத்த ஆயிரம் ஆண்டுகளுக்குத் திட்டங்கள் தீட்டி வருகின்றனர்" என்றார் ஜெர்மானிய மார்க்ஸியச் சிந்தனையாளர் வால்டர் பெஞ்சமின். ஹிட்லரின் நாஜி கட்சி ஆட்சிக்கு வந்தவுடன், அந்தக் கட்சியிடம் நீண்டகாலத் திட்டமொன்று இருப்பது மனித குலத்துக்குப் பேராபத்து என்பதைச் சுட்டிக்காட்டவே அவ்வாறு கூறினார். அதுதான் இந்தியாவிலும் நடந்துகொண்டிருக்கிறது என்பதை இங்கு ஒன்றிய அரசாங்கத்திலுள்ள பாஜக ஆட்சி என்பது எதேச்சாதிகார ஆட்சியே தவிர பாசிச ஆட்சியல்ல என்று இன்றுவரை சொல்லிக் கொண்டிருக்கின்ற சில இடதுசாரிக் கட்சிகளும் முதலாளிய ஜனநாயகக் கட்சிகளும் உணர வேண்டும். புதிய நாடாளுமன்றக் கட்டடம் திறக்கப் படுவது பற்றிய பல்வேறு விமர்சனங்கள் சொல்லப்பட்டு வருகின்றன. திருவாவடுதுறை ஆதீனம் வழங்கிய செங்கோல் பற்றிய பல்வேறு விவாதங்கள் நடைபெற்று வருகின்றன. ஆனால், அந்த செங்கோல் மீதுள்ள நந்திக்குப் பின்னால் சுரண்டப்பட்டுக் கொண்டிருக்கும் பல்லாயிரக்கணக்கான ஏழை உழவர்கள் இருக்கின்றனர் என்பதையும், மடாதிபதிகள் தங்கள் சிறப்புரிமைகளையும் மக்கள் மீதான மத ஆதிக்கத்தையும் பாதுகாத்துக் கொள்வதற்காகவே 1947இல் நேருவுக்கு அதைக் கொடுத்தனர் என்பதையும் இந்தியாவில் எடுத்துச் சொன்ன ஒரே ஒருவர் பேரறிஞர் அண்ணாதான். இது குறித்து அவர் 'திராவிட நாடு', *24.7.1947*ஆம் தேதி எழுதிய கட்டுரையை ஆசிரியர் கி.வீரமணி அவர்கள் இரு நாள்களுக்கு முன் 'விடுதலை' இதழில் முழுமையாக வெளியிட்டுள்ளார்.

இது ஒருபுறமிருக்க, இந்தியாவில் தேசியக் கட்சிகளை விட மாநிலக் கட்சிகளே அதிக வாக்குகளைப் பெற்றுள்ளன என்று கூறும் புள்ளிவிவரங்கள் பெரிதாகப் பெருமிதத்துடன் பேசப்பட்டு வருகின்றன. இந்த நாடாளுமன்றக் கட்டடம் அமைக்கப்பட்ட விதம் பற்றியோ, குடியரசுத் தலைவர் அதைத் திறந்து வைக்க அழைக்கப்படாது பற்றியோ நடக்கும் விவாதங்களில் கருத்தில் கொள்ளப்படாத ஒரு முக்கிய விசயத்தின் சாரத்தைத்தான் அண்ணா அவர்களின் கட்டுரை தொலைநோக்குப் பார்வையுடன் சுட்டிக் காட்டியுள்ளது என்பதை எல்லா எதிர்க்கட்சிகளும் புரிந்துகொள்ள

வேண்டும். இந்தப் புரிதலுக்குத் துணைபுரிகின்றது ஆங்கில டிஜிட்டல் ஏடான 'ஸ்க்ரோல்' கடந்த 27ஆம் தேதி வெளியிட்டுள்ள 'Modi's new parliament could see Hindi belt gain, South lose power at the Centre' என்ற கட்டுரை.

மாநிலத்துக்கு மாநிலம் பொருளாதார வளர்ச்சி ஏற்றத்தாழ்வான வளர்ச்சியில் இருந்து கொண்டிருப்பதால் அது இந்தியக் கூட்டாட்சி முறையைப் பாதிக்கும் என்பதால், நாடாளுமன்ற உறுப்பினர்களின் எண்ணிக்கை அதிகரிக்கப்படாமல் இருந்திருக்கிறது. ஆனால், புதிய நாடாளுமன்றக் கட்டடத்தில் (அதாவது மக்களவைக் கட்டடத்தில்) 888 இருக்கைகள் ஏன் அமைக்கப்பட்டிருக்கின்றன? இதுதான் விஷயத்தின் சாரம். குடும்பக் கட்டுப்பாட்டை நடைமுறைப்படுத்துவதன் மூலம் மக்கள்தொகைப் பெருக்கத்தைத் தடுத்து பொருளாதார வளர்ச்சியடைந்த மாநிலங்கள் அந்த சாதனைக்கு ஏற்கெனவே பெரும் விலையைத் தந்து கொண்டிருக்கின்றன. அதாவது தென் மாநிலங்களின் நாடாளுமன்ற உறுப்பினர்களின் எண்ணிக்கை படிப்படியாகக் குறைக்கப்பட்டு வந்துள்ளது. 'ஒரு நபர் - ஒரு வாக்கு' என்பது போதாது, 'ஒரு நபர் - ஒரு மதிப்பு' என்ற நிலை ஏற்பட வேண்டுமானால் சமூக, பொருளாதார நீதி இருக்க வேண்டும், சாதிய அமைப்பாலும் முதலாளிய அமைப்பாலும் ஏற்படுத்தப்பட்டுள்ள சமூக, பொருளாதார ஏற்றத்தாழ்வுகள் அகற்றப்பட வேண்டும் என்று அண்ணல் அம்பேத்கர் அரசமைப்பு அவையில் ஆற்றிய கடைசி உரையில் கூறினார். 'ஒரு நபர்-ஒரு மதிப்பு' என்பது இன்னும் எட்டாக்கனியாகவே இருக்கிறது என்பது ஒருபுறமிருக்க, 'ஒரு நபர் - ஒரு வாக்கு' என்ற கோட்பாடு இப்போது இந்தி பேசாத மாநிலங்களின் குறிப்பாக - தென் மாநிலங்களின் வலிமைக்குக் குழி தோண்டிக் கொண்டிருக்கிறது.

1976இல் அரசமைப்புச் சட்டத்திற்கு கொண்டு வந்த திருத்தமொன்றின்படி, குடும்பக் கட்டுப்பாடு நடவடிக்கைகளை ஊக்குவிப்பதற்காக மக்களவை உறுப்பினர்களின் எண்ணிக்கை 2001 வரை அதிகரிக்கப்படக்கூடாது. பின்னர் அந்த எண்ணிக்கையை 2026ஆம் ஆண்டு வரை அதிகரிக்கக்கூடாது என்ற இன்னொரு சட்டத் திருத்தம் 2001இல் கொண்டு வரப்பட்டாலும், அது, 2026க்குப் பிறகு மக்களவை உறுப்பினர்களின் எண்ணிக்கை, அதற்குப் பிறகு நடைபெறும் மக்கள் தொகைக் கணக்கெடுப்பை அடிப்படையாகக் கொண்டிருக்க வேண்டும் என்று கூறுகிறது. அதாவது 2031இல் நடைபெறும் மக்கள் தொகைக் கணக்கெடுப்பை அடிப்படையாகக் கொண்டு மக்களவை உறுப்பினர்களின் எண்ணிக்கையை அதிகரிக்கலாம்.

மக்கள்தொகை எண்ணிக்கையின் அடிப்படையில் நாடாளுமன்றத் தொகுதிகள் நிர்ணயிக்கப்படுகின்றன. குடும்பக் கட்டுப்பாட்டை சிறப்பாக நடைமுறைப்படுத்திய தமிழ்நாட்டுக்குரிய மக்களவை

உறுப்பினர்களின் எண்ணிக்கை ஏற்கெனவே 41இல் இருந்து 39 ஆகக் குறைக்கப்பட்டிருந்தது. ஆனால் வட மாநிலங்களில் - குறிப்பாக இந்தி பெல்ட் என்று சொல்லப்படுகின்ற உத்தரப்பிரதேசம், மத்தியப் பிரதேசம், பிகார், ஹரியானா, ஜார்கண்ட், உத்தரகண்ட், ராஜஸ்தான் ஆகிய மாநிலங்களிலும் யூனியன் பிரதேசங்களிலும் - தென் மாநிலங்களைப் போல, அதுவும் குறிப்பாக தமிழ்நாடு, கேரளா ஆகியவற்றைப் போல குடும்பக் கட்டுப்பாடு நடைமுறைப்படுத்தப்படவில்லை. அதுமட்டுமின்றி கடந்த பல ஆண்டுகளாகவே சங் பரிவாரம், முஸ்லிம்களின் எண்ணிக்கை பெருகி வருவது இந்துக்களுக்கு ஆபத்து என்று கூறி வருவதுடன் இந்தி பெல்ட்டிலுள்ள பெண்கள் ‘வதவதவென்று’ பிள்ளைகள் பெற்று வருவதை ஊக்குவித்தும் வந்துள்ளது. ஆக, இந்தி பெல்ட்டில் மக்களவை உறுப்பினர்களின் எண்ணிக்கையும் அதற்கேற்றபடி அதிகரிக்கும்.

அமெரிக்காவிலுள்ள ஆராய்ச்சி மூளைகளிலொன்று என்று கருதப்படும் ‘சர்வதேச அமைதிக்கான கார்னெகி நிறுவனம்’ (Carnegie Endowment for International Peace) என்ற அமைப்பைச் சேர்ந்த ஆராய்ச்சியாளர்களின் ஆய்வறிக்கையொன்றை ‘ஸ்க்ரோல்’ கட்டுரை சுட்டிக் காட்டுகிறது. மிலன் வைஷ்ணவ், ஜேமி ஹிண்ட்ஸன் ஆகிய இரு ஆராய்ச்சியாளர்களின் ஆய்வு, 2026ஆம் ஆண்டில் இந்தியாவிலுள்ள மக்கள் தொகைப் பெருக்கம் எவ்வளவு இருக்கும் என்ற அனுமானத்தின் அடிப்படையில் பார்த்தால் மக்களவை உறுப்பினர்களின் எண்ணிக்கையை இப்போதுள்ள 552இலிருந்து 846ஆக அதிகரிக்க வேண்டியிருக்கும் என்று கூறுகிறது. அப்படிப் பார்த்தால், உத்தரப்பிரதேசத்துக்கு இப்போதுள்ள மக்களவை உறுப்பினர்களின் எண்ணிக்கையான 80 என்பது 143ஆகவும், அதேபோல பிகாரிலுள்ள மக்களவை உறுப்பினர்களின் எண்ணிக்கை இரண்டு மடங்காகவும் - அதாவது இப்போதுள்ள 40 இலிருந்து 79 ஆகவும் - அதிகரிக்கும் என்று அந்த ஆய்வாளர்கள் மதிப்பிட்டுள்ளனர். அதாவது, இப்போது இந்தி பெல்ட்டுக்குள்ள மக்களவை உறுப்பினர்களின் எண்ணிக்கை, மொத்த மக்களவை உறுப்பினர்களில் அவற்றுக்குள்ள விகிதமான 42 விழுக்காட்டிலிருந்து 48 விழுக்காடாக அதிகரிக்கும்.

அதற்கு நேர்மாறாக இந்தி பெல்டைச் சேராத மேற்கு வங்கம், வடகிழக்கு மாநிலங்கள், தென் மாநிலங்கள் ஆகியவற்றுக்கு இப்போது மக்களவையிலுள்ள விகிதம் குறையும்; குடும்பக் கட்டுப்பாட்டை மற்ற எல்லா மாநிலங்களையும்விட சிறப்பாக நடைமுறைப்படுத்தியுள்ள கேரளாவுக்குரிய மக்களவை உறுப்பினர் விகிதம் - இப்போதுள்ள 3.7 விழுக்காட்டிலிருந்து 2.4 விழுக்காடாக சரியும். (தமிழ்நாட்டுக்கும் இதேபோன்ற கதிதான் ஏற்படும்.)

இந்த ஒட்டுமொத்தமான சித்திரத்தை எடுத்துக் கொண்டால், இப்போது இந்தி பெல்டில் பெரும் ஆதிக்க சக்தியாக உள்ள

பாஜகவுக்குத்தான் பெரும் ஆதாயம் ஏற்படப் போகிறது. 2019ஆம் ஆண்டு நாடாளுமன்றத் தேர்தலில் இந்தி பெல்ட்டில் அடங்கியுள்ள மாநிலங்களில் பாஜக 198 மக்களைவைத் தொகுதிகளை - அதாவது 80% தொகுதிகளைக் கைப்பற்றியது. 2014ஆம் ஆண்டு நாடாளுமன்றத் தேர்தலில் உத்தரப்பிரதேசம், பிகார், ராஜஸ்தான், மத்தியப்பிரதேசம் ஆகிய நான்கு மாநிலங்களில் மட்டும் பாஜக 51% விழுக்காடு வாக்குகளைப் பெற்றிருந்தது. ஆக, நாடாளுமன்ற உறுப்பினர்களின் எண்ணிக்கை அதிகரிக்கப்படும்போது ஆதாயமடையப் போவது சங்க பரிவாரத்தின் அரசியல் கட்சியான பாஜகதான்.

நாடாளுமன்றத் தொகுதிகளை வரையறுப்பதில் இப்போது கடைப்பிடிக்கப்பட்டு வரும் அளவுகோல், அதாவது மக்கள் தொகைக்கேற்பத் தொகுதிகள் என்ற அளவுகோல், தொடர்ந்து கடைப்பிடிக்கப்படுமானால், மொத்த நாடாளுமன்ற உறுப்பினர்களின் எண்ணிக்கையில் இந்தி பெல்டுக்கு வெளியே உள்ள, குறிப்பாக தென் மாநிலங்களுக்குள்ள மக்களவை உறுப்பினர்களின் விகிதம் வெகுவாகச் சரியும். 2021ஆம் ஆண்டில் சென்னை உயர்நீதிமன்றம் கூட்டாட்சி முறைக்கு 'ஒரு நபர் - ஒரு வாக்கு' என்ற அளவுகோல் பொருத்தமானதா என்ற கேள்வியை எழுப்பியதை 'ஸ்க்ரோல்' ஏடு சுட்டிக் காட்டுகிறது.

எனவே, இந்துத்துவத்தின் பிதா மகனான சாவர்க்கரின் பிறந்த நாளில் புதிய நாடாளுமன்றக் கட்டடத் திறப்பு விழா என்பது எதிர்க்கட்சிகள் கூறி வரும் விமர்சனங்களையெல்லாம் தாண்டி இந்து ராஷ்டிரம் அமைக்கப்படுவதற்கான கால்கோள் விழா என்பதை அனைத்து இடதுசாரி, ஜனநாயக சக்திகளும் புரிந்து கொண்டு மேற்சொன்ன அளவுகோலை மாற்ற வேண்டும் என்று இப்போதிருந்தே போராட்டத்தை நடத்துவதும், பாசிசம் என்றால் என்ன என்பதை இந்தி பெல்ட்டிலுள்ள எல்லா மக்களுக்கும் எடுத்துக் கூறி, அதனால் ஆதாயமடைவது பார்ப்பன-பனியா சக்திகளேயன்றி அங்குள்ள உழைக்கும் மக்களான சூத்திரர்களும் தலித்துகளுமல்லர் என்பதை அவர்களுக்கு விளங்க வைக்க வேண்டும்.

இந்துத்துவக் கொள்கையின் மூல ஆசானாகிய சாவர்க்கரின் பிறந்த நாளில் புதிய நாடாளுமன்றக் கட்டடம் திறக்கப்பட்டுள்ளது, இந்தியாவில் இந்து ராஷ்டிரம் அமைக்கப்படும் என்பதற்கான அறிவிப்பேயன்றி வேறல்ல.

மின்னம்பலம்
மே 28, 2023

6. கோகுல்ராஜ்: மரணித்த பின்னாவது கிடைத்ததே நீதி!

ஒருவரையொருவர் காதலித்து வந்த தலித் சமுதாயத்தைச் சேர்ந்த பொறியியல் பட்டப் படிப்பை முடிந்திருந்த கோகுல்ராஜூம் உயர் சாதியினர் என்று சொல்லிக் கொள்பவர்களைச் சேர்ந்தவரும் கோகுல்ராஜ் படித்த அதே கல்லூரியில் அவரது வகுப்புத் தோழருமாக இருந்தவருமான சுவாதியும் திருமணம் செய்து கொள்ள முடிவு செய்திருந்த சமயத்தில் சாதிப் பெருமையைக் காப்பதற்தாக கோகுல்ராஜை 23.6.2015 அன்று ஆணவக் கொலை செய்ததாகக் குற்றம் சாட்டப்பட்ட யுவராஜ் உள்ளிட்ட எட்டு சாதி வெறியர்களுக்கு வன்கொடுமைச் சட்டத்தின் கீழ் விசாரணை செய்யும் மதுரை அமர்வு நீதிமன்றத்தால் வழங்கப்பட்ட ஆயுள் தண்டனையை உறுதி செய்தும் அத்தண்டனைக்கு எதிரான மேல் முறையீட்டு மனுக்களை தள்ளுபடி செய்தும் அவர்களுக்கு விதிக்கப்பட்ட தண்டனையை உறுதி செய்துள்ளனர் சென்னை உயர்நீதிமன்ற நீதிநாயகங்கள் எம்.எஸ்.ரமேஷ். என்.ஆனந்த வெங்கடேஷ் ஆகியோர்.

சாதியொழிப்பிலும் உண்மையான சமூக நீதியிலும் அக்கறை கொண்டவர்கள் அனைவராலும் இந்த நீதிநாயகங்களோடு சேர்த்துப் போற்றப்பட வேண்டியவர்களில் முதன்மையானவர்கள் மனித உரிமைக்காகவும் சாதி வெறிக்கு எதிராகவும் ஓயாது பாடுபட்டு வருபவரும் இந்த வழக்கில் உயர் நீதிமன்றத்தில் அரசாங்கத் தரப்பு வழக்கறிஞராகப் பணியாற்றியவருமான வழக்குரைஞர் ப.பா.மோகன், மதுரை நீதிமன்றத்தில் குற்றவாளிகளுக்கு எதிராக வழக்காடிய வழக்குரைஞர் லஜ்பதிராய் முதலானோருமாவர்.

இந்தத் தீர்ப்பில் எடுத்த எடுப்பிலேயே இரு நீதிநாயகங்களும் கூறியுள்ள கருத்துகள் மிக முக்கியமானவை. மனித நடத்தையின் இருண்ட பகுதியை வெளிப்படுத்துகின்ற ஒரு வழக்கு என்று தொடங்கும் அவர்களது தீர்ப்புரை, அது நமது சமுதாயத்திலுள்ள சாதி அமைப்பு, சாதி வெறி, விளிம்பு நிலையிலுள்ள மக்களை மனிதத்தன்மையற்ற வகையில் நடத்துதல் ஆகிய விகாரமான பரிமாணங்களை எடுத்துக் காட்டுகிறது என்று கூறுகின்றது. மேலும், இப்போது வாடிக்கையாகி விட்டதும், நீதிமன்றத்துக்குப் பழக்கப்பட்டுபோனதுமான இன்னொரு

முக்கியமான விஷயத்தையும் சுட்டிக் காட்டுகின்றது: அதாவது அரசாங்கத் தரப்பு சாட்சிகள் திட்டமிட்ட வகையிலும் திடீரென்றும் பிறழ்வு சாட்சிகளாக மாறி, குற்ற வழக்கு விசாரணைகளைத் தடம் புரளச் செய்வதிலும், திசைதிருப்பச் செய்வதிலும் நீதித் துறையைத் தங்கள் விருப்பப்படி ஆட்டிவைக்கவும் அதில் வெற்றி பெறவும் முயல்கிறார்கள் என்பதற்கு இதுபோன்ற வழக்குகள் பாட நூல்களில் இடம் பெற வேண்டிய எடுத்துக்காட்டுகளாக அமைகின்றன. செல்வாக்கும் பிரபலமும் படைத்த மனிதர்கள் மீது குற்ற வழக்கு விசாரணை நடக்கும்போது இது மிக இயல்பாக நடைபெறுகின்ற நிகழ்வாகிவிட்டது என்றும், ஊடகங்களிலிருந்தும் சமூக வலைத் தளங்களிலும் வருகின்ற நிர்ப்பந்தங்களின் மூலம் கிடைக்கப்பெறும் சாட்சியங்களைப் பொருத்தவரை நீதிபதிகள் எதிர்கொள்ளும் பெரும் சவால்களையும் சுட்டிக்காட்டும் நீதிநாயகங்கள், இவை போன்றவை இந்தத் தீர்ப்பை வழங்கும் பொறுப்பிலுள்ள அவர்களுக்கு ஐயத்துக்கிடமின்றி கூடுதலான சுமைகளை சுமத்துகின்றன என்பதை எடுத்துக்காட்டு கின்றனர். இந்த நிர்ப்பந்தங்களையெல்லாம் மீறியும், இந்தச் சவால்களை எதிர்கொண்டும் இறுதியில் சட்டத்தின் கட்டுக்கோப்பிற்கு உள்பட்டு நீதிபதிகள் நீதியை வழங்க வேண்டும் என்று அவர்கள் கூறுகின்றனர்.

இந்த வழக்கில், ஊடகங்களின் தலையீட்டுக்கு எடுத்துக்காட்டாக 'புதிய தலைமுறை' சேனல் 25, 26 ஜூன் 2015 ஆகிய இரு நாள்களில் செய்த ஒளிபரப்புகளையும் யுவராஜ் தலைமறைவாக இருந்தபோது அந்தச் சேனலுக்குக் கொடுத்த நேர்காணலையும் மேற்சொன்ன நீதிநாயகங்கள் எடுத்துக் காட்டுகின்றனர். அந்தச் சேனல் யுவராஜ் மீது வழங்கிய தார்மிகத் தீர்ப்பு தங்களை எவ்வகையிலும் பாதிக்கவில்லை என்றும் நீதிகளிலிருந்து சற்றும் பிறழாமல் இந்தத் தீர்ப்பு சொல்லப்படுவதாகவும் அறுதியிடுகின்றனர்.

யுவராஜ் மீதான குற்ற வழக்கின் தொடக்கத்தை 2014ஆம் ஆண்டு இறுதியிலேயே காண முடியும் என்றும், அந்த ஆண்டு டிசம்பர் மாதத்திலிருந்து எழுத்தாளர் பெருமாள் முருகன் எழுதிய 'மாதொரு பாகன்' நாவலிலுள்ள சில பகுதிகள் திருச்செங்கோட்டிலும் அதைச் சுற்றிலுமிருந்த சில சமூகத்தினரிடையே சினத்தை மூட்டியிருந்தது என்றும் கூறும் நீதிநாயகங்கள் பெருமாள் முருகனுக்கு எதிராகச் சொல்லப்பட்ட பல்வேறு குற்றச்சாட்டுகள் தொடர்பாக 11.01.2015 அன்று ஒரு சமாதானக் குழு ஏற்படுத்தப்பட்டதையும், அவர் மீது குற்றம் சாட்டியதில் முக்கியப் பாத்திரம் வகித்தது யுவராஜால் தொடங்கப்பட்ட மாவீரன் தீரன் சின்னமலைப் பேரவை என்பதையும்,

அந்த சமாதானக் குழுவில் பெருமாள் முருகன் நிபந்தனையற்ற மன்னிப்புக் கேட்க வைக்கப்பட்டதையும் குறிப்பிடும் நீதிநாயகங்கள், தங்களுக்கு அந்த விசயத்திற்குள் ஆழமாகப் போக வேண்டிய அவசியமில்லை என்றும் அது தொடர்பான விஷயங்களுக்கு ஏற்கெனவே 'ச.தமிழ்செல்வன் எதிர் தமிழ்நாடு அரசாங்கம்' என்ற வழக்கில் தீர்ப்பு சொல்லப்பட்டுவிட்டது என்றும் கூறுகின்றனர். இன்று உலகெங்கும் அறிமுகமாகியுள்ள பெருமாள் முருகனுக்கு அன்று ஏற்பட்ட மன அழுத்தங்களும் அச்சுறுத்தல்களும் சொல்லி மாளாதவை.

கோகுல்ராஜ் கொலை செய்யப்பட்டதற்கு அரக்கனைப் போன்ற சாதி வெறிதான் காரணம் என்று கூறும் நீதிநாயகங்கள், கொங்கு வேளாளக் கவுண்டர்களை உறுப்பினர்களாகக் கொண்டதும் 2014இல் யுவராஜால் தொடங்கப்பட்டதுமான மாவீரன் தீரன் சின்னமலைப் பேரவையின் கூட்டம் திருச்செங்கோட்டுக்கு அருகிலுள்ள கொங்ணாபுரத்தில் 7.8.2015இல் நடத்தப்பட்டதைச் சுட்டிக் காட்டுகின்றனர். கவுண்டர்களின் வரலாற்றைப் பரப்புவதற்காகக் கூட்டப்பட்டதாகச் சொல்லப்படும் அக்கூட்டத்தில் கவுண்டர் சாதியைச் சேர்ந்த பெண்கள் பிற சாதிகளைச் சேர்ந்தவர்களைக் - குறிப்பாகத் தாழ்த்தப்பட்ட சாதிகளைச் சேர்ந்தவர்களைக் - காதலிக்கவோ அவர்களுடன் தொடர்புகொள்ளவோ கூடாது என்று பேசப்பட்டதாகவும் அப்படிப்பட்ட உறவுகளைக் கொள்பவர்களுக்கு ஒரு பாடம் கற்பிக்கப்பட வேண்டும் என்று யுவராஜ் பேசினார் என்றும் முதலில் சாட்சியம் கூறியவர்கள் பிறகு பிறழ்வு சாட்சிகளாக மாறிவிட்டனர். ஆனால் அரசாங்கத் தரப்பு, வேறு சான்றுகளைக் கொண்டு அப்படிப்பட்ட பேச்சு பேசப்பட்டது என்பதை நிரூபித்தது.

கோகுல்ராஜுக்கும் சுவாதிக்கும் திருச்செங்கோடு கோவிலில் நடந்த கடைசிச் சந்திப்பின் போது யுவராஜும் அவரது கூட்டாளிகளும் அங்கு வந்திருந்ததை அந்தக் கோவிலில் எட்டு இடங்களில் வைக்கப் பட்டிருந்த காமிராக்கள் பதிவு செய்திருந்தன. ஆனால் அந்தப் பதிவுகளில் இருந்த மனிதர்களை அடையாளம் காட்டிய சுவாதி தானும் அங்கு இருப்பதை அடையாளம் காட்டவில்லை. காரணம், அவருமே பிறழ்வு சாட்சியாக மாறிவிட்டதுதான். அவர் மீது நீதிமன்ற அவமதிப்பு வழக்கு மதுரை நீதிமன்றத்தில் நடைபெற்றுக் கொண்டிருக்கிறது.

234 பக்கங்களைக் கொண்டதும் ஒரு துப்பறியும் நாவலைப் போல விரிகின்றதுமான இந்தத் தீர்ப்பு [Crl.A.(MD).Nos.228, 230, 232, 233, 515,

536 and 747 of 2022], மேற்சொன்ன இரு நீதிநாயகங்கள் புலனாய்வுத் துறைப் பணிகளையும் மேற்கொண்டுள்ளதை நமக்குக் காட்டுகிறது. இது, கோகுல்ராஜ் கொலையில் சம்பந்தப்பட்டவர்களைப் போல் சாதி ஆணவக் கொலைகளுக்குப் பலியாகின்றவர்கள் குடும்பங்களின் சார்பில் வழக்காடும் வழக்குரைஞர்கள் சட்ட நுணுக்கங்களை அறிந்து கொள்வதற்கும் சட்டத்தின் கட்டுக்கோப்புக்குள்ளிலிருந்து விலகாமலேயே நீதியை நிலை நாட்டுவதற்குமான பாட நூலாகத் திகழ்கிறது.

23.6.2015 அன்று காலை கண்விழித்த கோகுல்ராஜ் அதுதான் அவரது கடைசி நாளாக இருக்கும் என்று நினைத்திருக்கமாட்டார் என்று சொல்வதற்காக நீதிநாயகங்கள், மனித உரிமை ஆர்வலரும் போர் எதிர்ப்பாளருமான காலஞ்சென்ற பிரிட்டிஷ் பாடகர் ஜான் லென்னானின் பாடல் வரியொன்றை மேற்கோளாகக் காட்டும்போது நம் கண்கள் குளமாகின்றன.

தலித்துகள் மீது இழைக்கப்படும் வன்கொடுமைகளில் நூறில் இரண்டு அல்லது 3 விழுக்காடுகளே உயர் நீதிமன்றம் அல்லது உச்ச நீதிமன்றம் வரை சென்று நீதி கிடைக்கச் செய்கின்றன. எனினும் அவர்கள் தொடர்ந்து போராடுவதற்கான உள் உந்துதலைத் தரும் வகையில் இந்தத் தீர்ப்பு அமைந்துள்ளதும் இப்படிப்பட்ட நீதிநாயகங்களும் வழக்குரைஞர்களும் இன்னும் இருப்பதாலேதான் சங்கப் புலவன் பாடியதுபோல 'உண்டால் அம்ம' என நம்மைப் பாடச் செய்கின்றது.

மின்னம்பலம்
ஜூலை 4, 2023

7. தமிழிசை பற்றிய கலைக்களஞ்சியம்

தமிழிசை பற்றிய நவீனகால ஆராய்ச்சி நூல்களின் தொடக்கம் ஆபிரகாம் பண்டிதரின் 'கருணாமிருத சாகரம்'. அதனைத் தொடர்ந்து விபுலானந்த அடிகளாரின் 'யாழ் நூல்' தொடங்கி தமிழிலும் ஆங்கிலத்திலும் தமிழிலும் இசை அறிஞர்களும் தமிழறிஞர்களும் விலைமதிக்கவொண்ணாப் பங்களிப்புகளை வழங்கியிருக்கிறார்கள். 1930இல் பெரியார் ஈரோட்டில் பிராமணரல்லாத இசைக் கலைஞர்களின் மாநாட்டைக் கூட்டி அவர்களின் தன் மதிப்புக்காகக் குரல் கொடுத்தார். தமிழ்நாட்டில் தமிழ் பாடல்களை இசையரங்குகளில் பாட வேண்டும் என்பதற்கான இயக்கம் 1934ஆம் ஆண்டில் நீதிக்கட்சித் தலைவர் பி.டி.ராஜனால் தொடங்கப்பட்டு, ராஜா சர். அண்ணாமலைச் செட்டியார் போன்றவர்களின் ஆதரவுடன் வளர்ச்சியடைந்து, 1946இல் ஆர்.கே.சண்முகம், இராஜாஜி, கல்கி, அரியலூர் ராமானுஜ ஐயங்கார், தியாகராஜ பாகவதர் போன்றோரும் பங்கேற்ற தமிழிசைச் சங்கம் மலர்வதில் முடிந்தது. இசைக் கச்சேரிகளில் தமிழ் பாட்டுகளுக்கு இடமளிக்கப்படாமலிருந்ததை பாரதியாரும் கண்டனம் செய்திருக்கிறார்.

அந்த இயக்கத்தின் தொடர்ச்சியாக 'நிழல்' ப.திருநாவுக்கரசு 'திரை இசையில் தமிழிசை' என்ற கலைக் களஞ்சியத்தை நமக்கு வழங்கியிருக்கிறார் ('நிழல் புக்ஸ், சென்னை, ப.430; விலை ரூ.500.). புத்தகத்தின் தலைப்பு, அது திரையிசையைப் பற்றியதாக மட்டுமே இருக்கும் என்று கருதி அதைத் திறக்கத் தொடங்கியதும் தொல்காப்பியரிலிருந்து சங்க காலப் புலவர்கள் வரை, திருவள்ளுவர் தொடங்கி நாயன்மார்கள், ஆழ்வார்கள் வரை தமிழிசைக்கு வழங்கிய காணிக்கைகளும் அந்த மாமனிதர்களுக்கு இருந்த இசைஞானமும் இந்த நூலில் மிக விரிவாக விளக்கப்படுகின்றன. ஏறத்தாழ 3000 ஆண்டுகளுக்கு முன்பே நாட்டார் இசையிலிருந்து செவ்வியல் இசையாக வளர்ச்சியடைந்திருந்த தமிழிசையின் பண்கள் எவ்வாறு தற்போது கர்நாடக இசை என்று அழைக்கப்படும் இராகங்களாக மாறின என்பதை பற்றிய அறிவார்ந்த விளக்கங்களையும் ஆதாரங் களையும் வழங்குகிறார் நூலாசிரியர். இயல், இசை, நாடகம் ஆகிய மூன்றும் கலந்த 'சிலப்பதிகார'த்தில் கானல் வரிப் பாட்டு போன்ற நாட்டார் இசைக்கு, செவ்வியல் இசைக்குத் தரப்படும் அதே

முக்கியத்துவம் தரப்படுவதையும் நாட்டுப்புற இசைதான் செவ்வியல் இசையின் ஊற்றுக்கண் என்பதையும் விளக்கும் இந்த நூல், நாட்டுப்புற இசையும் உழைப்பிலிருந்தே பிறந்ததை தக்க எடுத்துக்காட்டுகளுடன் கூறுவது மார்க்ஸிய அறிஞர் ஜார்ஜ் தாம்ஸன் 'மனித சாரம்' நூலில் கூறியுள்ள கருத்துகளை நினைவூட்டுகின்றன. நாட்டுப்புறப் பாடல்களில் காணப்படும் இராகங்கள், அவற்றில் பயன்படுத்தப்பட்ட (படும்) இசைக் கருவிகளையும் திருநாவுக்கரசு விளக்குகிறார். ஒவ்வொரு திணைக்கும் ஒவ்வொரு பொழுதுக்குமுள்ள தனித்தனிப் பண்கள் இருந்ததையும் எடுத்துரைக்கும் நூலாசிரியர் தமிழ்ப் பண்களுக்கு இணைப் பொருத்தமானவையாக உள்ள 'இராகங்களை' ஆங்காங்கே சுட்டிக் காட்டுகிறார். பாடலுக்கேற்பவே பண்கள் அமைக்கப்பட வேண்டும் என்று திருவள்ளுவர் வலியுறுத்தியதையும் நினைவுபடுத்துகிறார்

பண்டைக்காலத் தமிழர்கள் பயன்படுத்திய தோல் கருவிகள் (இவற்றில் 'பறை' சிவன் கோவில்களில் இசைக்கப்பட்டது), துளைக் கருவிகள், நரம்புக் கருவிகள், கஞ்சக் (உலோக) கருவிகள் ஆகியவை பற்றிய தகவல்களைத் தருகிறது இந்த நூல். அக்காலத்திலேயே அவர்கள் புல்லாங்குழலை முதன்மைக் கருவியாகக் கொண்ட 'ஆமந்திரிகை'யை (ஆர்கெஸ்ட்ரா) உருவாக்கியிருந்தனர் என்பது வியப்பு தரும் செய்தி.

அதுமட்டுமின்றி தமிழிசைதான் வட இந்திய இந்துஸ்தானி செவ்வியல் இசைக்கான பிறப்பிடமாக இருந்தது என்பதை குமரிலாயபட்டர் போன்றோரின் நூல்களை ஆதாரமாகக் கொண்டு விளக்கும் நூலாசிரியர், தமிழிசை அராபியா வழியாக கிரேக்கத்திற்குச் சென்றதையும் கிரேக்க இசையில் தமிழ்ப் பண்களின் கூறுகள் இன்று வரை நிலவுவதையும் தக்க சான்றுகளுடன் எடுத்துரைக்கிறார். இந்திய ஆன்மிகத் துறைக்கு முக்கியப் பங்களிப்பு செய்துள்ள பக்தி இயக்கம் தமிழகத்தில் தோன்றி இந்தியத் துணைக்கண்டம் முழுவதற்கும் பரவியதையும் தமிழிசை மரபை இன்றுவரை பாதுகாத்து, ஓதுவார்கள் தேவாரத்தை தமிழ்ப் பண்களில் பாடிவருவதையும் அதேவேளை வைணவக் கோவில்களில் ஆன்மிகத் தமிழ்ப் பாடல்கள் வேதம் ஓதுவது போலப் பாடப்படுவதையும் சுட்டிக் காட்டுகிறார். சோழர் காலத்தில் நாட்டியக் கலைஞர்களுக்கும் தமிழிசை வாணர்களுக்கும் கொடுக்கப்பட்ட முக்கியத்துவத்தைக் கூறும் இந்நூலில் நாட்டியம் பற்றிய சிற்பங்கள், தமிழிசை பற்றிய கல்வெட்டுகள் ஆகியவற்றின் புகைப்படங்களும் உள்ளன. அருணகிரிநாதரின் 'திருப்புகழ்' முழுவதுமே தமிழிசைக்கேற்றவாறு அமைக்கப்பட்டிருப்பதையும்

அவருடைய ஆழ்ந்த இசைஞானம் வள்ளலார் வரை தொடர்ந்து நிலவியதையும் இந்த நூல் வழி அறிந்து கொள்கிறோம். தமிழிசை மரபில் பாடல்களுக்கான சந்தங்களான ‘தன தன தன’ என்ற தத்தாரங்களைக் கொடுத்து அதற்கேற்பப் பாடும் நீண்டகால தமிழிசை மரபை வளப்படுத்தியவர் அருணகிரிநாதர். அந்த மரபுதான் தற்காலத் திரைப்பாடலாசிரியர்களாலும் திரையிசை அமைப்பாளர்களாலும் பின்பற்றப்படுகிறது.

தமிழிசைக்கு, செவ்வியல் இசைக்கு கிறிஸ்தவர்களும் இஸ்லாமியர்களும் வழங்கியுள்ள பங்களிப்புகளைப் பதிவு செய்யும் இந்த நூல், ‘சங்கீத மும்மூர்த்திகளை’ப் போற்றிப் புகழும் கர்நாடக இசைக்கலைஞர்களில் பெரும்பாலோரால் புறக்கணிக்கப்படும் அந்த மும்மூர்த்திகளுக்குச் சற்றும் குறைவில்லாமல் இசைஞானம் கொண்டிருந்த முத்துத்தாண்டவரின் பங்களிப்புகளைச் சுட்டிக் காட்டுகிறது. அதேவேளை பிராமணர்கள், பிராமணரல்லாதோர் ஆகிய இருசாராரும் செவ்வியல் இசைக்கு வழங்கிய பங்களிப்புகளை நடுநிலையுடன் சிலாகிக்கிறார்.

மேற்கு நாடுகளைப் போலவே தமிழகத்திலும் நீண்டகாலம் செவ்வியல் இசை மதத்தோடும், மத நிறுவனங்களோடும் கட்டுண்டு கிடந்தது. அவற்றால் போற்றி வளர்க்கப்பட்டது. அதேவேளை மத்தியகால, மறுமலர்ச்சிகால ஐரோப்பாவில் உலகியல் சார்ந்த இசைப்பாடல்களும் அந்த நாட்டு மக்களின் மொழிகளில் பாடப்பட்டு வந்ததைப் போல தமிழகத்தில் உலகியல் சாந்த இசைப்பாடல்கள் நாட்டுப்புறப் பாடல்களிலேயே இருந்து வந்துள்ளன. கிறிஸ்தவத் திருச்சபையிலிருந்தும் அரண்மனைகளிலிருந்தும் விடுதலை பெற்று வெளியுலகிற்கு வந்த செவ்வியல் இசை மேற்கு நாடுகளில் ஏறத்தாழ 17ஆம் நூற்றாண்டிலேயே முழுவளர்ச்சி பெற்று பாடல் வரிகள் இல்லாத ‘தூய இசையாக, ‘அருவ’ இசையாக சிம்ஃபொனி, சொனாட்டா போன்ற வடிவங்களை மேற்கொண்டது. தமிழிசையை உலகியல் தன்மையாக்குவதில் முதன்மைப் பாத்திரம் வகித்தது திரையிசைதான். தொடக்கால தமிழ் பேசும் படங்கள் மேடை அல்லது பார்சி நாடகங்களின் நீட்சியாகவே இருந்தன. அவற்றிலிருந்த முதன்மையான கூறுகளான இசையும் ‘விதூஷகன்’ பாத்திரமும் (நகைச்சுவை நடிகர்) இன்று வரை தமிழ், பிறமொழித் திரைப் படங்களின் இன்றியமையாக் கூறுகளாகிவிட்டன. தமிழ் திரையிசைக்கு அன்று முதல் இன்று வரை பங்களித்த தமிழர்கள், தமிழர்களல்லாதவர்கள், அந்த இசையில் சங்கமித்துவிட்ட பல்வேறு இசை வடிவங்கள்,

இசைக்கருவிகள், பாடலாசிரியர்கள், இசையமைப்பாளர்கள் பற்றி நூலாசிரியர் திரட்டித் தந்துள்ள விவரங்களும் தரவுகளும் நம்மை மலைக்க வைக்கின்றன. கர்நாடக இசையிலுள்ள அத்தனை இராகங்களும் திரைப்படங்கள் வழியாக வெகுமக்களுக்குப் போய்ச் சேர்ந்துள்ளதை எடுத்துரைப்பது நூலின் சிறப்புகளிலொன்று. சிறு குறைபாடுகள் அதன் கலைக்களஞ்சியத் தன்மையைக் குறைத்துவிடவில்லை.

இந்து தமிழ் திசை

ஆகஸ்ட் 5, 2023

8. வைகறை 74

எனக்கு எப்போதுமே விடியற்காலையில் எழுந்திருப்பதுதான் வழக்கம். அதற்குக் காரணம் என் தாயார்தான். காலை 4.30 மணியிலிருந்தே எங்களை நச்சரித்து வருவார்: "எந்திரங்கடா, எந்திரங்கடா என்று". அப்போது காலையில் காப்பியோ தேநீரோ அருந்தும் பழக்கம் எங்கள் குடும்பத்தில் இல்லை. என் தந்தைக்கு மட்டும் விதிவிலக்கு. கோடைகாலமாக இருந்தால் ஏறத்தாழ இரண்டு மாத காலம், காலையில் நாங்கள் 'கம்பந் தண்ணி' குடித்துவிட்டு அமராவதி ஆற்றுக்கு சோப்புக் கட்டி, துண்டுடன் செல்வோம். எங்கள் வீட்டில் வற்றாத கிணறும், புழக்கடைக்குப் பின்னால் ஐந்து நிமிடங்களில் சென்றடையக்கூடிய ராஜ வாய்க்காலும் இருந்தன. அது அமராவதி ஆற்றின் குறுக்கே கட்டப்பட்டிருந்த சிறு அணையிலிருந்து புறப்படும். அந்தக் காலத்தில் வாய்க்காலே ஆறு போல இருக்கும். எங்கள் தெருவிலும் அண்டைப்பகுதிகளிலும் இருந்த பெண்கள் (அவர்களில் பெரும்பாலோர் தஞ்சைப் பகுதியிலிருந்து எங்கள் ஊருக்குக் குடியேறிய குடும்பத்தைச் சேர்ந்தவர்கள். வேளாண்மைதான் அவர்களது குலத் தொழில்) எங்கள் அண்டைவீட்டாரில் மிகப் பெரும்பாலோரும் அந்த சமூகத்தினர்தான். அவர்களை நாங்கள் ஒருபோதும் மறக்க முடியாது. என்னைப் பொருத்தவரை அவர்கள்தான் என் சிற்றப்பா, பெரியப்பா, மாமா, அத்தை, அக்கா, தம்பி, தங்கையர். நான்கு ஆண்டுகளுக்கு முன்புகூட அவர்களில் இன்னும் உயிரோடு இருக்கும் ஒருவரைச் சந்தித்து வந்தேன். குளிப்பதற்கும் துணி துவைப்பதற்கும் மிக வசதியாக இருந்த அந்த வாய்க்காலில், எப்போதேனுமொரு முறை குளிப்போம். மற்றபடி அமராவதி ஆறுதான். அது நண்பர்கள் சந்திக்கும் இடமுங்கூட. பள்ளி நாள்களில் குளித்த பின் விரைவாக வீடு திரும்ப வேண்டும். விடுமுறை நாள்களில் ஏறத்தாழ பகலில் பசியெடுக்கும் வரை, அங்கேயே கட்டிய துணிகளை அவிழ்த்து கோவணத்துடன் அழுக்குத் துணிகளைத் துவைத்து பாறைகளில் காயப் போடுவோம். அவை காய்ந்து உலர்ந்த பிறகு அவற்றையே மீண்டும் அணிந்து கொண்டு வீடு திரும்புவோம். பருவ மழை தொடங்கி விட்டால் ஆற்றில் வெள்ளம் நுரைபொங்க பாய்ந்து செல்லும். நாங்கள் குளித்துக் கொண்டிருக்கும்போது சிலசமயம் திடீரென்று வெள்ளம் எங்களைச் சூழ்ந்து கொண்டு கரையேற நாங்கள் தவியாய்த் தவித்ததும்

உண்டு. கோடை விடுமுறையின் போது சில சமயம் நாங்கள் துறையூருக்கும், சீரங்கத்துக்கும், திருச்சிக்கும் செல்வோம். என் தாய் மாமன் நகராட்சி ஆணையராக இருந்தார். காவிரியில் குளிப்பதென்றால் அம்மா மண்டபத்துக்கு மட்டுமே செல்ல வேண்டும். அங்கும்கூட ஆற்றில் சில இடங்களில் 'சுழிகள்' இருக்கும். மிக எச்சரிக்கையுடன் குளிப்போம். மாலை நேரங்களில் எங்கள் பொழுது போக்கு கொள்ளிடம்தான். பாலைவனம் போல மணல். காவிரியில் வெள்ளம் பெருக்கெடுத்தால்தான் கொள்ளிடத்திற்குத் தண்ணீர் வரும். என் தாய்மாமன் வீட்டிலும் அத்தை விடியற்காலையிலேயே எழுப்பி விடுவார். மலைப் பகுதிகளில் அரசுப் பணிகளிலும் தனியார் நிறுவனங்களிலும் வேலை செய்த காலகட்டங்களிலும்கூட விடியற் காலையில் எழுகின்ற பழக்கம் எனக்குப் போகவில்லை. எனினும் அங்கு விடியற்காலை என்பது அந்தக் காலத்தில் (1950-60களில்) 6 மணி. இப்போது காடுகள் அழிக்கப்பட்டு மின்விசிறிகளும்கூட வந்துவிட்டன. எனவே மழைக்காலம் தவிர காலையில் 5.30க்கே எழுந்துவிடுவேன். இந்தக் குளிர் ஊரில் ஏன் இவ்வளவு சீக்கிரம் எழுந்து ஜாமக் கோட்டான் போல உட்கார்ந்திருக்கிறீர்கள் என்று என் வீட்டார் கேட்பார்கள். கடந்த மூன்றரையாண்டுகளாக முகத்திலுள்ள நரம்புவலி என்னை வாட்டி வதைத்துக்கொண்டிருக்கும்போதும் கூட காலை 5.50 மணிக்குப் பிறகு படுக்கையில் கிடக்கும் பழக்கம் எனக்கு இல்லை.

இந்தக் கதையையெல்லாம் நான் சொல்வதற்கு காரணம், வைகறை என் இளம் வயதிலிருந்தே என்னுடன் ஒட்டிக் கொண்டிருக்கிறது என்பதுதான். அமராவதிபோலவே, காவிரியும், காவிரிப் படுகையிலுள்ள ஊர்களும் மக்களும் அவர்களின் பழக்க வழக்கங்களும் என் 9-10 வயதிலிருந்தே பழக்கமானவைதான் என்பதையும் ஏறத்தாழ 40 ஆண்டுகளுக்கு முன்பிருந்தே என் வாழ்க்கையில் இன்னொரு வைகறையும் 'வாணன்' என்ற பெயரையும் இணைத்துக்கொண்டு ஒட்டிக் கொண்டுவிட்டது என்பதையும் சொல்வதற்குதான்.

எனவே 'வைகறை' என்ற சொல்லைக் கேட்டால் 'வாணனின்' நண்பரின் முகம் மட்டுமே என் மனத்திரையில் காட்சியளிக்கும். தஞ்சை மாவட்டத்தைச் சேர்ந்தவர்களுக்கே உரிய கேலியும் கிண்டலும் தவழும் முகம். கடும் நோயால் வாடிக்கொண்டிருக்கும் நாள்களில்கூட மாறாப் புன்னகை தவழும் வதனம். வைகறை இருக்கும் இடம் என்றால் எப்போதும் ஒரு கூட்டம் இருந்துகொண்டிருக்கும். அதில் பலதரப்பட்ட மனிதர்கள் இருப்பார்கள். எல்லோரையும் ஒன்றாகவே பாவிப்பார் வைகறை. அவர் வழியாகத்தான் மார்க்ஸிய அறிஞர்

தியாகு, அருமை நண்பரும் ஈழக்கவிஞருமான கி.பி.அரவிந்தன், தமிழறிஞர்கள் அரணமுறுவல், அறிவுறுவோன், தற்போது பாரிஸில் வசிக்கும் முகிலன், குருவிக்கரம்பை வேலு, சந்திரசேகரன், பன்னீர்செல்வம் போன்றோர் எனக்கு அறிமுகமாயினர். வைகறைக்கு நானும் வ.கீதாவும் அறிமுகமாகியது கிட்டத்தட்ட ஒரே சமயத்தில்தான் என்று நினைக்கிறேன். ஈழப்போராட்டம் மும்முரமாக நடைபெறத் தொடங்கிய நாள்கள் அவை. வைகறைக்கு நெருக்கமாக இருந்த இயக்கம் 'ஈரோஸ்'. ஈழப் போராட்டம் எனக்கும் வ.கீதாவுக்கும் பல வகையான நம்பிக்கைகளையும் எதிர்பார்ப்புகளையும் ஏற்படுத்தி யிருந்ததற்குக் காரணம், தேசிய இனச் சிக்கல், மார்க்சியம் தொடர்பான காத்திரமான விவாதங்களை அந்தப் போராட்டத்தோடு இணைந்திருந்த சிந்தனையாளர்கள் தொடங்கி வைத்திருந்ததுதான். கொழும்புவிலும் இலங்கையின் வேறு சில இடங்களிலும் 1983 ஜூலையில் நடந்த கலவரங்களுக்குப் பிறகு பல்லாயிரக்கணக்கான ஈழத்தமிழர்கள் ஐரோப்பிய நாடுகளுக்குப் புலம் பெயர்ந்தனர். இலண்டனுக்குப் புலம் பெயர்ந்திருந்த, கல்விப்புலம் சார்ந்த சிலரின் வேண்டுகோளுக்கிணங்க வ.கீதாவும் நானும் மார்க்ஸியத்திலுள்ள பல்வேறு போக்குகளைப் பற்றிய அறிமுக நூல்களையும் எழுதத் தொடங்கினோம். அவை யாவும் வைகறையின் இராசக்கிளி அச்சகத்தில்தான் அச்சடிக்கப்பட்டன. வ.கீதாவுக்கும் எனக்கும் வைகறையின் உள்ளத்தில் சிறப்பிடம் தரப்பட்டிருந்தது. அந்தச் சிறப்பிடம் தஞ்சை மண்ணுக்குரியவர்களின் விருந்தோம்பலுடன் நெருக்கமாகப் பிணைக்கப்பட்டிருந்தது. பெரும் செலவாளி அவர். கையில் எவ்வளவு பணம் இருந்தாலும் அதை உடனடியாகச் செலவளித்தே தீர வேண்டும் என்ற வைராக்கியம் கொண்டவர்! மறுநாள் வாழ்க்கையை எப்படி ஓட்டுவது என்ற கவலையே அவருக்கிருந்ததில்லை. அதன் விளைவாக அவரிடம் அச்சுக்கு ஒப்படைக்கப்பட்ட நூல்கள் குறிப்பிட்ட காலக் கெடுவிற்குள் வெளிவரா. அதன் பொருட்டு நானும் கீதாவும் இராசக்கிளி அச்சகத்துக்கு நாள்தோறும் படையெடுப்போம். அங்கு எங்களைப் போன்ற வேறு சிலரும் தலையைத் தொங்கப்போட்டு அமர்ந்திருப்பர். ஆனால் அவருடைய மயக்கும் புன்னகை எங்களை உடனடியாக நிராயுத பாணியாக்கிவிடும். எப்படித்தான் அவ்வளவு கடன் சுமைகளைத் தாங்கிக் கொண்டு புன்னகைபூத்த முகத்துடன் அவரால் இருக்க முடிகிறதோ என்று எங்களுக்கு ஏற்படும் வியப்பில், அவர் மீதிருந்த கோபத்தை மறந்துவிடுவோம். வழக்கம் போல ஏதேனுமொன்றைப் பற்றிய உரையாடல் தொடங்கும். இடையிடையே தேநீர். பின்னர் பகலுணவுக்கு அவர் மிகத் தரம் வாய்ந்த உணவகங்களுக்குத்தான்

அழைத்துச் செல்வார். அச்சகத்திற்குத் திரும்பியதும் அந்த உணவகம் பற்றிய பேச்சு தொடங்கும். கீதா மரக்கறி மட்டுமே உண்பவர். இருந்தாலும் நானும் வைகறையும் காட்டும் ஆகாயக் கோட்டைகளில் அவரும் சில செங்கல்களை எடுத்து வைப்பார். மாட்டுக் கறி பரிமாறும் ஓர் உணவகத்தைத் திறப்பது பற்றி நாங்கள் அவரவருக்குத் தெரிந்த ஆலோசனைகளைச் சொல்வோம். தனித்தமிழார்வலரான வைகறை, பல்வேறு மொழிகள் பேசுபவர்கள் வசிக்கும் சென்னை நகரவாசிகளைக் கவரக்கூடியதாக அத்தகைய உணவகம் இருக்க வேண்டும் (கற்பனையான உணவகம்தான்) என்றும் அதற்கு 'ஹோட்டல் ரிஷப்' என்ற பெயர் வைக்கலாம் என முன்மொழிய நாங்கள் இருவரும் அதை வழி மொழிந்தோம். அப்படி நாங்கள் மூவரும் மிகுந்த மகிழ்ச்சியோடு இருந்த நாள்களைத் தந்தமைக்காக நான் வைகறைக்கு கடன் பட்டிருக்கிறேன். வெறுப்பும் பகைமையும் நம் நண்பர்களை எளிதாகக் கவ்விக்கொள்ளும் இன்றைய சூழலில் அந்த அருமையான தருணங்கள் எனக்கு விலை மதிப்பற்றவையாகத் தெரிகின்றன.

ஒருமுறை ஈழ நண்பர் ஒருவர் அச்சடிக்கக் கொடுத்திருந்த புத்தகத்திற்காக முன்பணமாக பெருந்தொகையொன்றை அனுப்பி வைத்திருந்தார். அதில் ஒரு பகுதியை மட்டும் என் தோள் பையில் போட்டுக் கொண்டு இராசக்கிளி அச்சகம் இருந்த பெசன்ட் நகருக்குச் செல்லும் 5-E தடத்தில் செல்லும் பேருந்தில் ஏறினேன். பயணிகள் அதிகமில்லாததால் உட்காரப் பல இருக்கைகள் இருந்தும் சன்னல் ஓரத்திலிருந்த ஓர் இருக்கையில் அமர்ந்து அந்த மகிழ்ச்சியில் கண்ணயர்ந்துவிட்டேன். பெசன்ட் நகர் பேருந்து நிலையத்தில் இறங்கி இராசக்கிளி அச்சகத்துக்கு சென்று, முன்பணம் வந்துவிட்டதாகக் கூறினேன். 'முன்பணமோ பின்பணமோ ஓட்டைப் பையில் அது, எப்படி இருக்கும்' என்றார் அவர். அது அவருடைய வழக்கமான கிண்டல் என்று நினைத்ததுடன் உடனடியாகப் தோள்பையைப் பார்த்தேன். எவனோ பிளேடு போட்டுக் கிழித்திருக்கிறான். பணத்தோடு எனது வங்கிக் கணக்குப் புத்தகமும் போய்விட்டது. இடிந்து போய் உட்கார்ந்தேன். ஆனால் அந்தக் கவலையையெல்லாம் மறக்கச் செய்துவிட்டார் வைகறை. தோள் பையைப் பார்த்திராதவர்களிடமிருந்துகூட நான் வாங்கிய பணம் எவ்வளவு தெரியுமா என்று ஒரு கணக்குப் போட்டார். அப்போதும் கிண்டல்தான்; நையாண்டி தான். ஆனால் காலச் சுணக்கம் எவ்வளவு இருந்தாலும் இராசக்கிளி அச்சகத்தில் அவர் பதிப்பித்து நேர்த்தியாக அச்சடித்துக் கொடுத்த புத்தகங்களை இன்றும்கூட கண்ணில் ஒத்திக் கொள்ளலாம். இன்று அச்சுத் தொழில் நவீனத் தொழில்நுட்பத்தைக் கண்டிருக்கிறது. ஆனால்

அச்சுக் கோர்த்து ஒரு புத்தகத்தை அத்தனை அழகியல் உணர்வு இருக்கும்படி செய்வார் வைகறை.

பழந்தமிழ் இலக்கியத்தில் ஆழ்ந்த புலமையுடையவர் வைகறை; அதேவேளை நவீனத் தமிழ் இலக்கியத்தின் பல்வேறு போக்குகளையும் அறிந்து வைத்திருந்தார். அவரே நல்ல படைப்பாளியாகியிருக்க முடியும். சில கவிதைகளுடன் நின்றுவிட்டது அவரது படைப்பு முயற்சி. அவர் சிறந்த இதழியலாளராகவும் இருந்திருக்கிறார். தமிழ் சிற்றேடுகள் பற்றிய ஆய்வுகளை மேற்கொள்பவர்களில் சிலர் கருத்தில் கொள்ளாத 'பாலம்' எத்தனையோ நண்பர்களை, கவிஞர்களை, எழுத்தாளர்களை இணைத்து வைத்தது. உலகப் புகழ்பெற்ற பாலஸ்தினக் கவிஞர் மஹ்மூத் தார்விஷின் நேர்காணலொன்றை வ.கீதாவும் நானும் தமிழாக்கம் செய்திருந்தோம். அதை 'பாலம்' ஏட்டில் வெளியிட்டதன் வழியாக ஒரு மாபெரும் கவிஞரை தமிழ் பேசும் உலகிற்கு முதன் முதலாக அறிமுகப்படுத்தினார் வைகறை.

பலரது நட்பை அவர் இழந்ததற்கு கொடுக்கல் வாங்கலில் அவருக்கிருந்த பொறுப்பின்மைதான் காரணம். எனக்கு அப்போதும் சரி இப்போதும் சரி பொருளாதார வசதி இல்லை. ஆனால் எனக்கும் வைகறைக்கும் புரவலர்களாக வாய்ந்தவர்கள் அவரவரது துணைவியார்கள் தான். நல்ல தமிழாசிரியர் அவருக்கு வாழ்க்கைத் துணைவியாராக வாய்த்தார். அவர்களது திருமணத்துக்கும் மடிப்பாக்கத்தில் அவர்களது புதுமனை புகும் நிகழ்ச்சிக்கும் நான் என் துணைவியாருடன் சென்றிருந்தேன். வீட்டின் முன்புறம் பச்சைப் பசேலென்ற நீண்ட வயல்வெளி அருகில் நீர்நிலைகள். அவையெல்லாம் இப்போது பழங்கதைகளாகிவிட்டன. ஆனால் எங்கள் நட்பின் பசுமை இன்று வரை குன்றவில்லை. அச்சுப் பணியிலும் புத்தக வெளியீட்டிலும் வைகறைக்குத் தீராக் காதல். எனவே மடிப்பாக்கத்திலிருந்தும், பல்வேறு இன்னல்களுக்கிடையில் பொன்னி பதிப்பகத்தைத் தொடங்கினார். அது சாளரம் என்ற பெயரிலும் இயங்கியது. நான் எழுதிய மூன்று நூல்களை அவர் வெளியிட்டார். சென்னை புத்தகக் கண்காட்சியை ஒட்டி ஒருமுறையோ இருமுறையோ 'சாளரம்' சிறப்பிதழ்களைக் கொண்டு வந்தார். அவை அறிவுப் பெட்டகங்கள். ஓர் இதழில் என் கட்டுரையும் வெளிவந்திருக்கிறது. நானும் என் துணைவியாரும் 20 ஆண்டுகளுக்கு முன்னரே சென்னை வாழ்க்கையைத் துறந்து கோத்தகிரியில் என் மைத்துனியின் மருமகன் கட்டி வைத்திருந்த வீட்டில் வாடகை இல்லாமல் குடியேறினோம். என் துணைவியாரின் மூட்டு வலி கடுமையானதாகி, விருப்ப ஓய்வு பெற வேண்டிய கட்டாயம். ஓய்வூதியத்தைக் கொண்டு சென்னையில் இனி வாழ இயலாது

என்பதால் கோத்தகிரிக்கு வந்து சேர்ந்தோம். அழகான இடம். ஆனால் என் வாழ்க்கையில் எனக்குக் கிடைத்த அருமையான நண்பர்களைச் சந்திக்கும் வாய்ப்புகள் அருகிவிட்டன. எனினும் எனக்கு நெருக்கமான நண்பர்கள் அனைவரும், ஓரிருவரைத் தவிர, கோத்தகிரிக்கு வந்து சென்றிருக்கின்றனர். திறன் பேசி, வாட்சப், மின்னஞ்சல் ஆகியன அந்த நண்பர்களுடன் தொடர்பு கொள்வதை சாத்தியமாக்கியுள்ளன என்பது சிறு ஆறுதல். வைகறையும் எப்போதேனும் ஒருமுறை தொடர்பு கொள்வார். முன்பு போல நீண்ட நேரம் உரையாடல் நிகழ்த்த எங்கள் இருவரின் உடல் நிலை இடம் தருவதில்லை. முகத்திலுள்ள நரம்பு வலிக்குப் பலவகை மருத்துவங்களைப் பார்த்துவிட்டேன். கடைசியாக அக்குபங்சர் சிகிச்சையை நண்பர்கள் பரிந்துரைத்ததால், 2022ஆம் ஆண்டு சென்னையில் ஏறத்தாழ இரு மாதங்கள் ஒரு மருத்துவமனையில் இருந்தேன். வலி சிறிதும் குறையவில்லை. ஆனால், எனக்குப் பெரும் மகிழ்ச்சி தந்தவர்கள் நண்பர்கள்தான். எனக்கு நெருக்கமான, என்னுடன் நீண்டகாலம் பழகிய நண்பர்களில் நூற்றுக்குத் தொன்னூறு பேருக்கு மேல் மருத்துவமனைக்கு வந்து உரையாடியதுதான் எனக்குக் கிடைத்த அருமருந்து. ஏறத்தாழ 41 ஆண்டுகளுக்குப் பிறகு ஒரு இனிய நண்பரைச் சந்தித்தேன். வைகறைக்கும் எனக்கும் பொதுவான நண்பர்களாக இருந்தவர்கள் பலர் என்னுடன் வழக்கம் போலவே இனிய நட்பு கொண்டிருக்கின்றனர். வைகறை பற்றிய சில புகார்கள் என் காதில் விழும். நண்பர்களிடமுள்ள குறைகளைப் பொருள்படுத்தாமல் இருப்பது என் இயல்பு. என்னைப் பார்க்க வந்த பல நண்பர்கள், வைகறை வீட்டை விட்டு வெளியே வருவதில்லை, அவரது இரத்தத்தில் உள்ள சர்க்கரை அளவு மிக அதிகமாகிவிட்டதால் நடக்கக்கூட இயலாத நிலையில் உள்ளார் என்று கூறினார்கள். ஆனால், அடுத்த நாளே வைகறை என்னைப் பார்க்க வந்துவிட்டார். வழக்கம் போல அதே புன்னகை. ஆனால் உரத்துப் பேச முடியவில்லை.

அவருக்கு 2023 ஆகஸ்டில் 74 அகவைதான் முடிவடைகிறது. ஆனால், அவரது உடல்நிலையைக் குறித்து அவரும் அவரது குடும்பத்தாரும் மட்டுமின்றி, பல நண்பர்களும் அதை 75ஆண்டு நிறைவாகக் கொண்டாடலாம் என்று விரும்புவதாக இரு மாதங்களுக்கு முன் கூறினார் வைகறை. அதுவும் நல்ல முடிவுதான் என்று கருதும் என் மனம், 74 அகவை நிறைவையும் அதன் பிறகு பல பிறந்த நாள் நிகழ்வுகளையும் அவர் பார்க்க வேண்டும் என விரும்புகிறது.

வைகறை 74 (வைகறை படிப்பினை மலர்)
பொன்னி வெளியீடு,
சென்னை, ஆகஸ்ட் 2023

9. காஸா: 'இண்டியா' கூட்டணிக்கு ஒரு வேண்டுகோள்

தமிழ்நாடு முதலமைச்சர் மாண்புமிகு மு.க.ஸ்டாலின் அவர்களுக்கும் 'இண்டியா' கூட்டணியிலுள்ள இதர கட்சித் தலைவர்களுக்கும் ஒரு வேண்டுகோள்.

இரு யூத அறிஞர்களும் மனித உரிமைச் செயல்பாட்டாளர்களுமான டேவிட் ஷுல்மன் (David Shulman), யிகெல் ப்ரோன்னெர் (Yigal Bronner) ஆகியோர் ஜெரூசலேம் நகரிலிருந்து உலக மக்களுக்கு விடுத்துள்ள வேண்டுகோளின் தமிழாக்கத்தை உங்கள் பார்வைக்குக் கொண்டு வர விரும்புகிறேன்.

டேவிட் ஷுல்மனை தமிழ் அறிவுலகம் உள்பட இந்திய அறிவுலகம் முழுவதும் நன்கு அறியும். அவர், கவிஞரும் மனித உரிமைச் செயல்பாட்டாளரும் யூதர்கள், பாலஸ்தினர்கள் ஆகிய இரு தேசிய இனத்தவரும் சரிசமமான உரிமைகளும் தன்னுரிமைகளும் பெற்று வாழக்கூடிய ஒரு புதிய இஸ்ரேலைக் காண விரும்புபவர். இது தேசிய இனங்களுக்கிடையே அமைதி ஏற்படுவதற்காகத் தன் வாழ்க்கையை அர்ப்பணித்தவர். தென்னிந்திய மதங்கள், இந்தியக் கவிதை மரபுகள், திராவிட மொழியியல், தமிழ் இஸ்லாம், கர்நாடக இசை முதலியன பற்றிய ஏராளமான நூல்களை எழுதியுள்ள அவர் அண்மையில் 'தமிழின் வரலாறு' (Tamil: A Biography) என்ற நூலையும் எழுதியுள்ளார். தமிழறிஞர்கள் சிலருக்கு அதிலுள்ள சில கருத்துகள் உடன்பாடற்றவையாக இருக்கலாம். ஆனால், அவரது ஆராய்ச்சித் திறனையும் ஆழத்தையும் எவரும் மறுக்க முடியாது. தமிழ், சம்ஸ்கிருதம், இந்தி, தெலுங்கு ஆகியவற்றில் ஆழமான புலமை பெற்றுள்ள அவர் கிரேக்க, ரஷிய, பிரெஞ்சு, ஜெர்மன், பெர்சிய, அரபு, மலையாள மொழி நூல்களையும் அவற்றின் மூலத்திலேயே படிக்கக் கூடியவர். தென்னிந்திய மொழிகள் சிலவற்றின் செவ்வியல் இலக்கியப் படைப்புகள், நவீன இலக்கியப் படைப்புகள் ஆகியவற்றை ஆங்கிலத்திலும் ஹீப்ரு மொழியிலும் மொழியாக்கம் செய்துள்ளவர். இலக்கியத் திறனாய்வாளரான அவர், பண்பாட்டு மானுடவியலாளருமாவார். இந்தியக் கோவில்கள் பற்றிய தொன்மங்கள் முதல் தென்னிந்தியப் பண்பாட்டு வரலாறு வரை பல்வேறு நூல்களை எழுதியுள்ளவர். யூதர்கள், பாலஸ்தினர்கள் ஆகியோரில்

அமைதி விரும்பிகளை உள்ளடக்கிய 'தாயுஷ்' (Ta'ayush) என்ற அமைப்பில் உறுப்பியம் வகிக்கும் அவர் 2007இல் 'இருண்ட நம்பிக்கை: இஸ்ரேலிலும் பாலஸ்தினத்திலும் அமைதிக்காகப் பணியாற்றுதல்' (Dark Hope: Working for Peace in Israel and Palestine) என்ற நூலை எழுதியவர். 2016இல் 'இஸ்ரேலிய பரிசு' என்ற மிக உயரிய விருதினைப் பெற்று அதனுடன் வழங்கப்பட்ட தொகை முழுவதையும் 'தாயுஷ்' அமைப்பிற்குக் கொடுத்து விட்டவர். அந்த அமைப்பு இஸ்ரேலின் ஹெப்ரான் பகுதியிலுள்ள பாலஸ்தினர்களுக்கு உதவி செய்து வருகிறது.

ஜெரூசலேம் நகரிலுள்ள ஹீப்ரூ பல்கலைக்கழகத்தில் 'ஆசிய ஆய்வுகள் துறை'யில் (Department of Asian Studies) பேராசிரியராகப் பணியாற்றி வரும் யிகெல் ப்ரோன்னெர் (Yigal Bronner), சம்ஸ்கிருதக் கவிதை, அம்மொழியின் கவிதைக் கோட்பாடு, தென்னிந்திய அறிவு வரலாறு ஆகியவற்றைக் கற்பித்து வருகிறவர். கி.பி.ஆறாம் நூற்றாண்டு முதல் ஆயிரம் ஆண்டுகளுக்கும் மேலாக, தென்னாசியாவில் இருந்த முதன்மையானதும் அதன் முத்திரையாகவும் இருந்ததாக அவர் கருதும் இலக்கிய இயக்கம், அசாதாரணமான கவிதை மரபு, பல்வேறு மொழிகளில் வெளிவந்த இராமாயணம், மகாபாரதம் ஆகிய இரு பெரும் காவியங்களை எடுத்துரைப்பதற்கும் அவற்றிலுள்ள கதாபாத்திரங்களில் காணப்படும் வெளிப்படையான பண்புகள், மறைந்துள்ள பண்புகள் ஆகியவற்றைச் சித்தரிக்கவும் அக்காப்பியங்களை எழுதியவர்கள் கண்டுபிடித்த தனிமொழி பற்றிய ஆய்வு நூலான 'உச்ச உயர்நிலைக் கவிதை: ஒரே சமயத்தில் நடந்த எடுத்துரைப்புக்கான தென்னாசிய இயக்கம்' (Extreme Poetry: The South Asian Movement of Simultaneous Narration) என்ற நூலும், லாரன்ஸ் மெக்ரியா (Lawrence McCrea) என்ற அறிஞருடன் இணைந்து எழுதிய 'முதல் சொற்கள், கடைச் சொற்கள்: பதினாறாம் நூற்றாண்டு இந்தியாவிலுள்ள பழைய பனுவல்களைப் படித்தல் குறித்த புதிய கோட்பாடுகள்' (First Words, Last Words: New Theories for Reading Old Texts in Sixteenth-Century India) என்ற நூலும் அவரது முக்கிய ஆக்கங்களாகக் கருதப்படுகின்றன. அத்துடன் காஷ்மிரின் வரலாறு எழுது நெறி குறித்த நூலையும் எழுதியுள்ளார்.

இனி அந்த அறிஞர்கள் இருவரும் உலக மக்களுக்கு எழுதியுள்ள வேண்டுகோளைப் பார்ப்போம்:

"அன்புள்ள நண்பர்களே மற்றும் செவிசாய்த்துக் கொண்டிருக்கும் மற்றவர்களே,

சரியாக அக்டோபர் 7 முதல் ஒரு வாரகாலமாக ஹமாஸ் தொடங்கிய கொடிய பயங்கரவாதத் தாக்குதல் காரணமாக கனத்த இதயங்களோடும் ஆழமான துக்க உணர்வோடும், இழப்பு உணர்வோடும் இதை எழுதுகிறோம். ஏராளமான அப்பாவி உயிர்கள் இழக்கப்பட்டு விட்டன, காயப்படுத்தப்பட்டன, இன்று வரை காணாமல் போய் விட்டனர் அல்லது பிணைக் கைதிகளாக வைக்கப்பட்டுள்ளனர். அவர்களில் சிலரைத் தனிப்பட்ட முறையில் நாங்கள் அறிவோம்.

இந்த வன்முறையும் அதேபோல காஸாவில் பாலஸ்தின மக்கள் பாதுகாப்பிடங்களோ, அடிப்படைத் தேவைகளோ இல்லாமலும் தப்பிக்க முடியாதபடியும் வைக்கப்பட்டுள்ள நிலையில் அப்பாவி மக்கள் மூர்க்கத்தனமாகவும் கண்மூடித்தனமாகவும் கொல்லப்படுவதும் அவர்கள் மீது குண்டு வீசப்படுவதும் நிறுத்தப்பட வேண்டும்.

தயை கூர்ந்து எழுதுங்கள், உங்கள் குரல்களை எழுப்புங்கள், இந்தக் கொடுங்கனவு மேலும் மோசமானதாகப் போகும் முன்னர் தடுத்து நிறுத்த உதவுங்கள்.

உண்மையில், நீங்கள் அறிந்துகொள்ள வேண்டிய மேலதிக மோசமான செய்திகள் உள்ளன.

இப்போது (பாலஸ்தினத்தின்) மேற்குக் கரை முழுவதிலிருந்தும் ஏராளமான பாலஸ்தின சமூகங்களிலிருந்து நம்பிக்கையிழந்த நிலையில் அழைப்புகள் வந்து கொண்டிருக்கின்றன. இந்த சமூகங்கள் கடந்த பல ஆண்டுகளாக, தங்கள் வாழ்க்கையை சகித்துக் கொள்ள முடியாத வகையில் யூதக் குடியேறிகளின் கண்காணிப்பு மையங்களிலுள்ள ஆயுதமேந்திய கும்பல்களின் வன்முறை, அச்சுறுத்தல்கள், இடைவிடாது நடக்கும் அபகரிப்பு, குறிப்பாக நில அபகரிப்பு ஆகியவற்றால் தொல்லைக்குள்ளாக்கப்பட்டு வருகின்றனர். பாதுகாப்பு வேண்டி தப்பித்துச் செல்வதற்காக சில பாலஸ்தின சமூகங்கள் தங்கள் இல்லங்களைக் கைவிட்டு ஓடும்படி நிர்ப்பந்திக்கப்பட்டுள்ளன. அக்டோபர் 7 முதல், அ-துவானி (a-Tuwani), க்யுஸ்ரா (Qusra) ஆகிய கிராமங்களில் நடந்ததுபோல இஸ்ரேலிய இராணுவம், காவல் துறை ஆகியவற்றின் முழு உதவியுடன் இந்த ஆயுதமேந்திய கும்பல்கள் வெறியாட்டம் போட்டுக் கொண்டு, பாலஸ்தினர்களை நேரடியாகக் குறிவைத்து சுட்டுக் கொன்றும், அவர்களின் வீடுகளுக்குள் புகுந்து ஆண்கள், பெண்கள், குழந்தைகள் ஆகியோரை அடித்து நொறுக்கியும், அவர்களது உடைமைகளை நாசமாக்கியும் வருகின்றன. கடந்த நாள்களாக நடந்து வரும் நிகழ்வுகளில் இவை சில எடுத்துக்காட்டுகள்

மட்டுமே. மிகப் பெருமளவிலான அபாயத்தை மாற்றவியலாத பேரழிவை - நாங்கள் எதிர்கொண்டிருக்கிறோம். பாலஸ்தினர்கள் அங்கிருந்து வெளியேறியவுடனேயே, குடியேறிகள் விரைவாக அந்தக் கிராமங்களுக்குள் நுழைந்து அவற்றைத் தரைமட்டமாக்குவர். உலகின் கண்கள் வேறெங்கோ திரும்பிக் கொண்டுள்ளன - ஒருவேளை அது புரிந்து கொள்ளப்படக்கூடியதாகவும் இருக்கலாம்! ஆனால் காஸாவின் இரு எல்லைகளிலும் நம்ப முடியாத அளவுக்கு குடிமக்கள் செத்துக் கொண்டிருக்கையில் - உலகம் தன் பார்வையை 'சி' என்றழைக்கப்படும் பகுதியை நோக்கித் திரும்புகையில் - அது மிகவும் தாமதமான செய்கையாகவே இருக்கும்.

ஆகவே, நீங்கள் குடிமக்கள் மீது நடத்தப்படும் தாக்குதல்களை நிறுத்தும்படியும் பிணைக் கைதிகளை உடனடியாக விடுவிக்கும்படியும் உங்கள் தலைவர்களுக்கு வேண்டுகோள் விடுக்கும்போது, உதவி கேட்டு நாங்கள் கேட்கும் இந்த வேண்டுகோளுக்கு செவிசாய்க்குமாறும் மேற்குக்கரையில் யூதக் குடியேறிகள் நடத்தும் தாக்குதல்களை நிறுத்துமாறும் இஸ்ரேலிய அரசாங்கத்திடம் உங்கள் தலைவர்களிடம் கோரிக்கை வைக்குமாறு வேண்டுகிறோம். வலுவான சர்வதேசத் தலையீடு மட்டுமே அலை அலையாக நடக்கும் பலவந்தமான வெளியேற்றத்தைத் தடுக்கக்கூடிய சாத்தியப்பாடாக இருக்க முடியும்" - ஒப்பம்: டேவிட் ஷுல்மன், யிகெல் ப்ரோன்னெர்.

'இண்டியா' கூட்டணியில் உள்ள தமிழக முதல்வரின் தலைமையிலுள்ள திராவிட முன்னேற்றக் கழகத்திற்கும், இதர கட்சிகளுக்கும் - குறிப்பாக, 'ஹமாஸ்' ஒரு தீவிரவாத, பயங்கரவாத அமைப்பு என்று கூறி, இந்தக் கொடிய நிகழ்வுகளைக் கண்டனம் செய்யத் தயங்கும் கட்சிகளுக்கு - இன்றைய இஸ்ரேலிய அரசு யூத மதத்தையும் அரசையும் இணைத்து வைத்துக் கொண்டுள்ள ஒரு பாசிச அரசு என்பதைக் கருத்தில் கொள்ள வேண்டும் என்பதை நினைவூட்டுகிறேன்.

'இண்டியா' கூட்டணியிலுள்ள கிட்டத்தட்ட எல்லாக் கட்சிகளாலும் பாசிச அரசு என்று சரியாகவே அடையாளப்படுத்தப்படும் இன்றைய இந்திய அரசாங்கத்தின் பிரதமர் மோடியுடனும் அவரது ஆட்சியுடனும் நட்புக் கொண்டுள்ள உலகப் பிற்போக்குச் சக்திகளில் முதன்மையானவராக உள்ள இஸ்ரேலியப் பிரதமர் நெடன்யாஹுவுக்கு, ஹமாஸின் தாக்குதல் நடந்த பிறகு உடனடியாக இந்தியாவின் ஒருமைப்பட்டை மோடி தெரிவித்தவுடன் இந்துத்துவப் பாசிச சக்திகளும் அவற்றின் ஆதரவு ஊடகங்களும் அதை இந்திய முஸ்லிம்களைத் தாக்குவதற்கான

இன்னொரு உத்தியாகப் பயன்படுத்திக் கொண்டுவருவதை நீங்கள் அறியாமலிருக்க மாட்டீர்கள். கடந்த 75 ஆண்டுகளாக இந்திய அரசு, தன் வெளியுறவுக் கொள்கையின் சிறந்த பகுதிகளிலொன்றாக பாலஸ்தின மக்களின் தன்னுரிமையை அங்கீகரித்து வந்ததையும் அதை மோடி அரசாங்கம் இப்போது புறக்கணித்து வருவதையும் நீங்கள் அறிவீர்கள்.

பாலஸ்தினம் பற்றி இந்தியா நீண்டகாலமாகக் கொண்டிருந்த நட்புறவுக் கொள்கையை நினைவூட்டி, பாலஸ்தின மக்களின் சுதந்திரத்தையும் கண்ணியத்தையும் ஆதரித்து அண்மையில் தீர்மானம் நிறைவேற்றிய காங்கிரஸ் செயற் குழுவின் முடிவைக் கண்டனம் செய்து, இஸ்லாமிய தீவிரவாதிகளுக்குக் காங்கிரஸ் துணை போவதாகத் தீய பரப்புரைகளையும் பொய்ச் செய்திகளையும் பா.ஜ.க.வும் இந்துத்துவ பாசிச ஆதரவு ஊடகங்களும் வெளியிட்டு வருவதையும் நீங்கள் அறிவீர்கள்.

பல குண்டு வெடிப்பு நிகழ்வுகளில் தொடர்புடையவையாக இருந்த இந்துத்துவ பாசிச சக்திகளை, மோடி அரசாங்கமும் அதன் செல்வாக்குக்குள்பட்டுள்ள சில நீதிமன்றங்களும் விடுதலை செய்ததுடன், மோடி அரசாங்கம் அத்தகைய இந்துத்துவ பயங்கரவாதி ஒருவரை நாடாளுமன்ற உறுப்பினராகவும் ஆக்கியுள்ளதையும் யாரும் மறக்கவியலாது.

அப்படியிருந்தும் 'இண்டியா' கூட்டணியிலுள்ள சில கட்சிகள் உறுதியுடன் இஸ்ரேலிய அரசின் இனச்சுத்திகரிப்பு நடவடிக்கைகளைக் கண்டனம் செய்வதில் தயக்கம் காட்டி வருவது ஏன்?

ஹமாஸ் ஒரு பயங்கரவாத அமைப்பு என்று கருதப்படுவதாலா?

இஸ்ரேலிய பாசிச அரசால், சொந்த நாட்டிலேயே அகதிகளாக, பிணைக் கைதிகளாக, பல்வேறு கொடுமைகளுக்கு உள்ளாக்கப்பட்டு வரும் பாலஸ்தின மக்களை நீங்கள் ஒரு தேசிய இனம் என்றுகூடக் கருத வேண்டாம் - அப்படிக் கருத வேண்டியது கட்டாயம் என்றாலும்; இன்று நடக்கும் நிகழ்வுகள் இஸ்லாமியர்களுக்கும் யூதர்களுக்குமிடையே நடக்கும் மோதல்கள் என்றும் பார்க்க வேண்டாம்; அப்படிப் பார்ப்பது சரியன்று; இரு தேசிய இனங்களிடையிலான பகைமையின் வெளிப்பாடு என்றும் கூட நீங்கள் கருத வேண்டாம். இந்தப் பகைமை இஸ்ரேலிய ஜியோனிச பாசிசவாதிகளால் திட்டமிட்டு செயற்கையாக உருவாக்கப்பட்டதாகும்.

இது சர்வதேச அளவுகோலின்படி இனக்கொலை என்றாவது பாருங்கள். முக்கால் நூற்றாண்டுக்கும் மேலாக எல்லா இழிவுகளுக்கும், வன்முறைகளுக்கும், கொடுமைகளுக்கும் உள்ளான, சக அரபு நாடுகளின் ஏகாதிபத்திய ஆதரவு ஆட்சிகளால் கைவிடப்பட்ட, ஆனால், உலகெங்கும் நீதியுணர்வு கொண்டுள்ள மக்களின் ஆதரவு பெற்ற பாலஸ்தின மக்கள் விரக்தி நிலைக்குத் தள்ளப்பட்ட கட்டத்தில்தான் அவர்களில் ஒரு பகுதியினர் ஹமாஸின் மூலம் இஸ்ரேலிய பாசிச பயங்கரவாத மொழியைத் தாங்களும் பயன்படுத்தும் நிர்ப்பந்தத்துக்கு ஆளாக்கப்பட்டார்கள் என்பதையாவது நினைத்துப் பாருங்கள்.

ஹமாஸின் பயங்கரவாதத்திற்குப் பதிலடியாகத்தான் இஸ்ரேலிய பாசிச அரசின் பயங்கரவாதம் இருக்கிறது என்று உங்களில் யாரேனும் கருதுவீர்களேயானால், அதிலும் நீங்கள் தவறிழைத்தவர்களாவீர்கள். ஏனெனில் இது ஏற்றத்தாழ்வான, சமமற்ற பலங்களைக் கொண்டவர்கள் நடத்தும் போர். கோலியாத்துக்கும் தாவீதுக்கும் நடக்கும் போர்.

அமெரிக்க ஏகாதிபத்தியம் உள்ளிட்ட மேலை நாடுகளின் அத்துணை உதவிகளையும் ஆதரவுகளையும் பெற்றுள்ள இஸ்ரேலிய பாசிச, பயங்கரவாத அரசுகளுக்கு எதிராக 'இண்டியா' கூட்டணியில் உள்ள சில கட்சியினர் தங்கள் எதிர்ப்புக் குரலை எழுப்பாமல் போய்விட்டார்கள் என்றால், இந்தியாவில் இன்று நிலைகொண்டுள்ள பாசிசத்தை எதிர்க்கும் தார்மிக உரிமை அவர்களுக்குக் கிடையாது எனபதை என்னால் அறுதியிட்டுச் சொல்ல முடியும்.

எனவே இப்போதாவது வாய் திறந்து அத்தகையவர்கள் தங்கள் குரலை எழுப்பட்டும் - உலக நீதியின் மீது அவர்களுக்கு சிறிதளவேனும் நம்பிக்கை இருக்குமானால்.

மின்னம்பலம்
அக்டோபர் 17, 2023
காலச்சுவடு
ஜனவரி 2024

10. ‘கோபல்ல கிராமத்’திற்கு மீண்டுமொரு முறை*

சென்னைக்கு அடுத்தபடியாக, புத்தக வாசிப்பிலும் புத்தகங்களை வாங்குவதிலும் முன்னணியில் உள்ள கொங்கு மண்டலத்தில் இந்த நிகழ்ச்சி நடைபெறுகிறது. எனவே நான் என் கருத்துகளைக் கூறுவதில் மிக கவனமாக இருக்க வேண்டும். அந்த கவனத்தை மீறியும் சில பிழைகள் ஏற்பட்டுவிடலாம். எனவே உண்மையான, நேர்மையான அறவியலுடன் மனிதர்களையும் மாற்றுக் கருத்துகளையும் எதிர்கொள்ளும் நண்பர்களும் தோழர்களும் என்னை மன்னித்து அருள்வார்கள் என நம்புகிறேன்.

முதலாவதாக, வாய்மொழி வரலாறு (Oral History) – இது அமெரிக்காவில் ‘Public History’ என்றும் அழைக்கப்படுகிறது - பற்றிய சில கருத்துகளை உங்களுடன் பகிர்ந்து கொள்ள விரும்புகிறேன். அந்தக் கருத்துகளுக்கும் கி.ரா.வின் படைப்புகளுக்கும் என்ன தொடர்பு என்று நீங்கள் நினைக்கக்கூடும். அவை இங்கு பொருத்தப்பாடு உடையவையா, இல்லையா என்றோ, அந்தக் கருத்துகளுக்கும் கி.ராவின் படைப்புகளுக்கும் முடிச்சுப் போடுவது சரியா, தவறா என்றோ முடிவு செய்வது உங்கள் முழு சுதந்திரத்தையும் உரிமையையும் சார்ந்தது.

---

* *2023ஆம் ஆண்டுக்கான ‘கிரா. இலக்கிய விருதை’ப் பெறுகின்றவனாக, அதற்குச் சிறிதும் தகுதியற்ற என்னை ஒருமனதாகத் தெரிந்தெடுத்ததுடன், மிக நேர்மையான அரசாங்க உயர் அதிகாரியாகப் பணியாற்றி இவ்வாண்டு ஓய்வுபெற்றவரும் எழுத்தாளருமான வெ. இறையன்பு என் ஆக்கங்களைப் பற்றிச் சிறப்புரையாற்றவும், விஜயா பதிப்பக நிறுவனர் அன்பு நண்பர் மு. வேலாயுதம் தலைமையில், திரைப்படக் கலைஞரும் என் மீது மிகுந்த பாசம் வைத்திருப்பவருமான சிவகுமார், கொடைவள்ளல்கள் சக்தி மசாலா நிறுவன உரிமையாளர்கள் முனைவர் சாந்தி துரைசாமி, முனைவர் பி.சி. துரைசாமி ஆகியோர் வாழ்த்துரை வழங்கச் செய்ததுமான கோவை விஜயா பதிப்பக வாசகர் வட்டம் 17.9.2023இல் கோவை நகரில் ஏற்பாடு செய்திருந்த நிகழ்ச்சியில் ஏற்புரையாக எழுதப்பட்ட கட்டுரை.*

நான் இக்கருத்துகளைச் சொல்வதற்குக் காரணம், வாய்மொழி வரலாறும் வாய்மொழி இலக்கியமும் மட்டுல்லாது வாய்மொழி வரலாற்றை அடிப்படையாகக் கொண்டு எழுத்து வடிவத்தில் வெளிவரும் புனைவிலக்கியப் படைப்புகளுக்கும் தொடர்பு இருப்பதுதான்.

வாய்மொழி வரலாறு என்பது வரலாற்று ரீதியாக சுவாரசியமும் முக்கியத்துவமும் கொண்டதும், மூலச்சிறப்புள்ள அடிப்படை ஆதாரங்களைக் கொண்டுள்ளதுமாகும் என்பது உலகின் பல்வேறு நாடுகளில் பரவலாக இருந்து வரும் கருத்து. இது, வரலாறு எழுது நெறியில் (historiography) பெருமளவில் பின்பற்றப்படுகிறது. இந்த வரலாறு எழுதுமுறைக்கு அடிப்படையாக உள்ளவை, குறிப்பிட்ட மனிதர்களின் அல்லது குழுக்களின் நினைவுகூரல்கள் ஆகும். இம்முறையிலான நேர்காணல்கள் இந்த வரலாறு எழுது நெறிக்காகக் தெரிவு செய்யப் படுகிறவர்களின் பேச்சுகள், நினைவுகள், கண்ணோட்டங்கள், நோக்கு நிலைகள் ஆகியவற்றைப் பயன்படுத்துவதற்காகச் செய்யப்படுவை. அவை அவர்களது நேரடியான, வாழ்ந்து பெற்ற அனுபவங்களை மட்டுமின்றி, அவர்களையொத்த சமகால மனிதர்கள், அவர்களுடைய மூதாதையர்கள், அவர்கள் சார்ந்துள்ள குழுக்கள் ஆகியோரையும் குறித்தவையாகவும் இருக்கலாம். எழுதப்பட்ட, பதிவு செய்யப்பட்ட வரலாறு இல்லாத மக்களின், ஒடுக்கப்பட்ட, விளிம்பு நிலைக்குத் தள்ளப்பட்ட மனிதர்களின் வரலாற்றை மட்டுமின்றி, சமுதாயத்தின் பிற பகுதியினரின் வாழ்க்கையில், வரலாற்றில் விடுபட்டுப் போன முக்கியக் கூறுகளைக் கண்டறியவும் இந்த முறை பயன்படுத்தப்படுகிறது. இது கல்விப்புலம் சார்ந்த வரலாற்றியல், சமூகவியல், பொருளியல், மானுடவியல், இனவரைவியல் போன்ற துறைகளிலும் பயன்படுத்தப் படுகிறது.

இந்த நேர்காணல்கள் பெரும்பாலும் நேர்காணல் செய்கிறவர், நேர்காணல் செய்யப்படுகிறவர் ஆகியோர் நேருக்கு நேர், மற்றவர்களின் குறுக்கீடுகள் இல்லாமல் செய்யப்படுகின்றன. சிலவேளை குறிப்பிட்ட குழுக்களை ஒரு சேர நேர்காணல் செய்வதும் தேவைப்படலாம். நல்ல தயாரிப்புகளுடன் தான் எதிர்பார்க்கிற செய்திகள் எவை என்பதைத் திட்டவட்டமாக முடிவு செய்து கொண்டுள்ள ஒருவர், நேர்காணல் செய்யப்படுகிறவர் மீது அனுதாபமும் அவரது உள்ளக் கிளர்ச்சி மீதான நம்பிக்கையும் கொண்டிருக்க வேண்டும். நேர்காணல் செய்யப்படுபவர் மனந்திறந்து பேசக்கூடிய சூழல் உருவாக்கப்பட வேண்டும். அப்போது நேர்காணப்படுபவர், தன்னைப் பற்றிய செய்திகளை மட்டுமின்றி,

தன்னையறியாமலேயே அல்லது திட்டமிடாமலேயே தனது தொடர்பிலுள்ள அல்லது தொடர்பிலிருந்த பிற மனிதர்கள், பிற சந்தர்ப்ப சூழல்கள் பற்றியும் கூறுவது இயல்பு. அவை எழுத்து வடிவத்திலோ ஒலிவடிவத்திலோ அல்லது ஒளிவடிவத்திலோ பதிவு செய்யப்பட்டு, நேர்காணல் செய்யப்பட்டவரின் காலம், இடம் ஆகியவற்றுக்கு அப்பால் உள்ளவர்களுக்கும் பயன்படும் வகையில், எதிர்கால ஆராய்ச்சியாளர்களுக்கும் உதவக்கூடியதாக பத்திரப்படுத்தி வைக்கப்பட வேண்டும். நேர்காணலின்போது சொல்லப்பட்ட, தெரிவிக்கப்பட்ட செய்திகளை முழுமையாக அப்படியே வைத்திருக்க வேண்டுமேயன்றி, நேர்காணல் செய்கிறவர் அவற்றுக்குத் தரும் விளக்கங்களின் வடிவத்தில் அல்ல. இவை வாய்மொழி வரலாறு எழுதுகிறவர்களுக்கான அடிப்படை நிபந்தனைகளாக, உலகின் பல்வேறு நாடுகளில் வாய்மொழி வரலாற்றுக்காகவென்றே இயங்கும் நிறுவனங்களாலும் அமைப்புகளாலும் வரையறுக்கப்பட்டுள்ளவை. ஆனால் அவற்றின்படியே வாய்மொழி வரலாறு எல்லாச் சமயங் களிலும் வெளியிடப்படுவதில்லை. அதற்கான முக்கிய காரணங்களை நாம் பின்னர் பார்ப்போம்.

குறிப்பிட்ட விடயம் தொடர்பான வாய்மொழி வரலாறு எழுதுபவருக்கு அவ்விடயம் குறித்து ஏற்கெனவே ஆவணப்படுத்தப் பட்டுள்ள, எழுதப்பட்ட வரலாறு இருக்குமானால் - அது தெரிந்திருக்க வேண்டும். என்னென்ன கேள்விகள் இன்றியமையாதவை என்பது அவருக்குத் தெரிந்திருக்க வேண்டும் என்பதுடன், நேர்காணல் செய்யப்படுபவருடன் இணக்கமான உறவை ஏற்படுத்திக் கொள்ள வேண்டும். அவற்றைத் தன் நேர்காணல்களின்போது பயன்படுத்தி நேர்காணல் செய்யப்படுபவரிடமிருந்து புதிய தகவல்கள், ஒரு வரலாற்று நிகழ்வு பற்றிய புதிய விளக்கங்கள், பார்வைகள், நினைவுக் குறிப்புகள் ஆகியவற்றைப் பெற முடியும். நேர்காணப்படுபவரின் ஆளுமை, அவருக்கிருந்த நோக்கங்கள், தூண்டுதல்கள் ஆகியவற்றுடன் அவரது உள்மனதில் இருக்கும் சிந்தனைகள், பார்வைகள் ஆகியவற்றையும் அறிந்துகொள்ள முடியும். ஆனால் அவர் சிலவற்றை இட்டுக்கட்டி சொல்லக் கூடிய அபாயமும் உண்டு. எனவே அவற்றின் நம்பகத்தன்மையை உறுதிப்படுத்திக் கொள்ள ஆராய்ச்சியாளர், வேறு சில உத்திகளை - சில சாமர்த்தியமான கேள்விகளைக் - கையாள வேண்டும். நேர்காணல் செய்யப்படுபவரால் குறிப்பிடப்படும் மனிதர்களின் பெயர்கள், வயது, அவர்களது வாழ்க்கை முறை, வசித்து வந்த இடங்கள் ஆகியன அவரது நினைவாற்றலை மேன்மேலும் தூண்டிவிட உதவி புரியும்.

நேர்காணல் செய்பவர், நேர்காணப்படுபவரிடம் தனது நோக்கம் என்ன என்பதையும், நேர்காணப்படுபவர்கள் இதில் வகிக்க வேண்டிய பாத்திரம், அவருக்குள்ள உரிமைகள் ஆகியவற்றையும் அவரிடம் வெளிப்படையாகக் கூற வேண்டும். நேர்காணல்களின்போது, ஆராய்ச்சியாளர் காகிதங்களில் குறிப்புகளை எழுதிக்கொள்ளும் போதோ, அல்லது ஒலி, ஒளிப்பதிவுகள் செய்யும் போதோ, அவரால் கேட்கப்படும் கேள்விகள் தொடக்கம் முதல் இறுதி வரை கூடுமானவரை காலவரிசைப்படி இருக்க வேண்டும். குறிப்பிட்ட பதில்தான் வரவேண்டும் என்ற அகநிலை சார்ந்த மனப்பான்மையைக் கைவிட்டு, நேர்காணல் செய்யப்படுபவர் சொல்வதை உன்னிப்பாகக் கேட்கவேண்டும். எதிர்பாராத தகவல்கள் கிடைக்கும் சந்தர்ப்பங்களில், அவற்றின் நம்பகத்தன்மையின் மீது நேர்காணல் செய்பவருக்கு ஐயங்கள் எழுந்தால் நேர்காணல் செய்யப்படுபவரை அச்சுறுத்தும் தொனியில் அணுகாமல், நயமாகவும் சுற்றி வளைத்தும் அவர் கூறும் செய்திகள் பற்றிய தனது ஐயங்களைத் தெரிவிக்கும் வழிமுறைகளைக் கையாள வேண்டும். நேர்காணப்படுகிற தனிமனிதர்கள், குழுக்கள் ஆகியோருக்கும் அவர்களது அனுபவங்கள், அவர்கள் தங்கள் அனுபவங்களை நினைவுகூர்ந்து சொல்லும் முறை, விடயங்களைச் சொல்வதில் அவர்களுக்கு வாய்த்துள்ள திறன், விருப்பத்தின் எல்லை ஆகியவற்றுக்கும் மதிப்பளிப்பது நேர்காணல் செய்பவரின் முயற்சிக்குப் பயனளிக்கும்.

இந்த வழிமுறைகளின் வழியாக, நேர்காணல் செய்யப்படுபவர் முழுமையாகவும், உண்மையாகவும் பேசுகின்ற உணர்வையோ அல்லது எதிர்வினையாற்றுவதற்கான சூழலையோ உருவாக்க முடியும். நேர்காணலின் இறுதியில் நேர்காணப்பட்டவர் வெளிப்படுத்திய அனுபவங்கள், தகவல்கள் முதலியவற்றை மதிப்பீடு செய்யும் பொருட்டு கூடுதலான சில கேள்விகளைக் கேட்பதும், நேர்காணல்களுக்கான அமர்வுகள் யாவும் நன்கு திட்டமிடப்பட்டவையாகவும் நாளும் நேரமும் குறிக்கப்பட்டவையாகவும் இருப்பதுடன் நேர்காணல் செய்யப்படுகிறவர் சோர்வடையாமல் பார்த்துக் கொள்வதும் அவசியம்.

ஆக்கிரமிப்புப் போர்கள், புரட்சிகள் முதலிய பெரும் நிகழ்வுகளில் பங்கேற்றவர்கள், புவி நடுக்கம், சூறாவளி, சுனாமி, எரிமலை வெடிப்புகள் போன்ற இயற்கைச் சீற்றங்கள், அமெரிக்காவிலுள்ள நெடுத்தீவு (Long Island), செர்னோபில், ஜப்பானின் ஃபுகிஷிமா போன்றவற்றில் நடந்த அணு உலை விபத்துகள், போபால் நச்சு வாயுக் கசிவு, அவையனைத்துக்கும் முன்பு அமெரிக்கா அணுகுண்டு வீசிய

ஹிரொஷிமா, நாகசாகி இனக் கொலைகள், வகுப்புவாத மோதல்கள் (இவை இயற்கைச் சீற்றங்கள் அல்ல) போன்றவற்றால் பாதிக்கப் பட்டவர்கள் பற்றிய ஒட்டுமொத்தமான சித்திரத்தைத் தரும் வரலாறு களையே நாம் முறைப்படியான வரலாறு எனக் கருதுகிறோம். ஆனால், அவற்றால் பாதிக்கப்பட்ட தனிமனிதர்களின், குழுக்களின் அனுபவங்கள்தான் பருண்மையானவை. அவற்றை வெளிக்கொண்டு வருவதற்கான ஒரே சாதனமாக இருப்பது வாய்மொழி வரலாறுதான். இதை சமூகக் கடப்பாடுடைய இதழியலாளர்களும்கூட பயன்படுத்துவதைக் காண்கிறோம். நான் கால் நூற்றாண்டுக்கு முன்னரே படித்ததும், இப்போது மீண்டுமொரு முறை படிக்கத் தொடங்கியிருப்பதுமான ஒரு நூலை மட்டும் இங்கு பரிந்துரைக்க விரும்புகிறேன்: அமெரிக்க ஆய்வாளர் ஸ்டட்ஸ் டெர்கெல் (Studs Terkel) எழுதிய நூல். அதனுடைய முழுத் தலைப்பு: Working: People Talk About What They Do All Day and How They Feel What They Do. இந்தத் தலைப்பே அதன் உள்ளடக்கம் என்ன என்பதைக் கூறிவிடுகிறது: அமெரிக்காவின் தொலை தூரப் பகுதியொன்றில் சிறு நில உடைமையுடன் குத்தகைதாரராகவும் ஒரு பண்ணையில் வேலை செய்பவர்; டெலிஃபோன் ஆபரேட்டர்; தகவல் தொடர்புத் துறைப் பேராசிரியர்; வணிக நிறுவனத்தில் வரவேற்பாளராகப் பணி புரியும் பெண்மணி; குப்பை லாரி ஓட்டுபவர்; சுமை தூக்கும் தொழிலாளி; அடுக்ககக் கட்டடத்தில் (அப்பார்ட்மெண்ட்) வாயில் காப்பவர்; பசை தயாரிக்கும் தொழிற்சாலையில் தொழிலாளியாக வேலை செய்பவர்; போலிஸ்காரராக வேலை செய்யும் ஆஃப்ரோ-அமெரிக்கர்; போலிஸ்காரர்களால் அடித்துத் துன்புறுத்தப்படும் நிகழ்ச்சிகளை இரகசியமாகப் படம் பிடித்து பத்திரிகைக்கு அனுப்புபவர்; வாடகைக் கார் ஓட்டுபவர், காலணிகள் தயாரிக்கும் தொழிலாளி; தபால்காரர் என பல்வேறு வேலைகளைச் செய்து தங்கள் வேலையில் எந்த மகிழ்ச்சியும் காணாமல் அமெரிக்க முதலாளிய சமுதாயத்தில் அந்நியமாக்கப்படும் உணர்வோடு வாழ்கின்றவர்கள். அவர்களை ஸ்டட்ஸ் டெர்கல் நேர்காணல் செய்து எழுதிய வாய்மொழி வரலாற்று நூல்தான் அது.

வாய்மொழி வரலாற்றை எழுதுவதற்கானவை என்று வரையறுக்கப்பட்ட நிபந்தனைகளை முழுமையாக நடைமுறையில் பின்பற்றுவது எளிதல்ல. ஏனெனில் இந்த நேர்காணல்களின் நோக்கமே, எழுதப்பட்டுள்ள வரலாற்றில் இதுவரை காணக் கிடைக்காத தகவல்களை, வரலாறே இல்லாத அல்லது அரைகுறையாகவோ, தற்சாய்வு கொண்டதாகவோ எழுதப்பட்டுள்ளவற்றில் காணப்படுகின்ற

வரலாற்றை மட்டுமே கொண்டுள்ள மனிதர்களைப் பற்றிய உண்மை களையும் விவரங்களையும் மற்றவர்களுக்கு எடுத்துச் சொல்வதுதான். எனவே, அவை எழுத்து வடிவத்துக்கு மாற்றப்பட வேண்டும். அப்படிச் செய்கையில், நேர்காணப்பட்டவர் சொன்னவற்றில் கூறியன கூறல்களை நீக்கியும், அவர் கூறும் விடயங்களை காலவரிசைப்படி ஒழுங்குபடுத்தியும் அவற்றைத் தனது சொந்த மொழியிலும் நடையிலும் ஆராய்ச்சியாளர் எழுதுவது தவிர்க்க முடியாதவையாகின்றது. இதன் பொருள் நேர்காணப்பட்டவர் கூறியவற்றைத் திரித்துக் கூறுவது அல்ல. மேலும், அதை வெளியிட முன்வரும் சம்பந்தப்பட்ட பதிப்பாளர் சில பகுதிகளை 'நீக்கவோ, குறைக்கவோ அல்லது திருத்தவோ' செய்வதும் நேரிடலாம். ஆராய்ச்சியாளரால் நேர்காணப்பட்டவர்களில் சிலர், "நான் அப்படிக் கூறவில்லையே; ஆராய்ச்சியாளர் அவர் சொல்ல விரும்புவதை என் வாயில் திணித்துவிட்டார்" என்றோ, "ஆராய்ச்சியாளர் எழுத்து வடிவத்தில் கொண்டு வந்துள்ளவை நான் சொல்லியவைதான், ஆனால் நான் சொன்ன வரிசைக் கிரமத்திலோ அல்லது சொற்களிலோ அல்ல" என்றோ சொல்கின்ற நிகழ்வுகள் உண்டு. மேலும், நேர்காணல் செய்யப்பட்டவரின் பாதுகாப்பை முன்னிட்டு, அவரது பெயரையோ, அவர் வசிக்கும் இடத்தின் பெயரையோ மாற்றும் கடமையோ அல்லது கட்டாயமோ ஆராய்ச்சியாளருக்கு ஏற்படுகிறது. தவிரவும் ஒரு குறிப்பிட்ட நிகழ்வை அனுபவித்த குழுக்களைச் சேர்ந்த பலரை நேர்காணல் செய்கையில் கிடைத்த விவரங்கள் யாவும் ஒரே மாதிரியாக இருக்குமானால், அவர்கள் அத்தனை பேருக்குமான பொதுவான, கற்பனையான பெயரில் ஆராய்ச்சியாளர் அந்த வாய்மொழி வரலாற்றை எழுத்து வடிவத்தில் கொண்டு வர வேண்டியுள்ளது. எனவே, இந்த உண்மைகள், எழுதப்பட்ட வரலாற்று ஆவணங்களிலுள்ள தரவுகள், கல்வெட்டுகள், தொல்லாராய்ச்சியில் கிடைத்த தகவல்கள் ஆகியற்றைக் கொண்டு கல்விப்புலம் சார்ந்த, 'முறைப்படியான, எழுத்துவடிவிலான' வரலாற்று நூல்களை எழுதுபவர்களால், வாய்மொழி வரலாற்றை அலட்சியம் செய்வதற்கோ அல்லது சிலவேளை எள்ளி நகையாடு வதற்கோ பயன்படுத்தப்படுகிறது.

ஆனால், ஒடுக்கப்பட்ட மக்கள் பெரும்பாலோரின் எழுதப்பட்ட வரலாறு மிக அரிதாகவே உள்ளது. நம் நாட்டைப் பொருத்தவரை தலித் மக்களில் ஒப்பீட்டு நோக்கில் முன்னேறிய பிரிவினருக்கான வரலாற்றுத் தடயங்களும் வரலாற்று நூல்களும் ஓரளவு உள்ளன. அவற்றில் பெரும்பாலானவை அந்தப் பிரிவினரைச் சேர்ந்தவர்களாலேயே எழுதப்பட்டவை; அவர்களது சாதிப் பெருமையைப் பேசுகின்றவை.

மேலும், அந்தப் பிரிவினரைச் சேர்ந்த நவீனகால எழுத்தாளர்கள் - இவர்களில் பெரும்பாலும், படித்த, மத்தியதர வர்க்கத்தினர் - எழுதுகின்ற நாவல்களில் கணிசமானவை அவர்களுடைய தன் வரலாறே. அதாவது அவை பெரிதும் சமகால வரலாறாகவே - புனைவிலக்கிய வடிவில் உள்ள தன் வரலாறாகவே உள்ளன. ஆயினும் அவற்றை எழுதும்போது அவர்களது வாழ்ந்துபெற்ற அனுபவங்கள் அவர்களைத் துன்புறுத்துவதாக அவர்களில் மிகவும் புகழ்பெற்ற எழுத்தாளர் பாமா கூறுகிறார். சாதிப் படிநிலை அமைப்பில் தலித் மக்களிலும்கூட ஏற்றத்தாழ்வுகள், அந்தந்த உள்சாதியைச் சேர்ந்தவர்களின் அனுபவங்கள் அளவு வகையிலும் பண்பு வகையிலும் வேறுபட்டவையாக உள்ளன. ஆனால் ஒடுக்கப்பட்ட தலித் சாதிகள் அனைத்துக்கும் பொதுவாக உள்ள 'தீண்டாமைக் கொடுமை' பொதுவாக இருப்பதால், அவை 'தலித் இலக்கியம்' என்ற பொதுவான வகைப்பாட்டுக்குள் கொண்டு வரப்படுவது நியாயமானது. வாய்மொழி வரலாற்றை ஓரளவுக்கு அடிப்படையாகக் கொண்டுள்ள அழகியபெரியவனின் இரு நாவல்களைக் காண முடிந்தது: 'தகப்பன் கொடி', 'வல்லிசை' ஆகியனவே அவை. அவரது ஆக்கங்கள் சில - குறிப்பாக சிறுகதைகள் - தலித்துகள் அல்லாத வேறு ஒடுக்கப்பட்ட, பொருளாதார ரீதியாகச் சுரண்டப்படுகிற மனிதர்களைப் பற்றியும் பேசுகின்றது. ஆனால் சாமானிய தலித் உழைக்கும் மக்கள் (அவர்கள் கிராமப்புறங்களிலோ, நகர்ப்புறங்களிலோ இருக்கலாம்) அன்றாடம் அனுபவிக்கும் இழிவுகளையும் துயரங்களையும் பதிவு செய்கின்ற வாய்மொழி வரலாறோ, புனைவிலக்கியமோ இன்னும் போதாதவையாகவே உள்ளன. இமையத்தின் நாவல்கள், விழி.பா.இதயவேந்தனின் சிறுகதைகள் போன்றவை இதற்கு விதிவிலக்கு. பெருமளவுக்கு வாய்மொழி வரலாற்றையும் பயன்படுத்தி எழுதப்பட்ட, வரலாற்று ஆராய்ச்சிகளும் நூல்களும் தலித் மக்களில் ஒப்பீட்டு நோக்கில் முன்னேறிய சாதிகளைவிட மிகமிகத் தாழ்ந்த நிலையில் உள்ளவர்களுக்கு - எடுத்துக்காட்டாக அருந்ததியர்கள், புதிரை வண்ணார்கள், வெட்டியான்கள், மலம் அள்ளும் தொழிலாளிகள் போன்றோருக்கு - மிகமிகக் குறைவு. புதிரை வண்ணார் குறித்த குறிப்பிடத்தக்க நாவல் இமையத்தின் 'கோவேறு கழுதைகள்'. இமையம் தன்னை 'தலித் எழுத்தாளர்' என்று அழைத்துக்கொள்வதை விரும்பாதவர் - எழுத்தாளர் பூமணியைப் போல. அவரது நாவல்கள் பெரிதும் சமகாலத்திய தலித் மக்கள் அனுபவிக்கின்ற கொடுமைகள், அவர்களை ஒடுக்குவோரின் மனப்பான்மை ஆகியவற்றைக் கையாள்பவை. அவரது நாவல்கள், சிறுகதைகள், குறுநாவல்(கள்) ஆகியவற்றில்

சொல்லப்படும் ஆதிக்க சாதியினர், ஒடுக்கப்படும் சாதியினர் ஆகியோரின் பெயர்கள் மிக அரிதாகவே நேரடியாகக் குறிப்பிடப்படுகின்றன என்றாலும், படைப்புகளில் தமிழகத்தின் வட மாவட்டங்களைச் சேர்ந்த ஆதிக்க, ஒடுக்கப்பட்ட சாதியினர் யார் என்பதைப் பலரால் எளிதால் அடையாளம் காண முடிகின்றது. இது போக, தலித்துகளின் மீதான, குறிப்பாகப் பெண்கள் மீதான ஒடுக்குமுறைக்கு எதிரான ஆவேசக் குரல்களை எழுப்பும் சுகிர்தராணி, யாழன் ஆதி போன்றவர் களையும் நாம் இங்கு குறிப்பிட வேண்டும். எனினும், குறிப்பிட்ட ஒரு சாதியைச் சேர்ந்த படைப்பாளிகளின் எழுத்துகள் அவர்களது சொந்த, தனிப்பட்ட அனுபவங்களை மட்டுமே அடிப்படையாகக் கொண்டவை என்றாலும், பொதுவாக ஒட்டுமொத்த தலித்துகள் மீதான ஒடுக்குமுறை, தீண்டாமை ஆகியவற்றைப் பிரதிபலிக்கும், தமிழகம் முழுவதற்குமான பொதுத்தன்மையைக் கொண்டிருப்பதைப் புரிந்து கொள்ள முடியும். ஆதவன் தீட்சண்யாவும் தன்னை 'தலித் எழுத்தாளர்' என்று அடையாளப்படுத்திக் கொள்வதில்லை. அவரது முக்கியமான படைப்புகளில் சாதி ஒடுக்குமுறையும் வர்க்கச் சுரண்டலும் ஒன்றோடொன்று இணைந்து காணப்படுகின்றன. அருந்ததியினரில் ஒரு பிரிவினர் ஆந்திராவிலிருந்தோ கன்னடப் பகுதிகளிலிருந்தோ வந்தவர்கள் என்ற வரலாற்றுக் குறிப்புகள் இருந்த போதிலும் அவர்களைப் பற்றிய முறையான வரலாறு ஏதும் இல்லை. அந்த சமூகங்களைச் சேர்ந்தவர்களிலுள்ள எழுத்தாளர்கள், அல்லது அறிவாளிகள் (intellctuals) என்று சொல்லத்தக்கவர்களின் எண்ணிக்கை, மற்ற முன்னேறிய பிரிவுகளைச் சேர்ந்த இத்தகையவர்களின் எண்ணிக்கையை ஒப்பிடுகையில் மிகக் குறைவாக இருப்பதால், அவர்களுடைய எழுத்து வடிவிலான புனைவிலக்கியங்களும்கூட மிகக் குறைவாகவே உள்ளதுடன் வாசகர் உலகில் குறைவான கவனத்தையே பெற்றுள்ளன. எனவே அந்த சமூகத்தினரின் வரலாற்றை எழுத அவர்களின் பாடல்களையோ கதைகளையோ நேர்காணல்கள் மூலம் திரட்டுவதில் வாய்மொழி வரலாற்றின் பாத்திரம், அதாவது நேர்காணல்கள் முக்கியத்துவம் பெறுகின்றன. இந்தப் பணியைத்தான் ஒரு மேலை நாட்டு அறிஞர் செய்து வருகிறார் (Alexandra de Heering, Dalits and Memories Remembrance of Days Past, Economic and Political Weekly, March 12, 2016 vol lI 70) எனினும், தமிழகத்தில் அந்த சமூகத்தினரில் ஒரு சிலர் எழுதிய ஒன்றிரண்டு வரலாற்று நூல்களும்கூட, மற்ற தலித் சாதியினரின் வரலாற்று நூல்கள் பெரும்பாலானவற்றைப் போலவே சுயசாதிப் பெருமையைப் பேசுகின்றன. அதற்குக் காரணம்,

அண்ணல் அம்பேத்கர் கூறியது போல நம் சமுதாயத்திலுள்ள சாதி அமைப்பு, படிநிலை வரிசையிலான ஏற்றத்தாழ்வுகளால் கட்டமைக்கப் பட்டது. தலித் மக்களிடையேயும் காணப்படும் தீண்டாமை உணர்வு சாதி இந்துக்களால்தான் அவர்கள் மீது திணிக்கப்பட்டது என்று கூறும் அதேவேளை, அந்த ஏற்றத்தாழ்வுகளைக் களைந்து மற்றவர்களுக்கு முன்னுதாரணமாக இருக்க வேண்டியது அவர்களுடைய கடமை என்பதையும் அவர் வலியுறுத்தினார்.

அண்ணல் அம்பேத்கர் ‘மஹர்’ சாதியில் பிறந்தவர் என்றாலும் அவர் மஹர் வரலாற்றை எழுதவில்லை; சமூக விழிப்புணர்வும், சாதி எதிர்ப்புணர்வும் மற்ற தலித் சாதியினரைவிட மஹர்களிடம் அதிகமாக இருந்தை அவர் பாராட்டினார். கிழக்கிந்தியக் கம்பெனியின் இராணுவத்தில் முதலில் சேர்க்கப்பட்ட அவர்கள், பின்னாளில் சாதி இந்துக்கள் அதில் பெருமளவு சேர்ந்த பிறகு பிரிட்டிஷாரால் நிராகரிக்கப் பட்டதால் மட்டுமே மீண்டும் ‘மஹர் படைப் பிரிவு’ உருவாக்கப்பட வேண்டும் என்று வலியுறுத்தினாரேயன்றி சுயசாதிப் பற்றின் காரணமாக அல்ல. அவர் ‘மஹர்’ சாதியில் பிறந்தவர் என்பதால்தான், தான் அனுபவித்த இழிவுகளை அந்த சாதி இழிவுக்குள்ளாக்கப்பட்டிருந்ததுடன் இணைத்துப் பேசினாரேயன்றி, ‘தீண்டத்தகாதார் யார்?’ என்ற நூலில் ஒரு குறிப்பிட்ட தீண்டத்தகாத சாதியை மட்டும் அவர் பிரத்யேகமாக சமூக இழிவையும் ஒடுக்குமுறையையும் அனுபவிப்பதாகக் காட்ட வில்லை. ஒரு குறிப்பிட்ட சாதி அடையாளத்தைக் கடந்து ஒட்டுமொத்தமான தலித் மக்களைப் பற்றி மட்டுமல்லாது, பிற உழைக்கும் மக்களைப் பற்றியும் பேசுகின்ற தலித் அறிவாளிகள் ஆனந்த் டெல்டும்டே, ஜிக்னேஷ் மெவானி போன்ற ஒரு சிலரே. ஏனெனில் அவர்கள் சோசலிச, மார்க்ஸியத் தாக்கம் பெற்றவர்கள். ஆனால் அவர்கள் படைப்பிலக்கியவாதிகளல்லர். மேற்சொன்ன கருத்துகள் பழங்குடி மக்களைப் பற்றி எழுதப்பட்டுள்ள வரலாறு, அவர்களது வாய்மொழி வரலாறு, அவர்களைப் பற்றி எழுதப்பட்ட புனைவிலக்கியம் ஆகியவற்றுக்கும் பெருமளவுக்குப் பொருந்தும் எனினும் பிரிட்டிஷாரை எதிர்த்தும் பின்னர் ‘சுதந்திர’ இந்தியாவில், ஒடுக்கும், சுரண்டும் சக்திகளுக்கு எதிராகவும் போராடிய சாந்தால் பழங்குடி மக்களைப் பொருத்தவரை குறிப்பிடத்தக்க வரலாற்றுச் சான்றுகளும் நூல்களும் இலக்கியப் படைப்புகளும் உள்ளன. காலஞ்சென்ற மாபெரும் எழுத்தாளர் மகாஸ்வேதா தேவி, தான் நடத்திய மாத ஏடு முழுக்க முழுக்க பழங்குடி மக்களின் சார்பிலோ அல்லது அவர்களாலேயே எழுதப்படும் ஆக்கங்களுக்காகவே நடத்தப்பட்டது. பெரியார் கூறியது

போல ஏணிப்படிகளைப் போல தங்களுக்குள்ளும் ஏறுவரிசையையும் இறங்கு வரிசையையும் கொண்டுள்ள 'தீண்டத்தக்க' சாதிகளைச் சேர்ந்த எழுத்தாளர்களின் இலக்கியப் படைப்புகளும் பெரும்பாலும் அவை வட்டாரத்தன்மை கொண்டதாகவோ, அல்லது நேர்முகமாகவோ மறைமுகமாகவோ சாதி அடையாளத்தை வெளிப்படுத்துவதாகவோ இருக்கின்றன. எனினும் வட்டாரத்தன்மை கொண்ட படைப்புகளை எழுதும் பெருமாள் முருகன், கொங்குப் பகுதியில் தலித் மக்கள் மீது - குறிப்பாக அருந்ததியர்கள் மீது, ஆதிக்க சாதியினர் - குறிப்பாக கொங்கு வேளாளர்கள் நடத்தும் வெளிப்படையான, வெறித்தனமான ஒடுக்குறையை மட்டுமல்லாது, அவர்கள் கையாளும் நுட்பமான ஒடுக்குமுறை உத்திகளையும் எடுத்துரைக்கின்றன. கொங்குப் பகுதி எழுத்தாளர்களில் தலித்துகள் பற்றி எழுதியவர்கள் கணிசமானவர்கள். எனினும், அவர்களது சிறுகதைகளை 'தலித் பற்றிய கொங்குச் சிறுகதைகள்' என்ற தலைப்பில் தொகுத்துள்ள பெருமாள் முருகன் கூறும் சில கருத்துகள் மனங்கொள்ளத் தக்கவை: "இக்கதைகள் அனைத்தும் தலித் நோக்கில் எழுதப்பட்டவை என்று கூற முடியாது. ஆதிக்கக் கருத்தியல் கொண்டு தலித்துகளை அணுகுபவை; தலித்துகள் மீது அதீத இரக்கம் கொண்டவை, தலித்துகள் மீதான ஒடுக்குமுறைகளை வெளிச்சமாக்குபவை, தலித் நோக்கில் பார்க்க முயல்பவை எனப் பல தரப்பட்டவை உள்ளன... இக்கதைகள் விமர்சனத்துக்கும் உள்ளாக வேண்டியவை. இத்தொகுப்பு தலித்துகளின் எண்ணங்களைப் பிரதிபலிப்பது அல்ல. தலித்துகளைப் பற்றிய பார்வை சிறுகதைகளில் எவ்வாறு பதிவு செய்யப்பட்டுள்ளது, தலித் வாழ்வின் எப்பகுதியில் கவனம் செலுத்தப்பட்டுள்ளது என்பனவற்றை அறிவதற்கான தரவுகளை இத்தொகுப்பு வழங்குகிறது... இத்தொகுப்பு தலித் இலக்கியத்துக்கான பிரதிநிதித்துவம் கொண்டதல்ல. அவ்வாறன தொகுப்பு இனிமேல் உருவாக இது பயன்படலாம். தங்களைத் தாங்களே எழுதிக் கொள்வதற்கான உத்வேகத்தைக் கொடுக்கவும், தலித் எழுத்தாளர்கள் உருவாகி வருவதற்கான ஆவேசத்தை உண்டாக்கவும் இத்தொகுப்பு சிறிதேனும் காரணமாக அமையலாம்" (பெருமாள் முருகன் (தொகுப்பாளர்), தலித் பற்றிய கொங்குச் சிறுகதைகள், புதுமலர் பதிப்பகம், கோவை, 2001, ப.9-10).

எனினும் தலித்துகளுக்குச் சற்று மேலான நிலையில் உள்ள, ஆனால் சாதிப் பெருமிதத்தைக் கைவிடாத மிகப்பிற்படுத்தப் பட்டோர் என்று சொல்லப்படக்கூடிய தச்சர்கள், கொல்லர்கள், சலவைத் தொழிலாளிகள், முடி வெட்டும் தொழிலைச் சேர்ந்தவர்கள்

பற்றிய வரலாறோ, புனைவிலக்கியங்களோ இப்போதுதான் ஒன்றிரண்டு வரத் தொடங்கியுள்ளன.

இடைநிலைச் சாதியினர் பலர் தம் குலப் பெருமையைப் பேசுவதற்காக, 'வரலாற்று நூல்கள்' என்று அவர்களே கூறிக் கொள்கிறவற்றை எழுதியுள்ளனர், எழுதி வருகின்றனர். விடுதலைப் போராட்ட வீரர்களான வேலு நாச்சியார், சுந்தரலிங்கம், தீரன் சின்னமலை போன்றோரும்கூட சாதிச் சின்னங்களாக ஆக்கப்பட்டுள்ளனர்.

தலித் எழுத்தாளர்களைப் பற்றியோ, இடைநிலைச் சாதிகளைச் சேர்ந்த எழுத்தாளர்களைப் பற்றியோ மேற்சொன்ன கருத்துகளை கூறுகையில், அவர்களது இலக்கியப் படைப்புகளின் வரலாற்றை முழுமையாக அறிந்தவன் என்ற முறையில் அல்ல, என் அறிவுக்கும் அனுபவத்துக்கும் பட்டவற்றை மட்டுமே சொல்கிறேன். மதச் சிறுபான்மையினர், திருநங்கைகள், நரிக்குறவர்கள் போன்ற விளிம்பு நிலை மக்கள் எழுதிய அல்லது அவர்களைப்பற்றி எழுதப்பட்ட வரலாறுகளையோ புனைவிலக்கியங்களையோ பேசுவதற்கு இங்கு இடமோ, நேரமோ போதாது.

சாதிய அடையாளத்தைக் கடந்தவையாக உள்ளவை என்று என் சிற்றறிவுக்குப் பட்டவை விதிவிலக்கின்றி அனைத்துத் தரப்பு மக்களையும் பாதிக்கின்ற சூழலியல் கேடுகள், இயற்கைச் சீற்றங்கள் ஆகியவற்றைப் பற்றி எழுதப்படும் நாவல்கள் மட்டுமே. சமுதாயப் பிரச்சினைகளைப் பற்றிப் பேசாமல், புழக்கடையிலுள்ள மரங்கள், பூக்கள் போன்றவற்றை சிலாகிக்கும் வெறும் அழகியல் சார்ந்த இலக்கியங்களையும் இதில் சேர்த்துக் கொள்ளலாம். எனவே மேற்கு நாடுகளில் நாவல் என்ற இலக்கிய வடிவம் பூர்ஷ்வா வர்க்கத்தின் எழுச்சியுடன் தோன்றியது என்பது பொதுவாக ஏற்றுக்கொள்ளப்பட்ட கருத்து. அந்த நாடுகளிலும் வட்டாரத்தன்மைகள் உள்ளன. ஆனால் அவற்றைவிட பொதுத் தன்மைதான் அதிகம். பால்ஸக் (Honore de Balzac), கெதே (Johann Wolfgang Goethe), சார்லஸ் டிக்கென்ஸ் (Charles Dickens), அவர்கள் எல்லோருக்கும் பல நூற்றாண்டுகளுக்கு முன் வாழ்ந்த ஸெர்வாண்டெஸ் (Miguel Cervantes) போன்ற எழுத்தாளர்கள் அவர்கள் வாழ்ந்த சமுதாயங்களைப் பற்றிக் கூடுமானவரை பொதுச் சித்திரத்தை வழங்கியது போல, நமது நாட்டில் வட்டாரத்தன்மையோ, சாதியத்தன்மையோ இல்லாத பூர்ஷ்வா நாவலை (பூர்ஷ்வா என்பதை அதன் நேர்மறைப் பொருளில், பண்பாட்டுப் பொருளில் பயன்படுத்துகிறேன்) எழுதுவதற்கான சாத்தியப்பாடுகள் மிகக் குறைவு.

பிரான்ஸின் 19ஆம் நூற்றாண்டு வரலாறு பற்றிய எண்ணற்ற வரலாற்று நாவல்கள் சொல்வதைவிட அதிகமாக பால்ஸக்கின் (Balzac) படைப்புகள் கூறுவதாக மார்க்ஸ் ஒரு முறை கூறினார். அப்படிப்பட்ட ஒரு படைப்பை தமிழகத்தில், இந்தியாவில் காண முடியாது. ஏனெனில் வட்டார வேறுபாடுகள் மட்டுமின்றி, சாதிய வேறுபாடுகளையும் கொண்டுள்ள நம் நாட்டில், ஒட்டுமொத்தமாக எல்லா இலக்கியப் படைப்புகளையும் ஒரு சேரப் படிப்பதுதான் நமக்கு ஏறத்தாழ ஒரு முழுச் சித்திரத்தை வழங்கக் கூடும். எனினும், வட்டாரத் தன்மையுடைய இலக்கியப் படைப்புகள் - குறிப்பாக ஒடுக்கப்பட்ட மக்களைப் பற்றிய எழுத்துகளில் பல - நம் நெஞ்சைத் தொடுவதற்குக் காரணம், அவை நாம் காணும் யதார்த்த நிலைகளையும் ஒடுக்குமுறைகளையும் நினைவூட்டுகின்றன என்பதுதான்.

ஒடுக்கப்பட்ட மனிதர்கள், சாதிவாரியாகப் பிரிக்கப்படாமல், ஒட்டுமொத்தமான அடையாளத்தைப் பெறுகின்ற சமுதாயங்களில் அவர்கள் அனைவருக்கும் பொதுவான அனுபவங்களை அடிப்படையாகக் கொண்டு படைக்கப்படும் இலக்கியங்கள் சாத்தியமாகின்றன. அவை வாய்மொழி வரலாற்றை மட்டுமே முழுமையாகவோ அல்லது வாய்மொழி வரலாறு, எழுதப்பட்டு ஆவணப்படுத்தப்பட்ட வரலாறு ஆகிய இரண்டையுமே அடிப்படையாகக் கொண்டவையாக உள்ளன. ஆப்ரிக்காவின் பல்வேறு பகுதிகளிலிருந்தும் அமெரிக்காவுக்கு அடிமைகளாகக் கொண்டுவரப்பட்ட கறுப்பின மக்கள் அனைவராலும் - அவர்களது பூர்விகம் எத்தகையதாக இருந்தாலும் - கறுப்பின எழுத்தாளர்களால் எழுதப்படும் இலக்கியப் படைப்புகள், வரலாற்று நூல்கள், சமூகவியல் ஆகியவற்றில் கிட்டத்தட்ட அனைத்தும் அங்குள்ள கறுப்பின மக்களால் - கிட்டத்தட்ட ஏற்றுக்கொள்ளப்படும் தன்மையைப் பெற்றுள்ளன.

எனினும், வாய்மொழி வரலாற்றை அடிப்படையாகக் கொண்டு எழுதப்படும் புனைவிலக்கியங்களில் - குறிப்பாக நாவல்களில் - உள்ள வரலாற்று அம்சம் கேள்விக்குள்படுத்துவதும் நேரிடுகிறது. எடுத்துக் காட்டாக, உலகப் புகழ்பெற்ற, தமிழ் உள்ளிட்ட ஏராளமான மொழிகளில் மொழியாக்கம் செய்யப்பட்டுள்ள அலெக்ஸ் ஹேலியின் (Alex Haley) 'வேர்கள்' (Roots) நாவல் ஏழு தலைமுறைகளை உள்ளடக்கிய நாவல். அதன் ஆசிரியரால் தனது குடும்பத்தைச் சேர்ந்த மூன்று தலைமுறையினரின் வாய்மொழி வரலாற்றையும் ஆப்பிரிக்கக் கண்டத்திலுள்ள தனது முன்னோர்களின் வாய்மொழி வரலாற்றையுமே பெரிதும் சார்ந்து எழுதப்பட்டுள்ளது. ஆனால் அது "புனைவிலக்கியமாக

ஆக்கப்பட்ட வரலாறா அல்லது வரலாறாக ஆக்கப்பட்ட புனைவிலக்கியமா" என்ற விவாதம் அமெரிக்காவில் நீண்டகாலம் நடந்தது. அந்த நாவல் தொலைக்காட்சித் தொடராக வெளிவந்த போது, அதிலுள்ள சில பகுதிகள் மிகைப்படுத்தப்பட்டோ அல்லது மெருகூட்டப்பட்டோ இருந்தன. எனினும் அமெரிக்கக் கறுப்பின மக்களின் ஒட்டுமொத்தமான தன்மான உணர்ச்சியையும் சுதந்திர வேட்கையையும் வளர்ப்பதற்காகத் தோன்றிய இயக்கங்களில் இதுவுமொன்று என்று சொல்லத்தக்க வகையில் அந்த நாவல் உயர்ந்த நிலையை அடைந்திருக்கிறது. இந்தியாவிலுள்ள 'தீண்டத்தகாதார் நிலை' அமெரிக்கக் கறுப்பின அடிமைகளின் நிலையைவிட மோசமானது என்று அண்ணல் அம்பேத்கர் கூறினார். அதாவது அமெரிக்கக் கறுப்பினத்தவர்கள் சிலருக்கு அடிமைத்தனத்திலிருந்து விடுபட்டு, சமுதாய, அரசியல், பொருளாதாரத் துறையில் முன்னேறவும் அவர்கள் மீது திணிக்கப்பட்ட இன ஒதுக்கல் முறையும் நீங்குவதற்கான வாய்ப்பு உள்ளதாகக் கருதினார்.

எனினும், ஹாலிவுட் திரைப்படங்களில் காட்டப்படுவது போலவோ அல்லது யதார்த்தத்தில் நிலவுவது போலவோ கறுப்பினத்தவர் பலர் சமுதாயத்தின் பல்வேறு துறைகளில் பங்கேற்கும் வாய்ப்புப் பெற்றவர்களாக இருந்த போதிலும் இது முழு உண்மையல்ல. அமெரிக்காவின் இன ஒதுக்கல் முறையும் இனக் கொலையும் மேலோங்கியிருந்த தென் மாநிலங்களிலிருந்து நடந்த 'பெரும் புலப்பெயர்வு' (The Great Migration) என்றழைக்கப்படும் நிகழ்வு பற்றி அமெரிக்க கறுப்பின எழுத்தாளர் இஸபெல் வில்கெர்ஸன் (Isabel Wilkerson) பதினைந்தாண்டுகள் ஆராய்ச்சி செய்தும் புலம் பெயர்ந்த 1200 கறுப்பினத்தவரை நேர்காணல் செய்தும், அந்த நேர்காணல்களை வடிகட்டி சாரத்தை எடுத்துரைக்கும் உத்தியாக மூன்று கறுப்பினத்தவரின் வாழ்க்கை மீது கவனத்தைக் குவித்தும் எழுதியுள்ள 'பிற சூரியன்களின் கதகதப்பு' (The Warmth of the Other Suns) என்ற நூல் தென் மாநிலங்களில் புகையிலை, பருத்தி, பழத் தோட்டங்களில் வேலை செய்து வந்த கறுப்பின அடிமைத் தொழிலாளர்கள் அனுபவித்த, நம்மால் கற்பனை செய்துகூட பார்க்கப்பட முடியாத கொடூரங்களை மட்டுமல்ல, இன ஒதுக்கல் சட்டப்படி ஒழிக்கப்பட்ட அமெரிக்க வட, மேற்கு மாநிலங்களில் அவர்கள் அனுபவித்த கொடும் துன்பங்களையும், கறுப்பின மக்களிடையேயும் ஒரு வகை சாதி அமைப்பு இருந்ததையும், தொடர்ந்து நிலவி வருவதையும் சித்தரிக்கின்றது. அவர்களில் கிட்டத்தட்ட அனைவரும் தென் மாநிலங்களிலே தொடர்ந்து வாழ

முடிவு செய்துவிட்ட உற்றார் உறவினர்களை நினைத்து ஏங்கக்கூடிய மனநிலையில் இருந்தார்கள் என்பதை வில்கின்ஸென் நூல் சொல்வதைப் படிக்கையில் அவர்கள் 'புதிய ஜெரூசலேம்' என்று நினைத்த வட, மேற்கு மாநிலங்களும்கூட அவர்களுக்கு நரக வேதனை தருவதாகவே இருந்தது என்பதை உணர முடியும். இந்த நூலைப் படிக்கையில்தான் எனது அபிமான ஜாஸ் (பியானோ, வாய்ப்பாட்டு) இசைக் கலைஞர் ரே சார்லஸ் (Ray Charles) தென்மாநிலமான ஜார்ஜியாவிலிருந்து வந்தவர் என்பதை அறிந்து கொண்டேன். அவருடைய 'Georgia On My Mind' என்ற பாடலை நாம் ஒரு முறையாவது கேட்க வேண்டும். எவருடைய மனதையும் இளகச் செய்யும் கறுப்பின எழுத்தாளர் ரிச்சர்ட் ரைட்டின் (Richard Wright) நினைவுக் குறிப்புகளான 'கறுப்பினப் பையன்: குழந்தைப் பருவம் மற்றும் இளமைப் பருவம் பற்றிய ஆவணம்' (Black Boy: A Record of Childhood and Youth) என்ற நூலிலுள்ள வாக்கியங்களிலொன்றுதான் இஸபெல் வில்கெல்ஸனின் நூலின் தலைப்பாக அமைந்துள்ளது. அந்த வரிகளுள்ள ஒரு பத்தி இது:

"தெற்கை விட்டுச் செல்கிறேன், அறியாத இடத்தில் என்னைத் தூக்கியெறிவதற்காக. தெற்கின் ஒரு பகுதியை எடுத்துச் சென்று கொண்டிருந்தேன். அந்நிய மண்ணில் அதை நட்டு வைப்பதற்காக, அது வேறு வகையில் வளர்கிறதா அதனால் புதிய, குளிர்ந்த நீரை குடிக்க முடியுமா, அந்நியக் காற்றில் வளையுமா, பிற சூரியன்களின் கதகதப்புக்கு இசைவாக எதிர்வினையாற்றுமா, ஒருவேளை, மலரவும் செய்யுமா என்பதைப் பார்ப்பதற்காக".

அமெரிக்கக் கறுப்பின மக்களிடையே வர்க்க, வரலாற்று ஆவணங்களையும் வாய்மொழி வரலாற்றையும் (நேர்காணல்கள்) இணைத்து வில்கென்ஸனின் நூல் எழுதப்பட்டுள்ளது.

2

தமிழிலும் வரலாற்று நாவல்கள் எனச் சொல்லக் கூடியவற்றுக்கு ஏறத்தாழ நூறாண்டுக் கால வரலாறு உண்டு. சில நாவல்கள், வரலாற்று ஆராய்ச்சி நூல்களை அடிப்படையாகக் கொண்டவை என்றாலும் அவற்றுக்கான தரவுகள் அந்த நாவலாசிரியர்களால் மிக அரிதாகவே வெளிப்படையாக அங்கீகரிக்கப்பட்டுள்ளன. அண்மைக் காலமாக வரலாற்று நாவல்களை எழுதுபவர்கள், பதிவு செய்யப்பட்ட ஆவணங்கள், ஆவணக் காப்பகங்கள் முதலியவற்றைப் பெருமளவில் பயன்படுத்தி வருவதைப் பார்க்கிறோம்.

19, 20ஆம் நூற்றாண்டுக் காலத்தில் நிகழ்வதாகச் சொல்லப் படுகின்ற புலம் பெயர்ந்த தமிழர்கள், தொழிலாளர்கள் பற்றித் தமிழக எழுத்தாளர்களும், இலங்கை, மலேசிய, சிங்கப்பூர் தமிழ் எழுத்தாளர்களும் புனைவிலக்கியங்களைப் படைத்துள்ளனர். அவை வாய்மொழி வரலாற்றோடு, பதிவு செய்யப்பட்ட ஆவணங்களையும் தரவுகளாகக் கொண்டவை. அந்தத் தொழிலாளர்களுக்கிடையிலேயும் சாதிப் பிரிவினைகள் உள்ளன என்றாலும் அவர்கள் அனைவருக்குமான பொதுவான அனுபவத்தையும் இந்த நாவல்களில் காணலாம். மலாயா, சிங்கப்பூர் ஆகியவற்றுக்குப் புலம் பெயர்ந்த தமிழர்களைப் பற்றி ப.சிங்காரம் எழுதிய இரு முக்கிய நாவல்கள் முழுக்கமுழுக்க வாய்மொழி வரலாற்றை மட்டுமே அடிப்படையாகக் கொண்டவை என்று சொல்வது கடினம். மலேசியத் தமிழ் எழுத்தாளர்கள் சிலரும் வாய்மொழிச் செய்திகளை அடிப்படையாகக் கொண்டு, அங்கு தமிழகத் தொழிலாளர்கள் கொத்தடிமைகளாகக் கொண்டு சொல்லப்பட்டது குறித்த நாவல்களை எழுதியுள்ளனர். இரு நாவல்கள் (அ.ரெங்கசாமி எழுதிய ‘புதியதோர் உலகம்’; சண்முகம் எழுதிய ‘சயாம் மரண ரயில்’) நேதாஜி பற்றியும், அவரது இந்திய தேசிய இராணுவம் பற்றியும், அந்த நாட்டை ஆக்கிரமித்த ஜப்பானியர்கள் இந்தியாவிற்குள் நுழைவதற்காக தாய்லாந்திலிருந்து பர்மா வரை அமைத்த ரயில் பாதை பற்றியும் பேசுகின்றன. ‘மரண ரயில்வே’ என்றழைக்கப்படும் நெடிய ரயில் பாதையை அமைப்பதில் ஈடுபடுத்தப்பட்ட தென்னாசியத் தொழிலாளிகளில் இலட்சக்கணக்கானோர் விஷக்கடியினாலும், நோய்களாலும், பட்டினியாலும், சத்தூட்டக் குறைவினாலும், ஜப்பானிய உளவுப் படையான கெம்படாயின் ஒடுக்குமுறையாலும் மடிந்துபோனதற்கான ஏராளமான வரலாற்றுச் சான்றுகள் (ஆவண வடிவத்தில்) உள்ளன. இந்தியாவிலிருந்த பிரிட்டிஷ் ஏகாதிபத்திய ஆட்சியைத் தூக்கியெறிவதற்காக ‘எதிரிக்கு எதிரி நண்பன்’ என்று நாஜி ஜெர்மனியுடனும் பாசிச ஜப்பானுடன் கூட்டுச் சேர வேண்டிய நிலை நேதாஜிக்கு ஏற்பட்டது. ‘மரண ரயில்வே’ நிர்மாணத்தில் இறந்துபோன இந்திய, குறிப்பாகத் தமிழகத் தொழிலாளிகள் குறித்த கவலை அவரிடம் இருந்ததற்கான சான்றுகள் இல்லை. மேற்சொன்ன இரு நாவல்களும் சிங்கப்பூரிலும் மலாயாவிலும் இருந்த தமிழர்கள் - குறிப்பாக தோட்டத் தொழிலாளிகள் - நேதாஜிக்குக் காட்டிய உற்சாக வரவேற்பையும் அவருக்குக் கொடுத்த பெருமளவிலான நிதி உதவியையும் குறிப்பிடுகின்றன. இவை வரலாற்று உண்மைகளும்கூட. அந்த இரு நாடுகளையும் தன் காலனிகளாகக் கொண்டிருந்த பிரிட்டிஷாரை விரட்டியடித்தவை ஜப்பானிய இராணுவமும் இந்திய

தேசிய இராணுவமும் என்பதால், இரண்டாம் உலகப் போருக்குப் பின் ஜப்பானியர்கள் தங்களுக்கு விடுதலை வழங்கிச் செல்வார்கள் என்று எதிர்பார்த்த மலாய மக்கள் - குறிப்பாக, ஜப்பானியர்களின் ஒடுக்குமுறையை அனுபவித்த தோட்டத் தொழிலாளிகள் - ஜப்பான் தோற்கடிக்கப்பட்டதையும் பிரிட்டிஷார் மீண்டும் நுழைந்ததையும் மகிழ்ச்சியோடு வரவேற்றதை ஒரு நாவல் சொல்கிறது. மற்ற நாவல், கசப்பான உண்மைகளை மூடிமறைத்து கண்மூடித்தனமாக நேதாஜியின் புகழ் பாடுகிறது. இரண்டு நாவல்களும் எழுதப்பட்ட வரலாற்று ஆவணங்களை அடிப்படையாகக் கொண்டவையல்ல. ஆனால், உண்மைகளை மறைக்காமல் சொல்லும் ஒரு நாவல் மட்டும் பெருந்தோட்டமொன்றில் தொழிலாளி வர்க்கக் குடும்பத்தில் பிறந்து தொடக்கப் பள்ளி ஆசிரியராக இருந்தவர், தான் வாழ்ந்து பெற்ற அனுபவங்களின் அடிப்படையில் எழுதப்பட்டுள்ளது. அந்த அனுபவங்கள் யதார்த்தமான வரலாற்று நிகழ்வுகளுடன், ஆவணப்படுத்தப்பட்ட வரலாற்றுடன் முழுவதுமாக ஒத்திருக்கின்றன. அது அந்த நாவலாசிரியரின் சமகால வரலாறு. எனவே அதை வாய்மொழி வரலாற்றை அடிப்படையாகக் கொண்ட நாவல் எனக் கூற முடியாது.

நாற்பது, ஐம்பது ஆண்டுகளுக்கு முன்னரும்கூட சாதிப் பற்றையோ, சாதி அடையாளத்தையோ முன்னிறுத்தாமல் வாழ்ந்த மலாயத் தமிழர்களிடையே இன்றுள்ள அளவுக்கு சாதி மோகம் இருந்ததில்லை. இந்தியாவிற்கு, தமிழகத்திற்கு ஒப்பீட்டு நோக்கில் அருகாமையிலுள்ள மலாயா, சிங்கப்பூர், ஸ்ரீலங்கா போன்ற நாடுகளுக்குப் புலம் பெயர்ந்து சென்ற தமிழ் மக்களிடையே சாதி உணர்வு வளர்ந்ததற்கு முக்கிய காரணங்களிலொன்று என நான் கருதுவது, அவர்களில் பெரும்பாலோருக்கு இன்னும் பூர்வீகத் தொடர்புகள் இருப்பதும், இங்குள்ள அரசியல் தலைவர்களும், சாதித் தலைவர்களும் அங்கு சென்று வருவதும்தான். தென்னாப்பிரிக்காவிலோ, அல்லது கருங்கடல் பகுதி தீவுகளுக்கோ சென்ற தமிழர்களுக்கு சாதி அடையாளமோ, சாதிப் பெருமிதமோ அறவே இல்லை அல்லது அது மிகச் சிறு அளவிலேயே காணப்படுகிறது. அவர்கள் சிலரின் பெயர்களில் சாதிப்பெயர் பின்னொட்டாக இருக்கிறது என்றாலும், அதை அவர்கள் தங்களது பெயர்களின் ஒரு பகுதி என்றே கருதுகின்றனர். அவர்களிடையே மீண்டும் இந்துப் பண்பாட்டையும் சாதி மனப்பான்மையையும் திணிக்க சங் பரிவாரத்தினர் அங்கு அடிக்கடி சென்று வருகின்றனர்.

3

எனினும், வாய்மொழி வரலாற்றையே முழுமையான அடித்தளமாகக் கொண்டு எழுதப்பட்ட தமிழ் நாவல் என்று நான் முதலில் படித்தது 'கோபல்ல கிராமம்' தான். எழுத்தாளர் பொன்னீலனின் தாயார் அழகியநாயகி அம்மாள் எழுதிய 'கவலை' நாவலும் முழுக்க முழுக்க வாய்மொழி வரலாற்றையே ஆதாரமாகக் கொண்டு எழுதப்பட்டுள்ளதை அறிவேன். அவருக்கிருந்த முறைசார் கல்விப் படிப்பு என்ன என்பது எனக்குத் தெரியவில்லை. அதன் கதையோட்டம், சித்தரிக்கப்படும் நிகழ்வுகள் என் நினைவில் மிக மங்கலாகவே உள்ளன. எனினும், எழுதப்பட்ட வரலாற்றையோ, வாய்மொழி வரலாற்றையோ புதினமாக அப்படியே வார்த்தெடுப்பது சிறந்த இலக்கியப் படைப்பாக அமையாது. சிறந்த இலக்கியப் படைப்புக்கு அதற்கேயான அழகியல், உருவ அமைதி, எடுத்துரைப்பின் நேர்த்தி, வாசகர்களைக் கவர்ந்திழுக்கும் பாணி ஆகியன இன்றியமையாதவை. சில எழுத்தாளர்களின் படைப்புகளில் சொல்லணிகள், இலக்கிய உவமைகள், உருவகங்கள் ஆகியன அவர்களின் எடுத்துரைப்புக்கு மெருகூட்டுவதாக, அதன் மீது செயற்கையாக ஏற்றப்படுவனவாக இருக்கும். ஆனால் மிகச் சிறந்த நாவல்களில் அவை எடுத்துரைப்பின் இன்றியமையாப் பகுதிகளாக அமையும். இந்த வகையிலும் 'கோபல்ல கிராமம்' தனிச்சிறப்பானது. ஒரு சொல்கூட, வாக்கியம்கூட சொல்லணிக்காவோ, சொல்லலங்காரத்துக்காகவோ எழுதப்பட்டதல்ல. ஆனால் இந்த அழகியல் அம்சங்களை, முதல் முறையாக இலக்கிய உலகிற்குள் கொண்டுவந்துள்ள தலித் அல்லது விளிம்பு நிலை சமூகப் பிரிவுகளிலிருந்து வந்துள்ள எழுத்தாளர்களிடம் எதிர்பார்ப்பது நியாயமற்றது என்றாலும் அவர்களது படைப்புகளில் குறிப்பிடத் தக்கவை அழகியல் நேர்த்தியைக் கொண்டுள்ளதை மறுக்க முடியாது.

மேற்சொன்ன பண்புகள் புனைவிலக்கியம் அல்லாத படைப்புகளும் கூட ஓர் இலக்கியப் படைப்பாகவும்கூட படிக்கக்கூடிய தன்மையையும் கொண்டிருப்பதற்குக் காரணமாக அமைகின்றன. எடுத்துக்காட்டுகளாக இருப்பவை, எங்கெல்ஸுடன் இணைந்து மார்க்ஸ் எழுதிய 'கம்யூனிஸ்ட் கட்சி அறிக்கை', அவர் தனியாக எழுதிய 'லூயி போனபார்ட்டின் பதினெட்டாம் புருமேர்', 'மூலதனம் முதல் பாகம்' ஆகியன. இந்த நூல்களில் ஐரோப்பிய செவ்வியல் இலக்கியம் மட்டுமல்லாது மாயமந்திரக் கதைகளும்கூட ஆங்காங்கே நேரடியாகவும் மறைகுறிப்பு களாகவும் (allusions) இடம் பெறுகின்றன. குறிப்பாக 'மூலதனம்' முதல் பாகத்தில் ஷேக்ஸ்பியர், கெதே, பால்ஸக், ஸெர்வாண்டெஸ்

போன்றோரின் படைப்புகளிலிருந்தும், பண்டைக்கால கிரேக்க செவ்வியல் நாடகங்களிலிருந்தும் சில வாக்கியங்களையும் கவிதைகளையும் மார்க்ஸ் பயன்படுத்துகிறார். ஓர் இடத்தில்கூட மார்க்ஸ் அவற்றை வெறும் சொல்லலங்காரத்துக்காகப் பயன்படுத்தவில்லை. மார்க்ஸின் செவ்வியல் இலக்கிய அறிவைப் பற்றி நம்மில் பலரும் அறிவோம். ஆண்டுக்கொருமுறை கிரேக்க செவ்வியல் நாடகங்களை அதன் மூலத்திலேயே படிப்பது அவரது வழக்கம். அவருடைய பெண் மக்களும் துணைவியாரும் ஷேக்ஸ்பியரின் நாடகங்கள் பலவற்றை ஒருவருக்கொருவர் போட்டி போட்டுக் கொண்டு எடுத்துரைத்து வந்ததை பல ஆராய்ச்சியாளர்கள் தக்க சான்றுகளுடன் எடுத்துக்காட்டியுள்ளனர். மார்க்ஸ், செவ்வியல் இலக்கியப் படைப்புகளுடன் கூடவே வால்டர் ஸ்காட்டின் (Walter Scott) வீர சாகச நாவல்களையும் விருப்பத்துடன் படிப்பார். தன் பெண் மக்களுக்கு - அவர்கள் குழந்தைப் பருவத்திலிருந்த போது - 'ஆயிரத்தோரு இரவுகள்', ஜெர்மானிய கிரிம்ஸ் சகோதரர்கள் (Grimms Brothers) திரட்டிய நாட்டார் கதைகள் *(வாய்மொழிக் கதைகள்)* பிரெஞ்சு எழுத்தாளர் ஈ.டி.ஏ. ஹாஃப்மன் (E.T.A.Hofffman) எழுதிய மாயாஜாலக் கதைகள் ஆகியவற்றைப் படித்துக் காட்டுவதை வழக்கமாகக் கொண்டிருந்தார்.

'மூலதனம்' நூலின் முதல் பாகத்தின் கையெழுத்துப் படியைப் பதிப்பாளர்களிடம் தருவதற்கான காலக்கெடு 1856ஆம் ஆண்டிலேயே முடிவடைந்துவிட்டது. அப்போது மார்க்ஸ் காலச் சுணக்கத்திற்கான ஒரு காரணத்தைக் கூறினார்: 'இந்த நூலின் பொருள், பாணி ஆகிய இரண்டையும் மீண்டும் திருத்தி எழுதாமல், இதை வெளியிடக் கூடாது. இடைவிடாமல் எழுதிக் கொண்டிருக்கும் எழுத்தாளனால், ஆறு மாதங்களுக்கு முன் எழுதியதை சொல்லுக்குச் சொல் அப்படியே ஆறு மாதங்களுக்குப் பிறகு வெளிப்படுத்த முடியாது'. பத்தாண்டுகளுக்குப் பிறகும் அதை அவர் முடிக்கப் போவதாகத் தெரியவில்லை. 'குறிப்பிட்ட விஷயங்களை அலசி ஆராய்ந்து முடிக்கப் பல ஆண்டுகளைச் செலவிட்ட பிறகு, அவற்றில் புதிய கூறுகள் தென்படத் தொடங்குகின்றன. எனவே அவற்றைப் பற்றி மேலும் சிந்திக்க வேண்டிய கட்டாயம் ஏற்படுகிறது' என்று கருதினார். 1865 ஜூலை 31இல் எங்கெல்ஸுக்கு எழுதிய கடிதத்தில் கூறினார்: "இனி, எனது படைப்பைப் பற்றிய வெளிப்படையான உண்மையை உங்களுக்குச் சொல்லப் போகிறேன். எனது எழுத்துகளில் என்ன குறைபாடுகள் இருப்பினும், அவை முழுமையான கலைப் படைப்பாக அமைகின்றன என்பதுதான் அவற்றிலுள்ள அனுகூலம்". 1868 டிசம்பர் 14இல்

எங்கெல்ஸுக்கு எழுதிய கடிதத்தில் மார்க்ஸ், பால்ஸக்கின் 'கிராமப் பாதிரியார்' என்னும் சிறுகதையிலுள்ள ஒரு பகுதியை எடுத்தெழுதி, பொருளாதார விவகாரங்கள் குறித்து 'கிராமப் பாதிரியார்' சிறுகதையில் உள்ள சில விவரங்கள் பற்றிய பால்ஸக்கின் சித்தரிப்பு சரியானவையா எனத் தனக்குத் தெரிவிக்குமாறு கேட்டுக்கொண்டார்.

இரண்டாயிரம் ஆண்டுகளாகப் பல்வேறு தத்துவவாதிகளுக்கும் பொருளாதார அறிஞர்களுக்கும் புலப்படாதுபோன ஒன்றைத்தான் தனது நூல் எடுத்துக் கூறப் போவதாக மார்க்ஸ் 'மூலதனம்' முதல் பாகத்தின் முதல் (ஜெர்மன்) பதிப்புக்கு எழுதிய முன்னுரையில் கூறுகிறார். ஆனால், அவருக்குத் தெரியும், அந்த நூலின் முதல் இயலைப் புரிந்து கொள்வது கடினம் என்பது. மற்ற பகுதிகள் கடினமானவை என்று தன்னை யாரும் குற்றம் சொல்ல முடியாது என்றாலும், "புதியதொன்றைக் கற்றுக் கொள்ளவும்... சுயமாகச் சிந்திக்கவும் சித்தமாக உள்ள வாசகரையே கருத்தில் கொண்டுள்ள"தாகக் கூறுகிறார். அந்தக் கடினமான பகுதியைக் கடந்து வருபவர்களுக்கு பொருளாதார, அரசியல், சமூகவியல், இயற்கை அறிவியல், சட்டவியல் தளங்களை மட்டுமல்ல, உலக இலக்கிய வாசல்களையும் திறந்து வைக்கிறார்.

இந்த நூலில் வளர்த்தெடுக்கப்படும் கோட்பாடுகளுக்கான முதன்மையான எடுத்துக்காட்டாக இங்கிலாந்தைப் பயன்படுத்துவதற்கான காரணத்தை விளக்குகிறார்: "தமது நாட்டில் (ஜெர்மனியில்) நிலைமை அவ்வளவு மோசமில்லை என்று ஜெர்மானிய வாசகர் நன்னம்பிக்கையுடன் ஆறுதல் அடைவாரேயானால், அவருக்கு நான் தெளிவாகச் சொல்லியாக வேண்டும்: "De te fibula narrator!". 'கதை உங்களைப் பற்றியதுதான்' என்பதுதான் இந்த இலத்தின் வாக்கியத்தின் பொருள். கி.மு. முதல் நூற்றாண்டைச் சேர்ந்த ரோமானியக் கவிஞர் ஹொராஸின் அங்கதக் கவிதையொன்றிலுள்ள வரிதான் இது. அதுமட்டுமல்ல; ஜெர்மனியிலுள்ள தொழிற்சாலை நிலைமைகள் இங்கிலாந்திலிருப்பதைவிட மோசமானதாக இருப்பதாகவும் நவீன முதலாளிய உற்பத்தி முறைகளால் ஏற்படும் கேடுகளுடன் பழைய உற்பத்தி முறைகளின் எச்சங்களும் சேர்ந்து ஜெர்மானியர்களை வாட்டி வதைப்பதாகவும் கூறுகிறார்: "உயிரோடு இருப்பனவற்றால் மட்டுமின்றி இறந்துபோனவற்றாலும் அவதிப் படுகிறோம்". இப்படிச் சொல்வதற்காக பிரெஞ்சு வாசகமொன்றையும் சேர்க்கிறார்: Le mort saisit le vif. இந்தப் பிரெஞ்சு வாசகத்தின் நேரடிப் பொருள், 'இறந்தவன் உயிருள்ளவனைப் பிடித்துக் கொள்கிறான்'. இது பிரெஞ்சுச் சட்டம் தொடர்பான வாசகம். அதாவது, நிலச்சொத்துடைய

ஒருவன் இறந்தவுடனேயே அந்தச் சொத்து எந்த இடைவெளியும் இல்லாமல் அவனது வாரிசுகள் என உரிமை கோருபவர்களுக்கு வந்து சேர வேண்டும்.

இங்கிலாந்தில் கிடைத்தவற்றை ஒப்பிடுகையில், ஜெர்மனி உள்ளிட்ட ஐரோப்பிய நாடுகளில் கிடைக்கும் சமூக, பொருளாதாரப் புள்ளிவிவரங்கள் மோசமானவை என்றாலும், தன்னால் முடிந்த அளவுக்குத் திரட்ட முடிந்த தகவல்களை விளக்க, எஸ்கைலஸின் நாடகமொன்றில் இடம் பெறும் கிரேக்கத் தொன்மத்தைப் உவமையாகப் பயன்படுத்துகிறார்: "முகத்திரைக்குப் பின்னாலுள்ள மெடுஸாவின் தலை சற்றேனும் நம் கண்ணுக்குப் படுமளவுக்கேனும் அவை (அதாவது ஜெர்மனி முதலிய பிற ஐரோப்பிய நாடுகளிருந்து அவருக்குக் கிடைத்த விவரங்கள் - எஸ்.வி.ஆர்.) முகத்திரையை விலக்குகின்றன".

மெடுஸா என்னும் அரக்கிக்குத் தலைமுடிக்குப் பதிலாக நச்சுப் பாம்புகள் இருக்குமாம்; அவளை நேருக்கு நேர் பார்ப்பவர்கள் கல்லாக உறைந்து போய்விடுவார்களாம். அதாவது, ஜெர்மனியில் கிடைக்கும் அரைகுறை சமூகப் புள்ளிவிவரங்களும்கூட மெடுஸாவைப் போல கொடூரமானவை என்பதைத்தான் இந்த உவமை மூலமாக மார்க்ஸ் கூறுகிறார்.

சமூகக் கேடுகள், பொருளாதாரச் சுரண்டல் ஆகியன பற்றிய உண்மையான புள்ளிவிவரங்கள் ஜெர்மனியில் கிடைக்குமானால், "உள்நாட்டு நிலைமை நம்மைத் திடுக்கிடச் செய்யும்" என்பதையும், அவை இல்லாத காரணத்தால் நம்மை நாமே ஏமாற்றிக் கொள்ளும் நிலைக்குத் தள்ளப்படுகிறோம் என்பதையும் ஒரு படைப்பிலக்கியத்தின் துணை கொண்டு விளக்குகிறார்: "தன்னால் வேட்டையாடப்பட்ட அரக்கர்கள் தன்னைப் பார்க்காதபடி பெர்சியஸ் மாயாஜாலக் குல்லாயை அணிந்து கொண்டான். அரக்கர்கள் யாருமில்லை என்று மறுக்கும் வண்ணம் நாமும் மாயாஜாலக் குல்லாய்களை நமது கண்களையும் காதுகளையும் மறைக்குமளவுக்கு இழுத்து வைத்துக் கொள்கிறோம்."

பெர்சியஸும் கிரேக்கத் தொன்மத்திலுள்ள பாத்திரம்தான். அவனது தாயை மனைவியாக்கிக் கொள்ள விரும்பும் ஓர் அரசன், பெர்சியஸை எப்படியாவது ஒழித்துக்கட்டிவிட வேண்டும் என்ற எண்ணத்தில், மெடுஸாவைக் கொன்று அவளது தலையைக் கொண்டு வருமாறு சொல்கிறான். மெடுஸாவை நேருக்கு நேர் பார்ப்பவர்

எவரும் கல்லாகி விடுவார்களாதலால் கண்ணாடியைப் போல் பிரதிபலிக்கக்கூடிய கவசமொன்றையும் மாயாஜாலக் குல்லாயொன்றையும் எடுத்துச் செல்கிறான் பெர்சியஸ். அந்தக் குல்லாயை மாட்டிக் கொள்பவர்கள் யார் கண்ணுக்கும் தெரியமாட்டார்கள். மெடுஸாவின் பிம்பத்தை அந்தக் கவசத்தின் வழியாகப் பார்த்து அவளது தலையைக் கொய்யும் அவன், தேவைக்கேற்றபடி விரிந்து கொடுக்கும் பையில் அதைப் போட்டு, மாயாஜாலக் குல்லாயை அணிந்து கொண்டு திரும்பி வந்து தனது தாயை மீட்கிறான்.

இந்தக் கதையை அறியாவிட்டால் மார்க்ஸின் மேற்சொன்ன கூற்றைப் புரிந்து கொள்ள முடியாது.

இந்த முன்னுரையின் இறுதியில், தனது நூலைப் பற்றிய அறிவியல் வகைப்பட்ட விமர்சனங்களை வரவேற்பதாகக் கூறும் மார்க்ஸ், "பொதுமக்கள் கருத்து என்று சொல்லப்படுவதன் விருப்பு வெறுப்புகளைப் பொருத்தவரை, நான் ஒருபோதும் விட்டுக் கொடுத்ததில்லை - முன்போலவே இப்போதும் ஃப்ளோரென்ஸ் நகரப் பெருங்கவிஞரின் மூதுரைதான் எனதுமாகும்: "Segui il tuo corso, e lascia dir le genti". இந்த இத்தாலிய வாசகத்தின் பொருள்: 'நீ உன் வழியே செல், பேசுவோர் பேசட்டும்'. 13-14ஆம் நூற்றாண்டைச் சேர்ந்த கவிஞர் தாந்தெவின் நெடுங்கவிதையான 'Divine Comedy'யின் மூன்று பகுதிகளிலொன்றான 'பாவத்தைக் கழுவும் இடம்' (purgatory) என்பதிலுள்ள 'Vien retro a me,e lascia dir le genti' ('என்னைப் பின் தொடர்ந்து வா, பேசுவோர் பேசட்டும்') என்னும் வாசகத்தை மார்க்ஸ் இங்கு சற்று மாற்றியுள்ளார்.

'மூலதனம்' முதல் பாகத்தில், குழந்தைத் தொழிலாளிகளைச் சுரண்டுவதை முதலாளிகள் எப்படி நியாயப்படுத்துகிறார்கள் என்பதை விளக்குவதற்காக, மார்க்ஸ், 'வெனிஸ் நகர வணிகன்' என்னும் ஷேக்ஸ்பியரின் நாடகத்தில் வரும் ஷைலக்கின் வார்த்தைகளை மூலதனமே பேசுவதாகக் காட்டுகிறார். 'பணம் அல்லது சரக்குகளின் சுற்றோட்டம்' என்னும் அத்தியாயத்தில் மார்க்ஸ், உலகிலுள்ள எல்லா விஷயங்களையும், எல்லா மனிதர்களையும் சமதையாக்கும் ஆற்றலுள்ள பணத்தை வர்ணிக்க ஷேக்ஸ்பியரின் மற்றொரு நாடகமான 'ஏதன்ஸ் நகர திமோன்' என்பதிலிருந்து ஒரு கவிதையை மேற்கோள் காட்டுகிறார்: அவற்றில் முக்கியமானது: "மனிதர்கள் அனைவருக்குமான பொது வேசை"யே பணம். இதனை அடுத்து, பண்டைக் கிரேக்கத் துன்பியல் நாடகாசிரியர் சோஃபக்ளிஸின் 'ஆண்ட்டிகனி' நாடகத்தில் பணம் பற்றிக் கூறும் வரிகளையும் அடிக்குறிப்பாகத் தருகிறார்: "பணம்!,

பணத்தை விட மனிதனுக்குப் பெரும் சாபக்கேடு ஏதும் இல்லை!. அது நகரங்களைச் சிதைத்துத் தகர்க்கிறது; மனிதர்களை வீட்டை விட்டே துரத்துகிறது; நேர்மையான ஆன்மாவுக்கு ஆசைகாட்டி, மயக்கி, வெட்கக்கேடான, அவமானகரமான செயல்களுக்கு இட்டுச் செல்கிறது."

4

இப்போது மீண்டும் கி.ரா.வின் நாவலுக்குத் திரும்பி வருவோம். அதில் ஒரு சொல்லணிகூட மிகையானதாக இல்லை; எடுத்துரைப்பில் துருத்திக் கொண்டிருப்பதில்லை. எத்தகைய வர்ணிப்பாலும் சொல்ல முடியாதவற்றைக் கூறுவதற்கு 'காட்சிப்படிமம்' என்று சொல்லத்தக்க வகையில் சில சொற்களைப் பயன்படுத்துகிறார். அதற்காக அவர் சிரமப்படுவதில்லை. குறிப்பிட்ட ஒரு சொல்லிற்கிடையே சில புள்ளிகளைச் செருகுவதே அவருக்குப் போதும். எடுத்துக்காட்டாக. நாவலின் தொடக்க வரி: "கிராமம் ஆழ்... ந்த தூக்கத்தில் லயித்திருந்தது" இந்த நாவலில் சித்தரிக்கப்படும் நிகழ்வுகள் ஒரு குறிப்பிட்ட சமுதாயத்தை மட்டுமே - வடுகர் என்றும் கம்பளத்தார் என்றும் சொல்லப்பட்ட கம்மவார்களையே (கொங்கு மண்டலத்தில் அவர்களை நாம் கம்மா நாயக்கர்கள் அல்லது நாயுடுகள் என்றழைக்கிறோம்) - சுற்றிச்சுற்றி வருகின்றது. தாழ்த்தப்பட்ட சமுதாயத்தைச் சேர்ந்த ஒரு பாத்திரம் - ஊர்க் குடும்பன் - அக்கிராமத்துப் பெரிய மனிதரின் விசுவாசமிக்க ஊழியராக இடம் பெறுகிறார். ஆனால் அவருக்கு கி.ரா. பெயர் சூட்டுவதில்லை. அதற்குக் காரணம், ஒருவேளை அந்தத் தாழ்த்தப்பட்ட வகுப்பு மனிதர் தனது நாவலில் இரண்டே இரண்டு இடங்களில் வந்து போவதாக மட்டுமே இருப்பதுதான் என்று கி.ரா. கருதியிருக்கக்கூடும். அந்த கிராமத்திலோ, அண்டைக் கிராமங்களிலோ நிலவிய தீண்டாமையை ஓரிடத்தில் கி.ரா. போகிற போக்கில் குறிப்பிடுகிறார் - அக்கிராமத்தில் உள்ள பச்சிலை மருத்துவர் தொடர்பான நிகழ்வுகளின் போது. அதாவது அவர்கள் தீண்டத் தகாதவர்கள் என்பதால் அவர்களின் கைகளின் மீது ஒரு துணியைப் போர்த்திய பிறகுதான் அந்த மருத்துவர் அவர்களின் நாடி பிடித்துப் பார்ப்பாராம். ஆனால், கி.ரா.வுக்கு அது பிரச்சினையாகத் தெரியவில்லை. 'அரசியல் ரீதியாக சரியாக இருக்கக்கூடிய' நாவல் (politically correct) என்று கி.ரா. திட்டமிட்டு 'கோபல்ல கிராமத்தை' எழுதவில்லை என்பது உண்மைதான். 'அரசியல் ரீதியாக சரியாக இருக்கக்கூடிய' நாவல்கள் என்று இன்று சொல்லப்படுவன சாதியத் தன்மை அற்றவையாக இருந்தாலும் அவற்றில் பல, மாவோ

கூறியதுபோல 'சுவரொட்டி சுலோக'த் தன்மையுடையவைதான். 'அரசியலை ஆணையில் வையுங்கள்' என்று கூறிய மாவோவும்கூட அப்பட்டமான வெறும் அரசியல் பரப்புரைகளை மட்டுமே கொண்ட இலக்கியப் படைப்புகளை சிறந்த இலக்கியமாகக் கருதவில்லை. அதே வேளை அதுவரை எழுத்தாளர்கள், அறிவாளிகள் என்ற தகுதியைப் பெறாதிருந்த சாமானிய உழவர்களையும் உழைப்பாளிகளையும் எழுதும்படி ஊக்குவித்தார். அவர்கள் எழுதிய கவிதைகள், கதைகள் எல்லாம் இன்று மூடி மறைக்கப்பட்டுள்ளன. ஒரே ஒரு கவிதை வரியை மட்டும் இங்கு நினைவு கூர விரும்புகிறேன். உச்சி வெயிலிலும் வேலை செய்து வந்த ஓர் உழவர், தான் சிறிது நேரம் ஓய்வெடுத்துக் கொள்வது பற்றி எழுதுகிறார்: "சூரியனின் மீது சாய்ந்து நின்று சுங்கானைப் பிடிக்கிறேன்".

என்ன அருமையான வரி!

சுங்கான் என்பது, புகை பிடிப்பதற்காக மேல்நாட்டவர் 'பைப்' என்பதைப் பயன்படுத்துகிறார்களே அதுதான்.

5

பள்ளியோடு தன் கல்வியை முடித்துக்கொண்ட கி.ரா. அவர்களின் தோற்றம், பழகும் முறை, வாழ்க்கை முறை ஆகியவற்றைப் போலவே, அவரது நாவலில் உள்ளது வலிந்து திணிக்கப்பட்ட ஏதும் இல்லாத, ஆனால் மிக அழகான, எவரையும் சிரமத்துக்குள்ளாக்காத நடை. மிகவும் பின்னோக்கிச் செல்கின்ற கடந்தகால வரலாற்றை அடிப்படையாகக் கொண்ட மகத்தான நாவல்களைப் படைப்பவர்களாலும் கூட அறிந்தோ அறியாமலோ தனது சமகால வாழ்க்கை அனுபவத்தின் சாயல் இல்லாத இலக்கியத்தை உருவாக்க முடியாது. கி.ரா.வும் இதற்கு விதிவிலக்கல்ல. அதனால்தான் 19ஆம் நூற்றாண்டில் நிகழ்வதாகச் சொல்லப்படும் கதையைக் கொண்டுள்ள இந்த நாவல், இயற்கை மீது கி.ரா. கொண்டிருந்த அபாரமான வாஞ்சையை வெளிப்படுத்துகிறது.

இந்த நாவலில் நாம் காணும் விலங்குகள், பறவைகள், பிற உயிரினங்கள் என் தலைமுறையைச் சேர்ந்த, சிறு நகர வாழ்க்கையை மட்டுமே அனுபவித்தவர்களின் கண்களுக்கும்கூட புலப்பட்டவைதான். நவீன யுகத்தில் நாம் காலடி எடுத்து வைத்த பிறகு ஓரிரு தசாப்தங்களில் அழிந்துபோன அல்லது அருகிப்போன உயிரினங்களை நாம் இந்த நாவலில் தரிசிக்கிறோம். முள்ளெலிகள், மரநாய்கள், புனுகுப் பூனைகள் முதலியனவற்றை எங்களைப் போன்றவர்கள் இளம் வயதில்

அன்றாடம் பார்த்திருக்கிறோம். இப்போது மரநாய்கள் என்பன வனப் பகுதிகளில் மட்டுமே காணப்படுகின்றன. வாசனைத் திரவியத்திற்காக அங்கொன்றும் இங்கொன்றுமாக புனுகுப் பூனைகள் கூண்டுகளில் வளர்க்கப்படுகின்றன. காட்டுப்பன்றிகள் எங்கள் பகுதியில் இருந்ததில்லை. அவற்றை நான் மேற்குத் தொடர்ச்சி மலைகளில்தான் முதன் முதலில் பார்த்திருக்கிறேன். நகர்ப்புறங்களில்கூட கோழிகளைப் பிடிக்க நரிகள் வரும் காட்சி மிக இயல்பானதாக இருந்திருக்கிறது. கடந்த 20ஆண்டுகளுக்கு முன்பு கோத்தகிரியில் என் மைத்துனி வளர்த்த கோழிகளைப் பிடிக்க நரிகள் வருவதையும் கண்ணிமைக்கும் நேரத்தில் எங்கள் கண் முன்பே அவை சில கோழிகளைக் கவ்விக் கொண்டு ஓடி மறையும் அற்புதக் காட்சிகளையும் பார்த்திருக்கிறேன். தற்போது கோத்தகிரியிலோ அதன் அண்டைப் பகுதிகளிலோ நரிகள் அனைத்தும் மாயமாய் மறைந்துவிட்டன. எங்கள் காலத்திலும் ஓடைகள் நிறைய இருந்திருக்கின்றன. வாழ்க்கையில் வெறுப்புற்ற ஒரு பெண்மணி தன் குழந்தைகளுடன் தற்கொலை செய்து கொள்வதற்காகத் தேர்தெடுத்துக் கொண்டதாகச் சொல்லப்படும் அளவுக்கு நீர் இருந்த நல்லதங்காள் ஓடையில் என் காலத்தில் இன்னும் தெளிந்த நீர் ஓடிக்கொண்டிருந்தது.

இந்த நாவல் நேர்கோட்டு முறையிலான (unilinear) எடுத்துரைப்பைக் கொண்டதல்ல. காலவரிசைப்படி நிகழ்ச்சிகளைத் தொகுத்துக் கூறுவதுமல்ல. இந்த நாவலில் முந்தைய நிகழ்வுகளும் பிந்தைய நிகழ்வுகளும் மாறி மாறி வருகின்றன. கி.ரா., இந்த நாவலின் பாத்திரங்களை அறிமுகப் படுத்தும் முறை அலாதியானது. அவர்கள் செய்யும் தொழில் அல்லது அவர்களது தனிப்பட்ட பண்புகளின் அடிப்படையில் அவற்றை கி.ரா. வார்த்தெடுக்கிறார். முழுக்க முழுக்க வாய்மொழி வரலாற்றையே அடிப்படையாகக் கொண்டுள்ளது இந்த நாவல் என்றாலும், கி.ரா., 'வாய்மொழி வரலாறு' பற்றியோ 'முறைப்படியான வரலாறு' என்று சொல்லப்படுகின்ற எழுத்து வடிவத்திலான வரலாறு எழுதுநெறி பற்றியோ தற்கால வரலாற்று அறிஞர்கள் கூறுகின்ற வரையறைகள் எதனையும் அறிந்திராதவர். நாவலின் கதை நிகழும் காலம் அவரே நாவலின் தொடக்கத்தில் கூறுவதுபோல, "நாட்டில் அப்போது பாளையப்பட்டு ஆட்சி முடிந்து 'கும்பினியாரின்' ஆட்சி சரியாக அமலுக்கு வராத நேரம். இடைவெளியான அந்த நேரத்தில் எங்கே கண்டாலும் ஒரே கலவரம், பீதி, தீவட்டிக் கொள்ளை, வழிப்பறி, களவுகள் இப்படியாக ஒழுங்கு குலைந்திருந்தது".

வரலாற்று ஆவணங்களின்படி பாளையப்பட்டுகளின் ஆட்சிகள் - குறிப்பாக தென் மாவட்டங்களில் - 19ஆம் நூற்றாண்டின்

தொடக்கத்திலேயே (1805ஆம் ஆண்டு) ஒழிக்கப்பட்டன என்பதும், கிழக்கிந்தியக் கம்பெனி தனது ஆட்சியை முழுமையாக நிலைநிறுத்த பல மாதங்கள் பிடித்தன என்பதும் இதற்கிடையில் கொள்ளை, கலவரம் முதலியன நிலவின என்பதும் தக்க சான்றுகளுடன் நிறுவப்பட்ட வரலாற்று உண்மைகள். பாளையக்காரர் ஆட்சி முறை ஆந்திரப் பகுதியில் இருந்த காக்காட்டியா அரசர்கள் காலத்திலேயே (கி.பி.12 முதல் 14 ஆம் நூற்றாண்டு வரை) உருவாக்கப்பட்டது என்றாலும் தமிழகத்தில் 16ஆம் நூற்றாண்டில் மதுரையைத் தலைநகரமாகக் கொண்டு தென்மாவட்டப் பகுதிகளை ஆண்டு வந்த விசுவநாத நாயக்கர் ஆட்சிக்காலத்தில்தான் அறிமுகப்படுத்தப்பட்டது.

நாயக்கர்கள் ஆட்சிக் காலத்தில் ஆந்திரப் பகுதியிலிருந்து கொண்டு வரப்பட்ட பல்வேறு சாதிகளைச் சேர்ந்தவர்களின், அவர்களின் தொழில்களையும் கி.ரா. இந்த நாவலில் பட்டியலிடுகிறார். அதாவது இந்தியர்கள் எங்கு சென்றாலும், கூடவே தங்கள் சாதி களையும் அழைத்துச் செல்வார்கள் என்பதைத்தான் அவர் கூறாமல் கூறுகிறார். அந்த உண்மைகளை பல வரலாற்று ஆசிரியர்கள் தங்கள் ஆராய்ச்சி நூல்களில் நிறுவியுள்ளனர்.

இந்த நாவலில், அந்த கிராம மக்களின் அணிகலன்கள், அவர்களது உழவுக் கருவிகள், காடு திருத்தி விளை நிலங்களை உருவாக்கிய திறன், நீர்நிலைகளைப் பாதுகாத்து அவற்றை அறிவார்ந்த முறையில் பயன்படுத்துவதில் அவர்களுக்கு இருந்த ஆற்றல், குற்றம் செய்தவர்களைத் தண்டிக்கும் வழிமுறைகள், ஊர் ஒன்றுகூடி முக்கிய முடிவுகளை எடுக்கும் பாங்கு, கிராம நிர்வாகத்தை செவ்வனே நடத்திச் செல்லும் நாட்டாண்மை முறை ஆகியன பற்றிய விவரங்கள் அன்று ஜனநாயக நெறிகள் இருந்தன என்பதைச் சொல்கின்றன. கொடுங் குற்றவாளிகளை கழுவிலேற்றும் முறையும்கூட அங்கு இருந்தமை போன்றன பற்றிய விவரிப்புகள் இருப்பது மானுடவியலாளர்கள் கருத்தில் கொள்ள வேண்டியதாகும்.

நாவலின் கதை கிழக்கிந்தியக் கம்பெனி தனது ஆட்சியை நிலை நிறுத்திக்கொண்ட காலத்திற்குப் பிறகு இந்தியா முழுவதும் பிரிட்டிஷ் அரசின் நேரடி ஆட்சியின் கீழ் கொண்டு வரப்பட்டு 1858இல் விக்டோரியா பேரரசி விடுத்த அறிக்கை காலத்தில் முடிவடைகிறது. ஆனால், அந்த அறிக்கை இந்திய சாதி அமைப்பை, மதத்தலைவர்களின் செல்வாக்கைப் பாதுகாப்பதாகவே அமைந்தது என்பதை கி.ரா. அறிந்திருக்கவில்லை. அந்த ஆட்சியின் கீழ் நம்பிக்கை இல்லாத மனங்களில் புகைச்சல்கள் தோன்றுகின்றன என்றும் சூறாவளிக்கு

முன்பு அமைதி நிலவுவதைப் போல மக்களின் எதிர்ப்பு உணர்வு நீறுபூத்த நெருப்பாக உள்ளது என்றும் கூறி நாவலை முடிக்கிறார். அவர் ஓர் இந்திய தேசியவாத உணர்வைக் கொண்டிருந்ததால்தான் இவ்வாறு தனது நாவலை இப்படி முடிக்க வேண்டியிருந்தது.

கி.ரா., 1923ஆம் ஆண்டு பிறந்து 2021ஆம் ஆண்டில் மறைந்தவர். எனவே அவர் 19ஆம் நூற்றாண்டு நிகழ்வுகளை தன் பாட்டனார், முப்பாட்டனார் வழியாகவே அறிந்திருக்க வேண்டும். அவை வாய்மொழி வரலாறே. ஆனால் அந்த வரலாறு ஒரு நூற்றாண்டுக் காலத்துக்கும் கூடுதலான காலத்தையும் குறிக்கிறது என்பதை 'கோபல்ல கிராம'த்தில் வசிக்கும் 123 வயதான மூதாட்டி விவரிக்கும் நிகழ்வுகளிலிருந்து ஊகிக்க முடிகின்றது. 'ஆந்திரப் பிரதேசத்திலிருந்து எப்படி கம்மவார்கள் தென் மாவட்டக் கரிசல் நிலத்திற்குப் புலம் பெயர்ந்து வந்தார்கள்' என்பதை அக்கிராமத்து முதியவரொருவர் அந்த மூதாட்டியிடமிருந்து தெரிந்து கொள்ளும் ஆவல் கொண்டவராக இருக்கிறார். கி.ரா., இந்த நாவலில் கூறுவதுபோல அந்தப் 'பூட்டியம்மாள் ஓர் அனுபவக் களஞ்சியம்'. அந்த மூதாட்டி ஏறத்தாழ கால வரிசைப் படியே அவர்களது புலப்பெயர்வின் வரலாற்றைக் கூறினாலும் தனது அறிவிலுள்ள இடைவெளிகளை, விரிசல்களை சில கட்டுக்கதைகள் மூலம் நிரப்புகிறார். நாட்டார் வழக்கியலில் இது ஓர் இயல்பான கூறு என்று பேராசிரியர் நா.வானமாமலை கூறுவதை நாம் நினைவில் கொள்ள வேண்டும்.

கரிசல் மண்ணுக்கு கம்மவார்கள் புலம் பெயர்ந்து வந்ததற்கான காரணம் பற்றி இந்த நாவல் கூறுகிறது: "தெலுங்கு அரசர்கள் இங்கே ஆட்சி செலுத்தியதையொட்டி வந்தவர்கள், பஞ்சம் பிழைக்க வந்தவர்கள், முஸ்லிம் ராஜாக்களுக்குப் பயந்து கொண்டு வந்தவர்கள், இப்படி இப்படி". இவையெல்லாமே வரலாற்று உண்மைகள்தான். இவற்றில் ஒன்று அந்தப் பூட்டியம்மாள் சொல்கின்ற காரணத்தோடு ஒன்றியுள்ளது. அது அந்தப் பூட்டியம்மாள் இளம் பெண்ணாக இருந்த போது அவரது ஒன்று விட்ட சகோதரியும் பேரழகியுமான சென்னா தேவியை (அவருடைய அழகைப் பற்றிய வர்ணனைகள் ஏறத்தாழ நான்கு பக்கங்களுக்கு விரவியுள்ளன), ஒரு முஸ்லிம் மன்னனின் (நம்மில் பலர் வழக்கமாக அழைப்பது போலவே பூட்டியம்மாளும் அந்த மன்னரை 'துலுக்க ராஜா' எனக் குறிப்பிடுகிறார். ஒற்றர்கள் - நகைக் கற்கள் வணிகர்கள் வேடத்தில் வருபவர்கள் - பார்க்கிறார்கள். சென்னா தேவியின் பேரழகைக் கண்டு பிரமிப்படைந்த அவர்கள், அவளைப் பற்றி அந்த ராஜாவிடம் சொல்ல, அவன் அவளைத் தனது

மனைவியாக்கிக் கொள்ள முயல்கிறான். அவனது அதிகார பலத்துக்குத் தாக்குப் பிடிக்க முடியாத சென்னா தேவியின் பெற்றோர்கள் அந்தத் திருமணத்துக்கு இசைவு தர வேண்டிய கட்டாயத்துக்குள்ளாகிறார்கள். திருமண நாளுக்கு முந்திய நாளிரவில் சென்னா தேவி, அப்போது இளம் பெண்ணாக இருந்த பூட்டியம்மாள், அவர்களது உறவினர்கள் சிலருடன் இரவோடு இரவாக தப்பித்து வந்து, பல சோதனைகளைக் கடந்து தமிழ்நாட்டு கரிசல் மண்ணுக்கு வந்து சேர்கிறார்கள். கி.ரா.வின் நாவலின் கதை ஒரு நூற்றாண்டுக் கால வரலாற்றைக் கொண்டது என்றாலும், பூட்டியம்மாள் சொல்லும் வாய்மொழி வரலாற்றைக் கருத்தில் கொள்கையில் அந்த நாவலின் காலப் பரப்பு இன்னொரு நூற்றாண்டுக் காலத்தையும் - அதாவது 18ஆம் நூற்றாண்டையும் - தழுவுகிறது.

வரலாற்று ரீதியாகப் பார்த்தால் அப்போது தெலங்கானா பகுதியில் தக்காண சுல்தான்களின் வழியில் வந்த நிஜாமின் ஆட்சி நிறுவப்பட்டிருந்தது. ஆந்திராவின் கடற்கரையோரப் பகுதிகளிலும் கூட மொகலாய மன்னர் ஔரங்கசீப்பின் முகவர்கள் என்கிற முறையில் முஸ்லிம் மன்னர்கள் நடத்திய ஆட்சி 18ஆம் நூற்றாண்டின் தொடக்கம் வரை நீடித்திருந்தது. ஆனால் படிப்படியாக அங்கிருந்த ராஜு சமுதாயத்தைச் சேர்ந்தவர்களும் அந்த முஸ்லிம் மன்னரின் முக்கிய நிர்வாக அதிகாரிகளுமாக இருந்தவர்களும் முஸ்லிம் மன்னனின் ஆட்சியைப் பின்வாங்கச் செய்தனர். ஆனால் 18ஆம் நூற்றாண்டின் நடுப்பகுதியில் அவர்களும் கிழக்கிந்தியக் கம்பெனியாரிடம் மண்டியிட நேர்ந்தது. தெலங்கானாவிலும் ஆந்திரக் கடற்கரைப் பகுதிகளிலும் ஆண்டு வந்த முஸ்லிம் மன்னர்களின் முக்கிய நிர்வாக அதிகாரிகளாக இருந்தவர்களில் பெரும்பான்மையினர், பார்ப்பனர்கள் உள்ளிட்ட இந்து மேல்சாதியினர். தக்காண சுல்தான்களில் முஸ்லிம்களாக மாறிய இரு பார்ப்பனர்களும் உண்டு.

ஆகவே தெலங்கானா பகுதி முழுவதிலும் (இந்தியா சுதந்திரம் அடையும் வரையிலும்கூட) ஆந்திரக் கடற்கரையோரப் பகுதியில் 18ஆம் நூற்றாண்டில் தொடக்க காலத்திலும் முஸ்லிம் மன்னர்களின் ஆட்சி இருந்தது என்றாலும், பூட்டியம்மாள் குடும்பத்தினரும் சென்னா தேவியும் அவர்களது உறவினர்களும் தெலங்கானா பகுதியிலிருந்து வந்தவர்கள் எனச் சொல்வதற்கான சாத்தியக் கூறுகள் அதிகம் என்று எனக்குத் தோன்றுகிறது. ஆந்திரக் கடலோர மாவட்டங்களில் இருந்த முஸ்லிம் மன்னர்களின் ஆட்சி நிலையானதாக இருக்கவில்லை. தெலுங்கு பேசும் பகுதிகளில் கரிசல் மண் நிலம் அதிகமாக உள்ளது

தெலங்கானாவில்தான். 'கோபல்ல கிராமத்'திற்குப் புலம் பெயர்ந்தவர்கள் சாகுபடி செய்தவை பெரும்பாலும் கரிசல் மண்ணுக்கே உரியவை. எப்படியிருந்தாலும் முஸ்லிம் மன்னனொருவனின் ஆட்சிக் காலத்தில் - அந்த முஸ்லிம் மன்னர்கள் எல்லோரும் அனைத்து இந்துக்கள் மீதும் கொடுமை இழைத்தார்களா இல்லையா என்பது நீண்ட விவாதத்துக்குரியது - கம்மவார்கள் தப்பிவந்தது வரலாற்று ரீதியான நம்பகத்தன்மை கொண்டதாக விளங்குகிறது.

ஆக, அவர் தன்னை அறியாமலேயே, வாய்மொழி வரலாற்றை நன்கு ஆவணப்படுத்தப்பட்டு எழுதப்பட்டுள்ள வரலாற்று நூல்களிலுள்ள உண்மைகளுடன் ஒத்துவரும்படி செய்திருக்கிறார் என்பது மிகுந்த வியப்பு தரும் உண்மை.

கி.ரா.வை நான் நேரில் சந்தித்துப் பேசியது இருமுறைதான். ஒரே ஒரு முறை கடிதப்போக்குவரத்து நிகழ்ந்திருக்கிறது. 1994இல் வ.கீதாவும் நானும் ஒரு குழந்தைக் கதையை ஆங்கிலத்திலிருந்து தமிழாக்கம் செய்திருந்தோம். 'மாலா: பெண்கள் சொன்ன குட்டிக் கதை' என்பது அதன் தலைப்பு. குழந்தைகளுக்காகவென்றே கதைகள் எழுதுவதில் கி.ரா. சமர்த்தர் என்பதால் அவருக்கு ஒரு பிரதியை அனுப்பினோம். எங்களது உற்சாகத்தையும் ஆர்வத்தையும் குலைக்காத வண்ணம் அவர் எழுதிய பதில் கடிதத்தில், எழுத்தாளராக அல்லாமல் தகப்பனைப் போல அவர் கூறிய அறிவுரையை எங்களால் ஒருபோதும் மறக்க இயலாது: "குழந்தைகளிடம் எப்படிப் பேச வேண்டும் என்பதை நாம் கற்றுக் கொள்வது அவசியம்."

'கோபல்ல கிராமம்' என்ற நாவலின் வழியாக வாய்மொழி வரலாற்றாசிரியராக, அந்த வாய்மொழி வரலாற்றை எழுதப்பட்ட வரலாற்றுத் தரவுகளுடன் பின்னாளில் பொருத்திப் பார்க்கும் வாய்ப்புத் தருபவராக, மானுடவியலாளராக, இனவரைவியலாளராக, சூழலியல் ஆர்வலராக, நாட்டார் வழக்காற்றியலாளராக, எல்லாவற்றுக்கும் மேலாக வாய்மொழி வரலாற்றை மிகச் சிறந்த புனைவிலக்கியமாக்கிய படைப்பாளியாக விளங்கிய கி.ரா.வின் 'கோபல்ல கிராமம்' நாவல் தனிச் சிறப்பானது. இன்னும் பல பத்தாண்டுகளுக்குப் பேசப்படும் சில நாவல்களில் இது தலையாயது. எனினும் இந்த நாவல் உள்ளிட்ட அவரது படைப்புலகத்தில் சாதிய ஏற்றத்தாழ்வுகளோ, கொடுமைகளோ ஏதும் இல்லை. படிப்பதற்கு - படிப்பதற்கு மட்டுமே - ஆன அழகான உலகம்!

உயிர் எழுத்து, நவம்பர் 2023 இதழில் வெளிவந்த
இக்கட்டுரை சற்று விரிவாக்கப்பட்டுள்ளது.

11. தொலைக்காட்சி ஊடகங்கள் சொல்ல விரும்பாத சில உண்மைகள்: ஜெர்மன் நாஜிசமும் இஸ்ரேலிய பாசிசமும்

நேட்டோ அமைப்பு ரஷியாவின் அண்டை நாடான போலந்தில் இராணுவத் தளம் அமைத்துக் கொண்டிருக்கிறது. இரு நாட்டு எல்லைகளும் ஒன்றோடொன்று சங்கமிக்கும் நிலையில் போலந்தில் அமெரிக்க ஏகாதிபத்தியத்தின் தலைமையிலுள்ள 'நேட்டோ' இராணுவக் கூட்டமைப்பு, 'நேட்டோ'வில் இதுவரை உறுப்பினராகச் சேர்க்கப்படாத உக்ரெயினுக்கு அந்த அமைப்பு தன் சொந்த விதிகளையும் மீறி செய்துவரும் மிகப் பெருமளவிலான இராணுவ உதவிகள் - குறிப்பாக நவீனரக ஆயுதங்கள், ஏவுகணைகள், போர் விமானங்கள் - செய்து வருகின்ற சூழலில், இப்போது ரஷியாவின் எல்லையோரத்திலுள்ள இன்னொரு அண்டை நாடான போலந்தில் அது இராணுவத் தளத்தை அமைப்பதை ரஷியாவால் - அது யாருடைய தலைமையின் கீழ் இருந்தாலும் - ஏற்றுக்கொள்ள முடியும்? அதனால்தான் புதின் தலைமையிலுள்ள ரஷியாவின் முன்னாள் இராணுவ அமைச்சர் மெட்வெடோவ், 'நேட்டோ'வின் இராணுவத் தளம் போலந்தில் அமைக்கப்படுமானால், ரஷியா போலந்தின் மீது தொடுக்கும் தாக்குதல் கட்டாயமாக மூன்றாம் உலகப் போரின் தொடக்கமாக அமையும் என்று எச்சரித்துள்ளார்.

தமிழ்நாட்டை மாறிமாறி ஆண்டு கொண்டிருக்கும் கட்சி களிலொன்றுக்கு மிக நெருக்கமான தொலைக்காட்சி சேனல் ஒன்று, இன்று (4.11.2023) காலை தனது 7.30 மணிச் செய்தியில் இந்த விவகாரத்தைக் குறிப்பிடும்போது இரண்டாம் உலகப் போரின்போது ரஷியப்படைகள் போலந்தில் நுழைந்து "அதை கபளீகரம்" செய்ததாகக் கூறியது. அமெரிக்க ஏகாதிபத்தியத்தின் தலைமையிலுள்ள, மேற்கு நாடுகளுக்கு ஆதரவாகப் பொய்ச் செய்திகளைப் பரப்பிவரும் ஊடகங்களின் மொழியைத்தான் மேற்சொன்ன தமிழ் ஊடகமும் பேசிற்று.

உலகம் முழுவதையும் தன் ஆதிக்கத்தின் கீழ் கொண்டு வரும் நோக்கம் கொண்டிருந்த நாஜி ஜெர்மனியைத் தனிமைப்படுத்த

பிரான்ஸ், பிரிட்டன் ஆகிய நாடுகளின் ஒத்துழைப்பை ஸ்டாலின் கேட்டபோது, அவை அதைத் தர மறுத்தன. அதுமட்டுமின்றி செக்கோஸ்லோவேகியாவை நாஜிகள் ஆக்கிரமித்தபோது மௌனம் காத்தன. அந்த நாடும் சோவியத் யூனியனின் அண்டை நாடுதான். மேலும், பிரிட்டிஷ் பிரதமராக இருந்த சேம்பர்லின் பெர்லினுக்குச் சென்று ஹிட்லருடன் இரகசியப் பேச்சுவார்த்தையில் ஈடுபட்டார். எனவே அந்த சூழ்நிலையில் ஹிட்லரின் நாஜி இராணுவம் சோவியத் யூனியன் மீது படையெடுத்து வருமானால் அதை எதிர்கொள்வதற்கான கால அவகாசத்தை உருவாக்கிக் கொள்வதற்காக ஸ்டாலின் தனது வெளியுறவு அமைச்சரை அனுப்பி 1939இல் நாஜிகளுடன் ஒரு நாடு இன்னொரு நாட்டில் இராணுவத் தலையீடு செய்யக் கூடாது என்று கூறுவதுடன், இரு நாடுகளுக்குமிடையே கலாசாரப் பரிவர்த்தனை செய்து கொள்வதற்குமான ஒப்பந்தத்தைச் செய்து கொண்டார். அது ஓர் இராஜதந்திர உத்தி. ஏறத்தாழ அந்தச் சூழலில்தான் ஜெர்மன் நாஜிகள் போலந்திலும் புகுந்து அதன் ஒரு பகுதியை ஆக்கிரமித்துக் கொண்டபோது, அந்த நாட்டின் இன்னொரு பகுதி சோவியத் யூனியனின் எல்லையோரமுள்ள பகுதியும் நாஜிகளிடம் போய்ச் சேர்ந்துவிடாமல் இருப்பதற்காகவும் நாஜிகள் தன் நாட்டை நோக்கி வராமல் இருப்பதற்காகவும் ஸ்டாலினின் செஞ்சேனைகள் போலந்தின் இன்னொரு பகுதியைத் தன்வசப்படுத்திக் கொண்டன. அவை சில தவறுகளைச் செய்திருக்கலாம். ஆனால் அப்படைகளால் சோவியத் யூனியனின் கட்டுப்பாட்டிற்குள் இருந்த பகுதியில் யூதர்களின் உயிர்களுக்கோ உடைமைகளுக்கோ எந்த ஊறும் ஏற்படவில்லை.

ஆனால், 1941ஆம் ஆண்டு வரை ஜெர்மனியும் சோவியத் யூனியன் மீது தாக்குதல் தொடுக்கவில்லை. அதேவேளை மேற்கு நாடுகள், போல்ஷிவிசத்தை, அதாவது சோவியத் யூனியனை நாஜிகள் முதலில் ஒழித்துக் கட்டட்டும் என்ற ஆசையில் மூழ்கியிருந்தன. 1941இல் நாஜிகள் சோவியத் யூனியன் மீது தாக்குதலைத் தொடர்ந்தபோது, அதை எதிர்கொள்வதற்கான நிலையில் சோவியத் இராணுவம் தயாராக இருந்தது. ஹிட்லர், சோவியத் யூனியன் மீது தாக்குதல் நடத்துவதுடன் நின்று கொள்ளாமல் பிரான்ஸின் பெரும் பகுதியைக் கைப்பற்றிக் கொண்டதுடன் பிரிட்டன் மீதும் குண்டு வீசத் தொடங்கியதால்தான் சோவியத் யூனியன், பிரிட்டன், பிரான்ஸ், அமெரிக்கா உள்ளிட்ட நேச அணி உருவாயிற்று. ஆனால் நாஜிகளின் படையெடுப்பின் தொடக்க நாள்கள் சிலவற்றில் சோவியத் யூனியனுக்குப் பின்னடைவுகள்

ஏற்பட்டன என்றாலும், மிகச் சிறப்பான இராணுவத் தயாரிப்பு, சோவியத் யூனியனில் இருந்த எல்லாக் குடியரசுகள், தேசிய இனங்கள், இனக்குழுக்கள் ஆகியவற்றிடம் 'சோவியத் நாட்டுப்பற்றை' உருவாக்கி நாஜிகளின் முதுகெலும்பை உடைத்து சோவியத் யூனியனை மட்டுமின்றி உலகமனைத்தையும் பாசிசத்தின் கோரப்பிடியில் பாதுகாக்க ஸ்டாலினின் தலைமையிலிருந்த சோவியத் யூனியனின் இராணுவமும் மக்களும் செய்த தியாகங்கள், ஸ்டாலினின் வழிகாட்டுதல்கள் ஆகியன காவியத்தன்மை வாய்ந்தவை.

நாஜி ஜெர்மனி, பாசிச இத்தாலி, பாசிச ஜப்பான் ஆகிய முப்பெரும் தீய சக்திகளை உள்ளடக்கியிருந்த இன்னொரு அணியின் நோக்கம் என்ன? முதலில் சோவியத் யூனியனை வீழ்த்திய பிறகு காகஸ் மலைத் தொடர் வழியாக ஆப்கானிஸ்தானின் ஊடாக நாஜி ஜெர்மனிப் படைகள் இந்தியாவிற்குள் வருவதும் அதேவேளை தரைவழியாக பர்மாவிலிருந்து ஜப்பானியப் படைகள் இந்தியாவிற்குள் நுழைவதும்தான் அந்தத் தீய சக்திகளின் திட்டம். ஆனால் இந்தியப் போர்வீரர்களைப் பெருமளவில் கொண்டிருந்த பிரிட்டிஷ் இந்திய இராணுவம் ஜப்பானின் திட்டத்தைச் சுக்கு நூறாக்கியது.

உண்மைகள் இப்படியிருக்க இரண்டாம் உலகப் போரின்போது "ரஷியா போலந்தை கபளீகரம் செய்தது" என்ற ஏகாதிபத்திய மொழியைப் பேசுகிறது இந்தத் தமிழ் ஊடகம்.

அதேபோல நாஜிகள் யூதர்களை இனக் கொலை செய்ததையும் இன சுத்திகரிப்பு செய்ததையும்கூட வெறும் 'குழந்தைக் கதைகள்' போல ஆக்கியுள்ள இஸ்ரேலிய அரசு, சொல்லொணாத் துன்பங்களுக்கு ஆளாகிய யூதர்களின் நலன்களைக் காப்பதற்காக உரிமை கொண்டாடும் இன்றைய இஸ்ரேலிய பாசிச அரசு, கடந்த 75 ஆண்டுகளாக அங்கு மண்ணின் மைந்தர்களாக இருந்த பாலஸ்தின அராபியர்களைத் (அவர்களில் ஆயிரக்கணக்கான கிறிஸ்தவர்களும் இருக்கின்றனர்) தொடர்ந்து இனக் கொலை செய்து வருவதையும், அவர்களுக்கு சட்டப்படி (அது நியாயமற்றது என்றாலும்) பிரித்துக் கொடுக்கப்பட்ட பிரதேசங்களைச் சிறிதுசிறிதாகக் கைப்பற்றி, அவர்கள் வாழும் பகுதிகளில் ஒரு நகராட்சி மன்றத்துக்கு உள்ள அதிகாரம்கூட இல்லாமல் செய்ததுடன், சொந்த நாட்டிலேயே பிணைக் கைதிகளாக வைத்துள்ளதுடன், அவர்களை வேலையற்றவர்களாக, அடிப்படை வசதிகளற்றவர்களாக, உணவும் குடிநீரும்கூட இல்லாமல் ஆக்கியுள்ளதுடன் காஸா மீது தொடர்ந்து விமானத் தாக்குதலை நடத்தி வந்ததையும்கூட

மறந்துவிட்டு, 2023 அக்டோபர் 7ஆம் தேதியன்று ஹமாஸ் அமைப்பினர் இஸ்ரேலுக்குள் புகுந்து சில குடிமக்களைக் கொன்றதையும் சிலரைப் பிணைக் கைதிகளாகப் பிடித்துச் சென்றதையும் மட்டுமே பூதாகரமாக்கி, வாய்ப்புக் கிடைக்கும்போதெல்லாம் அந்த அமைப்பினரை மட்டும் 'பயங்கரவாதிகள்', 'தீவிரவாதிகள்' என்று பாஜக சங் பரிவாரத்தின் நேரடிக் கட்டுப்பாட்டிலுள்ள ஊடகங்கள் மட்டுமல்ல, மோடி ஆட்சியை விமர்சிப்பதற்காக நாள்தோறும் 'விவாத மேடை' என்ற பெயரால் பட்டிமன்றங்கள் நடத்தும் ஊடகங்களும்கூட அண்ணாமலை - எடப்பாடி, தேர்தல் நிதிக்கான வங்கிப் பத்திரம், அமலாக்கத் துறை, வருமான வரித் துறையின் 'ரெய்டுகள்' ஆகியவற்றுக்குக் கொடுக்கும் முக்கியத்துவத்தில் நூற்றில் ஒரு பங்கைக்கூட இஸ்ரேலியர்களின் இனக் கொலை, பாலஸ்தினர்களின் விடுதலை வேட்கை ஆகியவற்றைப் பற்றி அக்கறை காட்டாதது ஏன்? அப்படிக் காட்டினால், தங்களை 'இஸ்லாமிய பயங்கரவாதத்தின் ஆதரவாளர்கள்' என்று சங் பரிவாரம் முத்திரை குத்தி தேர்தலில் ஆதாயம் அடைந்துவிடும் என்று அஞ்சுவதால்தானா?

ஹமாஸின் பதுங்குக் குழிகளையும் சுரங்கப் பாதைகளையும் (இவையும்கூட மேற்கு நாட்டு ஊடகங்கள் சொல்பவைதான்) திரும்பத் திரும்பக் காட்டிவரும் இந்த ஊடகங்களுக்கு சிறிதளவேனும் மனிதப் பரிவோ, நெஞ்சில் ஈரமோ இருந்திருக்குமானால், குறைந்தபட்சம், காஸாவிலுள்ள மருத்துவமனை மீது இஸ்ரேலிய பாசிச இராணுவம் நடத்திய தாக்குதலையும் நூற்றுக்கணக்கான நோயாளிகளைக் கொன்றதையும் பற்றிய ஒரே ஒரு விவாதத்தையாவது நடத்தி யிருக்கலாம். இஸ்ரேலியப் பிரதமரும் இராணுவத் தளபதிகளும் பாலஸ்தினத் தாய்மார்களின் கருப்பையில் இருக்கின்ற குழந்தை களையும் கொன்று பாலஸ்தின இனத்தையே பூண்டோடு ஒழிக்க சூளுரை ஏற்றிருப்பதைப் பற்றிய ஒரு செய்தியையாவது விரிவாக வெளியிட்டிருக்கலாம். அமெரிக்கா உள்ளிட்ட ஏகாதிபத்திய நாடுகளிலும் கூட இலட்சக்கணக்கான மக்கள் போர் நிறுத்தம் வேண்டியும், பாலஸ்தினர்களின் விடுதலைப் போராட்டத்தை ஆதரித்தும் நடத்தி வரும் பேரணிகள் ஒன்றைக்கூட தமிழ் ஊடகங்கள் காட்டாமலிருப்பது ஏன்?

1998இல் யூகோஸ்லேவியா மீது நேட்டோ விமானங்கள் குண்டு வீசியதையும் 2001, 2003இல் அமெரிக்க ஏகாதிபத்தியம் இராக்கில் நடத்திய இராணுவ ஆக்கிரமிப்பையும் 2010இல் மீண்டும்

ஆப்கானிஸ்தானில் அமெரிக்காவும் 'நேட்டோ'வும் நடத்திய ஆக்கிரமிப்புத் தாக்குதல்களையும் நியாயப்படுத்துவது போன்ற காட்சிகளைக் காட்டி அவற்றையும் கேளிக்கைப் பொருள்களாக்கிய ஊடகங்களின் கண்கள் பாலஸ்தினர்களுக்காக ஒரு சொட்டுக் கண்ணீராவது விடுமா?

அது போகட்டும். காஸாவில் 3.11.2023இல் ஓர் ஆம்புலன்ஸ் வண்டி மீதும் குண்டு வீச்சுத் தாக்குதல் நடத்திய இஸ்ரேலிய இராணுவத் தளபதியின் நேர்காணலையும் அதற்கு அந்தத் தளபதி கூறும் விளக்கத்தையும் அமெரிக்க சி.என்.என். தொலைக்காட்சி ஊடகம் ஒப்புதலோடு காட்டியது. அதாவது ஹமாஸ் பயங்கரவாதிகள் தான் அந்த ஆம்புலன்ஸின் இருந்தவர்களாம். அவர்கள் தப்பித்துச் செல்ல ஆம்புலன்ஸ்களையும்கூட விட்டுவைப்பதில்லையாம்.

அந்த ஆம்புலன்ஸில் இருந்த 'ஹமாஸ் பயங்கரவாதிகள்' யார் தெரியுமா? இடிபாடுகளிலிருந்து மீட்கப்பட்டு, உடல் முழுவதும் புழுதியால் போர்த்தப்பட்டிருந்த 3-4 வயதுக் குழந்தையின் உடல்; உயிரோடு மீட்கப்பட்டும் உடல் முழுதும் புழுதி படிந்திருந்த, எங்கிருந்து உதவி வரும் என்று புரியாமல் தன் தந்தையின் கைகளால் ஏந்தப்பட்டு இடப்பக்கமும் வலப்பக்கமுமாக மலங்க மலங்கப் பார்த்துக் கொண்டிருந்த 4 அல்லது 5 வயதுக் குழந்தை; 'ஹமாஸ் பயங்கரவாதிகளின் தலைமையகம்' என்று இஸ்ரேலிய பாசிஸ்டுகளால் வெட்கமின்றி பொய்யுரைக்கப்படுவதும் சில நாள்களுக்கு முன் இஸ்ரேலிய பாசிசவாதிகளால் தாக்குதல் தொடுக்கப்பட்டு நூற்றுக்கணக்கான அகதிகளைப் பலி கொடுத்ததுமான ஜபாலியா அகதிகள் முகாமுக்குச் சென்று 'ஹமாஸ் பயங்கரவாதப் படையில்' சேர்வதற்கு "இன்னும் வயது போதாமலிருந்த" ஒரு மாதக் கைக்குழந்தை. இப்படி அந்த ஆம்புலன்ஸில் இருந்தவர்களில் கொல்லப்பட்டவர்கள் 15 பேர்.

ஏறத்தாழப் பத்தாண்டுகளுக்கு முன் டெல்லியில் நிர்பாயா என்னும் இளம் பெண் பாலியல் வன்கொடுமை செய்யப்பட்டுக் கொலை செய்யப்பட்டதைக் கண்டனம் செய்யத் தமிழ்நாட்டிலும்கூட ஆயிரக்கணக்கானோர் - மாணவர்கள், மாணவிகள் உள்பட - மெழுகுவத்தி ஏந்தி தங்கள் இரக்க உணர்வைத் தெரிவித்தனர் என்றால் அது ஊடகங்களின் பரப்புரையின், பரபரப்புச் செய்திகளின் விளைவு. சக மனிதர்கள் - பெண்கள், குழந்தைகள் - நிர்வாணப்படுத்தப்பட்டு

அவர்களின் உடல்கள் மீது சிறுநீர் கழிக்கப்பட்டால், அவர்களது குடி நீர்த் தொட்டிகளில் மனித மலம் கலக்கப்பட்டால், அவர்கள் பட்டியல் சாதியினரைச் சேர்ந்த 'இழிமக்கள்' தானே என்று சிறிதும் கலங்காத ஒரு சமுதாயம் பல்லாயிரக்கணக்கான பாலஸ்தின தாய்மார்களுக்காக, அவர்களது குழந்தைகளுக்காக, அத்தாய்மார்களின் கருவிலிருக்கின்ற சிசுக்களுக்காகக் கண்ணீர் வடிக்கும் என்று எப்படி எதிர்பார்க்கலாம்?

மின்னம்பலம்
நவம்பர் 5, 2023

12. ஸரமாகோ: பாலஸ்தினப் பயணம்

போர்ச்சுகீசிய எழுத்தாளர் ஜோஸெ ஸரமாகோ இலக்கியத்திற்கான நோபல் பரிசைப் பெற்று 25 ஆண்டுகள் நிறைவடைகின்றன. அவரது கொடைகளைக் கொண்டு அமைக்கப்பட்டு லிஸ்பன் நகரில் இயங்கி வரும் ஜோஸெ ஸரமாகோ நிறுவனம் அந்த நிகழ்ச்சியை இம்மாதம் கொண்டாடி வருகிறது.

மூன்றாம் உலக மக்கள் வளர்ச்சியடைந்த நாடுகளால் சுரண்டப் படுவதையும் ஒடுக்கப்படுவதையும் கண்டனம் செய்து வந்த அவர் இந்தோனீஷிய, ஆஸ்திரேலிய ஆக்கிரமிப்புக்கு எதிராகப் போராடிய கிழக்கு தைமூர் மக்களுக்கும் போர்ச்சுகீசிய காலனிகளாக இருந்த ஆப்பிரிக்க நாட்டு மக்களுக்கும் ஆதரவு தந்துவந்தார். எல்லாவற்றுக்கும் மேலாக, பாலஸ்தின மக்களின் விடுதலைக்காகத் தன் கடைசி நாள் வரை குரல் கொடுத்துக் கொண்டிருந்தார். காலஞ்சென்ற பாலஸ்தினக் கவிஞர் மஹ்மூத் தார்விஷின் அழைப்பின் பேரில் பாலஸ்தினத்தின் மேற்குக்கரைப் பகுதியிலுள்ள ரமல்லா நகருக்கும் காஸாவுக்கும் 2002 மார்ச் மாதம், உலகப் புகழ்பெற்ற எழுத்தாளர்களான வோலெ ஸோயிங்கா (நைஜீரியா), வின்செனஸோ கோன்ஸோலோ (இத்தாலி), பெய் டாவோ (சீனா), யுவான் கோய்டொஸோலோ (ஸ்பெயின்), கிறிஸ்டியன் சால்மன் (பிரான்ஸ்), ரஸ்ஸல் பேங்க்ஸ் (அமெரிக்கா), ப்ரெய்டென் பெரெய்டென்பாஹ் (தென்னாப்பிரிக்கா) ஆகியோருடன் மூன்று நாள் பயணம் சென்று, பல்வேறு நிகழ்ச்சிகளில் கலந்து கொண்டார். இஸ்ரேலிய ஆக்கிரமிப்பையும் ஜியோனிஸ்டுகளையும் கண்டனம் செய்து பேசினார்: “பாலஸ்தினத்தில் நடந்துகொண்டிருப்பது ஔஸ்ச்விட்ஸில்(இரண்டாம் உலகப் போரின் போது யூதர்களை அடைத்து வைத்து சித்திரவதை செய்யவும், நச்சுவாயுவால் அவற்றை ஒழித்துக்கட்டவும் நாஜிகளால் ஆக்கிரமிக்கப்பட்ட போலந்தில் அமைக்கப்பட்டிருந்த 40க்கும் மேற்பட்ட சிறைமுகாம்கள் - எஸ்.வி.ஆர்.) என்ன நடந்ததோ அதே போன்ற குற்றத்துக்கு ஒப்பானதாக உள்ளது. தண்டனையிலிருந்து விதிவிலக்குப் பெற்றவர்கள் என்ற உணர்வு இஸ்ரேலிய மக்களிடமும் அதன் இராணுவத்திடமும் இருக்கிறது. அவர்கள் ‘பாடழிவை’ (Holocaust), தாங்கள் வாழ்வதற்கு வேண்டிய வருமானத்துக்கான வழியாக மாற்றிவிட்டனர்”.

பாலஸ்தினத்தில் நடக்கும் இனக்கொலைகளை அவர் 'ஔஸ்ச்விட்ஸுடன்' ஒப்பிட்டதன் காரணமாக உலகெங்கிலுமுள்ள ஜியோனிஸ்டுகளின் கண்டத்துக்குள்ளானார். தாராளவாதப் போக்குடைய யூத, யூதரல்லாத எழுத்தாளர்களும்கூட அவர் இஸ்ரேலிய இராணுவத்தை நாஜிகளுடன் ஒப்பிட்டது தவறு என விமர்சித்தனர். ஆறு மாதங்களுக்குப் பிறகு அவர் ஒரு விளக்கம் கொடுத்தார்: "இஸ்ரேலின் நடவடிக்கை கண்டனம் செய்யப்படக்கூடியது, போர்க்குற்றங்கள் இழைக்கப்பட்டு வருகின்றன - உண்மையில் இஸ்ரேலியர்கள் அதற்குப் பழக்கப்பட்டுப் போயுள்ளனர். அதை அவர்கள் பொருள்படுத்துவதில்லை. ஆனால் அவர்களால் பொறுத்துக்கொள்ள முடியாத சில சொற்கள் உள்ளன. 'ஔஸ்ச்விட்ஸ்' என்று அங்கு நான் சொன்னது, நன்றாகக் குறித்துக் கொள்ளுங்கள், ரமல்லாவும் ஔஸ்ச்விட்ஸும் ஒன்று என்று நான் சொல்லவில்லை, அப்படிச் சொல்வது முட்டாள்தனமானது. நான் கூறியதெல்லாம் 'ஔஸ்ச்விட்ஸ் உணர்வு' ரமல்லாவில் பிரசன்னமாகியுள்ளது என்பதுதான். நாங்கள் எட்டு எழுத்தாளர்கள். அவர்களும் கண்டனம் செய்தனர். ஆனால் இஸ்ரேலியர்கள் இவற்றைப் பொருள்படுத்தவில்லை. 'ஔஸ்ச்விட்ஸ்' என்ற புண்ணின் மீது என் விரலை வைத்தேன் என்ற உண்மைதான் அவர்களைக் (ஜியோனிஸ்டுகளை) குதிக்கச் செய்தது".

2009 பிப்ரவரி 5இல் தன் வலைத்தளத்தில் எழுதினார்: "பாலஸ்தினர்கள் மீது இஸ்ரேல் அரசு செய்யும் ஒடுக்குமுறை, அடக்குமுறை ஆகியவற்றை எப்போதும் விமர்சித்து வந்துள்ள என்னைப் பொருத்தவரை, அந்த அரசைக் கண்டனம் செய்து வந்ததற்கும் தொடர்ந்து கண்டனம் செய்து வருவதற்குமான எனது முக்கியமான வாதம் ஒரு தார்மிகத் தளத்தில்தான் இயங்குகிறது; வரலாறு முழுவதிலும் யூதர்கள் மீது இழைக்கப்பட்ட, வார்த்தைகளால் சொல்ல முடியாத துன்பங்கள், அதிலும் மிகவும் குறிப்பாக இறுதித் தீர்வு என்று சொல்லப்படும் பகுதியாக அமைந்துள்ள துன்பங்கள், இன்றைய இஸ்ரேலியர்கள் (அல்லது, துல்லியமாகச் சொல்வதென்றால் கடந்த 60 ஆண்டுக்கால இஸ்ரேலியர்கள்) பாலஸ்தின நிலத்தில் தங்கள் சொந்தக் கொடுங்கோன்மைகளை இழைக்காமலிருப்பதற்கான ஆகச் சிறந்த காரணமாக இருந்தாக வேண்டும். எல்லாவற்றுக்கும் மேலாக, இஸ்ரேலுக்குத் தேவைப்படுவது ஒரு தார்மிகப் புரட்சி. இந்தக் கருத்தில் உறுதியாக உள்ள நான், 'பாடழிவு' நடந்ததை ஒருபோதும் மறுக்க மாட்டேன். நான் செய்ய விரும்புவதெல்லாம், பாலஸ்தின மக்களை உள்படுத்தும் எல்லாவகையான கடுஞ்சீற்றம், அவமதிப்பு,

உரிமை மீறல்கள் ஆகியவற்றுக்கு 'பாடழிவு' என்ற கருத்தாக்கத்தை விரிவுபடுத்துவது மட்டுமே".

இன்று ஸரமாகோ உயிரோடு இருந்திருந்தால் காஸாவிலும் மேற்குக் கரையிலும் நடப்பது இன்னொர் ஔஸ்ச்விட்ஸ்தான் என்பதை உறுதியாகச் சொல்லியிருப்பார். பாலஸ்தின விடுதலை பற்றிய அக்கறையை அவர் கொண்டிருந்ததன் நினைவாக மேற்சொன்ன நிறுவனம் கடந்த 11ஆம் தேதி பாலஸ்தினக் கவிஞர்கள் சிலரை அழைத்து அரபு மொழியில் தங்கள் கவிதைகளை அரபு மொழியில் வாசிக்கவும் அதை உடனுக்குடன் போர்ச்சுகீசியத்திலும் ஆங்கிலத்திலும் மொழியாக்கம் செய்யவும் வைத்தனர். பாலஸ்தினக் கவிஞர் முகமது ராஸா மாஸ்டர் 2009இல் காஸா பற்றி எழுதிய கவிதையின் தமிழாக்கம்:

கொல்வதை நிறுத்துங்கள்
காஸா இரத்தம் சிந்திக் கொண்டிருக்கிறது
இறந்து கொண்டிருக்கிற குழந்தைகளாக
இரத்தம் சிந்திக் கொண்டிருக்கிறது
தாய்மார்களின் கண்ணீராக
இரத்தம் சிந்திக் கொண்டிருக்கிறது

கனிவு எங்கே
மனிதத்தன்மையற்ற இந்த நிலையை
நாம் வென்று வருவோம்
கருணையுடன் நாம் வாழ்வோமாக
மூர்க்கத்தனமின்றி நாம் வாழ்வோமாக

எங்களுக்கு உண்மை தெரியும்
போலி அமைதியை நாங்கள் அறிவோம்
பேய்கள் பொய்களைப்
பூசி மெழுகுவதை நாங்கள் அறிவோம்

நாங்கள் தேடுவது அமைதியை
அமைதி வீறிட்டு அலறுகிறது
ஒவ்வொரு மூச்சிலும் அது புலம்புகிறது
அமைதிதான் உலகுக்கு நிவாரணம்
அமைதிதான் இந்த உலகில் எங்கள் வேட்கை.

இந்து தமிழ் திசை
16 நவம்பர், 2023

13. காஸா போர்:
இஸ்ரேலும் ஏகாதிபத்திய நலன்களும்

காஸா போரும் சுற்றுச்சூழல் கேடுகளும்

போர் எப்போதுமே கண்மூடித்தனமானது, அதில் எவ்வகையிலும் பங்கேற்காமல் உள்ள சாமானிய மக்களும்கூட தாங்கள் வாழும் இடங்களிலேயே கொல்லப்படுகின்றனர். அவர்கள் வாழ்வதற்கான உணவு, நீர், காற்று ஆகியனவும் அழிக்கப்படுகின்றன. தற்போது பாலஸ்தினர்கள் இனக்கொலை செய்யப்பட்டு வரும் காஸாவில் சுற்றுச்சூழலுக்கு ஏற்பட்டுள்ள பெருங்கேடுகள் பற்றிய செய்திகள் வெளிவந்து கொண்டிருக்கின்றன. இனக்கொலை, சுற்றுச்சூழல் கேடு, போர், ஏகாதிபத்திய நலன்கள் ஆகியவை ஒன்றோடொன்று பின்னிப் பிணைக்கப்பட்டவை என்பது மேலும் தெளிவாகத் தெரிய வருகிறது.

போர், நச்சுத்தன்மை வாய்ந்த உயிர்க்கோளத்தை (bio-sphere) உருவாக்குகிறது (உயிர்க்கோளம் என்பது நம் புவிக்கோளத்தின் மேலேயும் அதற்குக் கீழேயும் தாவரங்கள், பாசிகள், உயிரினங்கள் ஆகிய அனைத்தும் இருப்பதற்கும் உயிர் வாழ்வதற்குமான மண், நீர், காற்று ஆகியனவற்றை உள்ளடக்கிய குறுகலான பகுதி. இது சுற்றுச்சூழலைப் பாதுகாப்பதற்கும் அதை ஒழுங்குமுறைப்படுத்து வதற்கும் இன்றியமையாதது). 2009இல் மனித உரிமைக்கான அராபிய ஆணையமும் ஐ.நா. சுற்றுச்சூழல் திட்ட அமைப்பும் இணைந்து நடத்திய ஆய்வுகளின் போது காஸாவிலுள்ள மண்ணின் சில மாதிரிகளை எடுத்துப் பரிசோதனை செய்து பார்த்தபோது அவற்றில் கதிர்வீச்சுத்தன்மை கொண்ட பொருள்களும் புற்று நோய் உண்டாக்கும் பொருள்களும் இருப்பதைக் கண்டறிந்தன. அவற்றில் ஃபாஸ்பேட்டுகளும் கதிரியக்கம் சற்றுக் குறைக்கப்பட்ட யுரேனியமும் இருப்பது தெரிய வந்தது.

நீண்டகாலமாக இஸ்ரேலின் இராணுவத் தாக்குதலால் சேதமடைந்தும் தகர்க்கப்பட்டும்போன கட்டடங்களுக்குப் பதிலாக புதிய கட்டடங்களையும் குடியிருப்புகளையும் கட்டுவதற்கு இடிபாடுகளிலிருந்து காஸா மக்கள் எடுத்துப் பயன்படுத்திய மரப் பொருள்கள், கான்கிரிட், செங்கற்கள், உலோகக் கம்பிகள் முதலிய

அனைத்திலும் கதிரியக்கத் தன்மை இருந்தது. 2021இல் காஸாவிலிருந்ததும் அண்மைய இஸ்ரேலியத் தாக்குதலில் தகர்க்கப்பட்டதுமான அல் ஸய்ஃபா (al-Saifa) மருத்துவமனையின் புற்றுநோய் சிகிச்சைப் பிரிவுத் தலைவர் 2008-2009இல் இஸ்ரேலிய இராணுவம் காஸா மீது நடத்திய தாக்குதலின்போது பயன்படுத்திய யுரேனியத்தின் காரணமாக இரண்டாண்டுகளில் புற்று நோயால் பாதிக்கப்பட்டவர்களின் எண்ணிக்கை இரு மடங்காகி விடும் என்று கூறினார். அந்தத் தாக்குதலை சுற்றுச்சூழல் பேரழிவு என வர்ணித்தார்.

ஐரோப்பிய மருத்துவ மனித உரிமைக் கங்காணி (Euro-Med Human Rights Monitor) என்ற அமைப்பு கடந்த இரண்டு மாதங்களில் மட்டும் இரு அணுகுண்டுகளின் சக்திக்கு நிகரான குண்டுகளை இஸ்ரேலிய இராணுவம் காஸா மீது பொழிந்தது என்றும், அது ஹிரோஷிமா நகரின் பரப்பளவில் பாதி அளவே உள்ளதும் இருபது மில்லியன் மக்கள் வாழ்ந்து வந்ததுமான பகுதி என்றும் கூறியது. காஸாவிலும் தென் லெபனானிலும் இஸ்ரேலிய இராணுவம் இரண்டு மாத காலமாக இடைவிடாமல் பொழிந்து வரும் குண்டுகள் (இவற்றில் பாஸ்பரஸூம் உள்ளது), வரலாற்றில் முன்னுவமை இல்லாத அளவுக்கு பாதிப்பை ஏற்படுத்தியுள்ளதாகவும் அவ்வமைப்பு கூறுகிறது.

சென்ற ஆண்டு (2012) நவம்பர் மாதம் இஸ்ரேல், பாலஸ்தின மக்கள் பெருமளவில் வசிக்கும் தென் லெபனானில் 40,000 ஒலிவ மரங்களைச் சுட்டுப் பொசுக்கியது. ஒலிவ எண்ணெய்தான் பாலஸ்தினம் மற்றும் அண்டை நாடுகளிலுள்ள மக்களின் சமையல் எண்ணெயாகும். அதற்கு முந்தைய மாதங்களில் 3.5 மில்லியன் சதுர கிலோ மீட்டர் பரப்பளவில் இருந்த ஓக், எலுமிச்சை, வாழை மரங்களையும் புல் வெளிகளையும் புதர்க்காடுகளையும் இஸ்ரேலிய இராணுவம் அழித்தது. இது கொடூரமான கலாசார, ஆன்மிக, வேளாண் பேரழிவாகும். காஸாவுக்கு வர வேண்டிய தண்ணீரும்கூட இஸ்ரேலிய அரசாங்கத்தின் கடும் கட்டுப்பாட்டுக்குள் இருக்கிறது என்பதை அம்னெஸ்டி இண்டர்நேஷனல், ஐ.நா. அவை ஆகிய சர்வதேச அமைப்புகள் ஆவணப்படுத்தியுள்ளன. இப்போது நடந்துவரும் போருக்கு முன்பே காஸாவுக்கு வழங்கப்பட்டு வந்த தண்ணீரில் 96%, மனிதர்களின் நுகர்வுக்குப் பயன்படாத மாசு படிந்தவை. காஸாவுக்கு பொருள்களை வழங்குவதற்காகப் பயன்படுத்தப்பட்டு வந்த பாதையைக் கடந்த (2023) அக்டோபரில் இஸ்ரேலிய அரசு முற்றிலுமாக அடைத்துவிட்டதால், கடல் நீரைக் குடிநீராக்க காஸாவில் இருந்த மூன்று ஆலைகளும் இயங்க முடியாமல் போய்விட்டன. கடந்த

அக்டோபரில் காஸா மீது இஸ்ரேல் தாக்குதல் தொடுக்கும்போது தன்னுடைய நோக்கம் 'விலங்கு மனிதர்களான' ஹமாஸ் அமைப்பினரை ஒழித்துக்கட்டுவதுதான் என்றும் எனவே அங்கிருந்த மக்கள் காஸாவின் தென் பகுதிக்குச் சென்றுவிட வேண்டும் என்று கூறி அவர்களுக்கு மிகக் குறுகிய அவகாசமே கொடுத்தது. ஆனால் காஸாவின் தென் பகுதியில் தண்ணீர்க் கிணறுகளோ கழிவுநீர்ப் பாதைகளோ செயல்படுவதில்லை. ஆக, காஸா மக்கள் ஒன்று இஸ்ரேலிய இராணுவத்துடன் மோதி இறக்க வேண்டும். இல்லாவிட்டால் தாகத்தால் தவித்து உயிர் நீக்க வேண்டுமென்ற நிலை உருவாகியுள்ளது.

இஸ்ரேல், ஏகாதிபத்திய நாடுகள் ஆகியவற்றின் உண்மை நோக்கம்

தற்போதைய குண்டு வீச்சுத் தாக்குதல் தொடங்கிய மூன்று வாரங்களுக்குப் பிறகு இஸ்ரேலிய அரசு காஸா, ஆக்கிரமிக்கப்பட்ட பாலஸ்தினப் பகுதி ஆகியவற்றின் கடற்கரைகளுக்கு அப்பால் கடலிலுள்ள எண்ணெய் வளங்கள், இயற்கை வாயு ஆகியவற்றைத் தோண்டி எடுக்கும் தொழிலை விரிவுபடுத்தப் போவதாக அறிவித்தது. காஸா பகுதியில் உள்ள எண்ணெய், இயற்கை வாயு வளங்களை ஆராய்வதற்காக அது பிரிட்டிஷ் நிறுவனமான 'பிரிட்டிஷ் பெட்ரோல்' (BP) உள்ளிட்ட ஆறு பன்னாட்டு மூலதன நிறுவனங்களுக்கு 12 உரிமங்களை வழங்கியுள்ளது. அந்த ஆய்வுகளில் வெற்றியடையும் நிறுவனங்கள் முன்னுவமை இல்லாத அளவுக்கு முதலீடுகளை செய்வதாக வாக்களித்துள்ளதாக இஸ்ரேலிய எரிசக்தித் துறை அமைச்சர் இஸ்ரேய்ல் கார்ஸ் (Israel Karz) அறிவித்துள்ளார்.

வெளிநாட்டு முதலீடுகளைப் பொருத்தவரை, சம்பந்தப்பட்ட நிறுவனங்களுடன் இஸ்ரேல் பேச்சுவார்த்தை நடத்தியது இது முதல் தடவையல்ல. 2008இல் காஸா மீது இஸ்ரேலிய இராணுவம் படையெடுப்பதற்கு சில மாதங்களுக்கு முன்பே காஸாவின் கடற்கரைக்கு அப்பாலுள்ள எண்ணெய் வளங்கள் மீது தனக்கு முழு உரிமையும் இறையாண்மையும் இருப்பதாக இஸ்ரேலிய அரசு அறிவித்தது. 'பிரிட்டிஷ் காஸ்' என்ற நிறுவனத்துடன் அது மீண்டும் மீண்டும் பேச்சுவார்த்தைகளை நடத்தியது. அதாவது போருக்குப் பிந்திய காஸாவில் இயற்கை வாயு வளங்களைச் சுரண்டி எடுப்பதற்கான திட்டத்தின்படி இந்தப் பேச்சுவார்த்தை காஸா பகுதியில், 'காஸா மரைன்' (Gaza Marine) என்றழைக்கப்படும் (காஸா கடற்கரைக்கு அப்பாலுள்ள) எண்ணெய் வயல்கள் தொடர்பானதாகும். தற்போது இஸ்ரேலியக் கடற்கரைக்கு அப்பால் இஸ்ரேலிய அரசின் கட்டுப்பாட்டுக்குள் உள்ள எண்ணெய், இயற்கை வாயு வயல்களைவிட

நிலத்திற்கு மிகவும் அருகிலேயே 'காஸா மரைன்' இருப்பதால், அந்த வளங்களைச் சுரண்டி எடுப்பது செலவு குறைந்ததாக இருக்கும், 'காஸா மரைன்' வளங்களின் இன்றைய நிகர மதிப்பு 4.50 பில்லியன் டாலராகும்

'வணிகம், வளர்ச்சி ஆகியவற்றுக்கான ஐ.நா. மாநாடு' (UNCTAD) என்ற அமைப்பு, மத்தியதரைக் கடல் பகுதியிலுள்ள லேவண்ட் வடிநிலப் பகுதி (Levent Basin) முழுவதிலுள்ள எண்ணெய், இயற்கை வாயு வளங்களின் மதிப்பு 524 பில்லியன் டாலருக்கும் அதிகம் என மதிப்பிட்டுள்ளது. 2022இல் உக்ரெய்ன் மீது ரஷியா படையெடுத்த பிறகு ரஷியா மீது மேற்கு ஐரோப்பிய நாடுகளும் அமெரிக்காவும் பொருளாதாரத் தடை விதித்தன. அதன்படி ரஷிய எண்ணெய், இயற்கை வாயு ஆகியவை அந்த நாடுகளுக்கு ஏற்றுமதி செய்யப்படுவது தடைசெய்யப்பட்டதன் காரணமாக அந்த நாடுகள் எரிசக்தித் தட்டுப்பாட்டை எதிர்கொண்டன. அந்தச் சிக்கலிலிருந்து மீள்வதற்கு சவூதி அராபியா போன்ற நாடுகளிலிருந்து அதிக விலைக்கு வாங்குகின்றன. எனவே அந்தச் சூழ்நிலையில் எண்ணெய், இயற்கை வாயு ஆகியவற்றை ஏற்றுமதி செய்வதில் தன்னை உலகிலேயே மிகப் பெரும் வலிமை வாய்ந்த நாடாக ஆக்குவதற்கான முயற்சிகளை இஸ்ரேல் மேற்கொள்ளத் தொடங்கியது. அதன் பொருட்டு அது ஐரோப்பிய யூனியனுடன் வரலாற்று முக்கியத்துவமுடைய ஒப்பந்தமொன்றை அண்மையில் செய்து கொண்டது. கடந்த (2023) செப்டம்பர் மாதம் ஐ.நா. தலைமையகத்தில் இஸ்ரேலிய பிரதமர் நெடன்யாஹு ஆற்றிய உரையில் 'புதிய மத்திய கிழக்கு' பற்றிய ஒரு வரைபடத்தை சமர்ப்பித்தார். அதில் பாலஸ்தினம் முற்றாக நீக்கப்பட்டிருந்தது. அந்த வரைபடத்தின்படி, அராபிய தீபகற்பத்திலிருந்து இஸ்ரேல் வரையிலான வழித்தடம் அமைந்திருக்கும். அது கடல் வழியிலுள்ள சோதனை மையங்களை (Checkpoints) தொடாமல் அவற்றைக் கடந்து போகின்றதாக இருக்கும். அதன் காரணமாக பொருள்கள், தகவல் தொடர்பு, எரிசக்திப் பொருள்கள் ஆகியவற்றின் விலைகள் 2 கோடி இஸ்ரேலிய மக்களுக்கு அதிசயத்தக்க முறையில் குறையும்.

அதுமட்டுமல்ல. இந்த வரைபடம் மேற்சொன்ன லேவன் நீர்வடிநிலத்திலுள்ள எண்ணெய், இயற்கை வாயு வளங்களை எடுப்பதற்காக இஸ்ரேல் நாட்டை நிறுவியவரும் அதன் முதல் பிரதமராக இருந்தவருமான பென்-குரியன் பெயரில் புதிய கால்வாய் தோண்டப்படும் என்பதையும் குறிக்கின்றது. அது தற்போது

மத்தியதரைக் கடலையும் செங்கடலையும் இணைக்கும் சூயஸ் கால்வாய்க்கு மாற்றாக இருக்கும். சூயஸ் பூசந்தியின் ஊடாக தற்போது ஆசியாவையும் ஐரோப்பாவையும் வணிகப் போக்குவரத்துக்காக இணைக்குக் கடல் வழித்தடமாக இருப்பது சூயஸ் கால்வாய்தான். (பூசந்தி என்பது கடல் போன்ற நீர்நிலைகளால் பிரிக்கப்பட்டிருக்கும் இரண்டு பெரிய நிலப்பகுதிகளை இணைத்து கடலைப் பிரிக்கும் ஒரு குறுகிய நிலப்பகுதி ஆகும்.)

பொதுவாக கடல்களை இணைக்கும் கால்வாய்கள் கப்பல் போக்குவரத்தின் பயண தூரத்தை, குறுக்குவழியே வெகுவாகக் குறைக்கும் நோக்கத்துடன் பூசந்தியின் ஊடாகவே அமைக்கப்படுகின்றன. மத்தியதரைக் கடலையும் செங்கடலையும் இணைக்கும் சூயஸ் கால்வாய், எகிப்தின் கட்டுப்பாட்டிலுள்ள சினாய் தீபகற்பத்தின் ஊடாக சூயஸ் பூசந்தியின் மேற்குப் பகுதியை வெட்டி எடுக்கப்பட்டே அமைக்கப்பட்டுள்ளது. இந்த கடல்வழிப்பாதை ஐரோப்பாவுக்கும் ஆசியாவிற்கும் இடையிலான கப்பல் பயண தூரத்தை வெகுவாகக் குறைப்பதால், அந்தந்த நாட்டுக் கப்பல்கள் சூயஸ் கால்வாயைப் பயன்படுத்த ஒரு குறிப்பிட்ட கட்டணத்தைச் செலுத்த வேண்டும். அது எகிப்தின் வருமானத்தில் கணிசமான பகுதியாக உள்ளது.

சூயஸ் கால்வாய் எகிப்தின் கட்டுப்பாட்டிலும் அதன் உடைமையிலும் இருப்பதால், இஸ்ரேல் அதைப் பயனின்றிச் செய்து அதற்கு மாற்றீடாக தன் கட்டுப்பாட்டிலும் அதற்கு அனைத்து வகையிலும் உதவி செய்து வரும் அமெரிக்காவின் கட்டுப்பாட்டிலும் இருக்கும் பென் - குரியன் கால்வாயை உருவாக்கும். மத்தியதரைக் கடலையும் ஜோர்டான் நாட்டின் ஒரே கடற்கரை நகரான அகாபா (Aqaba) அருகிலுள்ள வளைகுடாவையும் இணைக்கும் 160 மைல் தூரக் கடல் வழித்தடத்தை அமைப்பதற்கான சாத்தியக்கூறுகளைப் பற்றி 1960களில் நடத்தப்பட்ட ஆய்வுகளின் அடிப்படையில் பென்-குரியன் கால்வாயை அமைக்க இஸ்ரேல் முடிவு செய்துள்ளது. முதலில் அணுசக்தி உள்ள வெடிகுண்டுகளைப் பயன்படுத்தி கடல்வழிக் கால்வாயைத் தோண்டலாம் என்ற யோசனை கூறப்பட்டது. ஆனால் அது பெருமளவில் கதிரியக்கத்தை உருவாக்குமாதலால். மரபான வழிகளில் - இயந்திரங்கள், மனித உழைப்பு முதலியவற்றைக் கொண்டு - அந்தக் கால்வாயை தோண்டலாம் என்றால் அது பெரும் செலவு பிடிக்கும். காஸாவின் ஊடாக அந்தக் கால்வாய் தோண்டும் பணியை மேற்கொண்டால் பாதிக்குப் பாதி செலவு குறையும். ஆக, காஸாவை இஸ்ரேல் முழுமையாக ஆக்கிரமித்துக் கொண்டால் அதற்கு

இரு பலன்கள் கிடைக்கும்; ஒன்று அங்குள்ள எண்ணெய், இயற்கை வாயு வளங்களை முற்றிலுமாகக் கைப்பற்றலாம்; 2. பென்-குரியன் கால்வாயை காஸா ஊடாக தோண்டலாம். ஆனால் அவற்றுக்கு இடைஞ்சலாக உள்ளவர்கள் அங்குள்ள 2 மில்லியன் பாலஸ்தினர்கள். அதனால்தான் காஸாவில் இஸ்ரேலிய இராணுவம் நிரந்தரமாக இருக்கும் என்று அறிவிக்கப்பட்டுள்ளது. ஆனால் அங்குள்ள 2 மில்லியன் பாலஸ்தினர்களை என்ன செய்வது? இந்தத் திட்டத்திற்கு அவர்கள் குறுக்கீடாக இருப்பார்கள் அல்லவா? அமெரிக்கக் குடியரசுத் தலைவர் ஜோ பிடனின் எரிசக்தி ஆலோசகராக உள்ள அமோஸ் ஹோச்ஸ்டைன் (Amos Hochstein) என்பவர் (அவரும் யூதர்தான்) அண்மையில் இஸ்ரேலுக்கு வந்து காஸாவின் கடற்கரைக்கு அப்பாலுள்ள எண்ணெய், இயற்கை வளங்களை எடுக்கும் திட்டத்தைத் துரிதப்படுத்துமாறும் அது பாலஸ்தினத்தின் பொருளாதாரத்திற்குப் புத்துயிர் கொடுக்கும் என்றும் கூறினார். இது பாலஸ்தினர்களுக்காக அமெரிக்கா வடிக்கும் முதலைக் கண்ணீர்தான் என்பது ஒருபுறமிருக்க, அங்குள்ள எண்ணெய், இயற்கை வளங்களின் பலன்களில் கடுகளவுகூட பாலஸ்தினர்களுக்குப் போய்ச் சேர்வதில் இன ஒதுக்கல் முறையைக் கடைப்பிடிக்கும் இஸ்ரேலுக்கு விருப்பம் இல்லை. அது பாலஸ்தினர்களின் இருப்பே தனக்கு இடையூறு என்று கருதுகிறது. எனவேதான் அது பாலஸ்தினர்களை இனக்கொலை செய்து அவர்களைத் துடைத்தழிக்கும் இராணுவத் தாக்குதலை நடத்துகிறது. பாலஸ்தின மக்களின் வம்ச விருட்சங்கள் முழுவதையும் அழித்தல், ஒலிவ மரங்களுக்கு நஞ்சூட்டுதல், ஜோர்டான் நதியை வறண்டுபோகச் செய்தல் ஆகியவையும் அவற்றுக்கு ஏகாதிபத்திய நாடுகள் அனைத்து வகை உதவி செய்து வருவதும் ஒன்றுக்கொன்று பின்னிப்பிணைந்துள்ளன. இஸ்ரேல் ஏற்படுத்தி வரும் சூழல் சீர்கேடு அந்தப் பகுதியை மட்டுமல்ல, நாம் வாழக் கிடைத்துள்ள இந்த ஒரே ஒரு புவிக் கோளம் முழுவதையும் நாசமாக்கிவிடும்.

அராபிய மக்கள் உள்ள எகிப்து, மத்தியக் கிழக்கு நாடுகள், வளைகுடா நாடுகள் ஆகியவை ஒன்று பெரும்பாலும் அமெரிக்கா ஏகாதிபத்தியத்தின் அடிமைகளாக இருக்கின்றன அல்லது இராக், யேமன், லிபியா, சிரியா ஆகியவை போல அமெரிக்க, ஐரோப்பிய, சவூதி அராபிய இராணுவத் தலையீடுகளால் சீர்குலைக்கப்பட்டுள்ளன. பாலஸ்தின மக்கள் மீது கரிசனம் கொண்ட ஜோர்டான் நாடு, அமெரிக்காவுக்கு அஞ்சி நடுங்கிக் கொண்டிருக்கிறது.

1967இல் அரபு நாடுகள் இஸ்ரேலிடம் தோல்வி கண்ட பிறகு அரபு உலகம் முழுவதிலுமே தோல்வி மனப்பான்மையும் விரக்தி

உணர்வும் மேலோங்கியிருந்த காலத்தில் உலகப் புகழ்பெற்ற அராபியக் கவிஞர்களிலொருவரான நிஸ்ஸான் கப்பானி எழுதினார்:

அரபுக் குழந்தைகளே
எதிர்காலத்தின் தானியக் கதிர்களே
நீங்கள் எங்கள் சங்கிலிகளை உடைப்பீர்கள்
எங்கள் தலைகளில் உள்ள அபினியைக் கொல்வீர்கள்
பிரமைகளைக் கொல்வீர்கள்.
அரபுக் குழந்தைகளே
மூச்சுத்திணறச் செய்யப்பட்ட
எங்கள் தலைமுறையைப் பற்றிப் படிக்காதீர்கள்
நாங்கள் வீணாகிப் போனவர்கள்
தர்பூசணிப் பழ ஓட்டைப் போல
எதற்கும் பயன்படாதவர்கள்
எங்களைப் பற்றிப் படிக்காதீர்கள்
எங்களை நகல் செய்யாதீர்கள்
எங்களை ஏற்றுக் கொள்ளாதீர்கள்
எங்கள் கருத்துகளை ஒப்புக் கொள்ளாதீர்கள்
நாங்கள் மோசடிக்காரர்களும்
செப்பிடுவித்தைக்காரர்களுமடங்கிய கூட்டம்
அரபுக் குழந்தைகளே
வசந்தகால மாரிகளே
எதிர்காலத்தின் தானியக் கதிர்களே
தோல்வியை வெல்லப் போகும்
தலைமுறையினர் நீங்கள்.

மின்னம்பலம்
டிசம்பர் 9, 2023
காலச்சுவடு
ஜனவரி 2024

14. இனவாதியா பெரியார்?

புகழ்பெற்ற தமிழ் எழுத்தாளர் ஒருவர், பல ஆண்டுகளுக்கு முன் ஓர் அபூர்வமான கருத்தைக் கூறினார்: "நாஜி ஜெர்மனியில் யூதர்கள் எப்படி நடத்தப்பட்டார்களோ அதைவிட மோசமாக தமிழ்நாட்டில் பார்ப்பனர்கள் நடத்தப்பட்டு வருகிறார்கள்." இன்னொரு 'பிரபல' பதிப்பாளர் சில ஆண்டுகளுக்கு முன்பு, "பெரியார் எங்களுக்கு எதிரான பகைமையைக் கக்கி வந்ததால்தான் எங்களால் அமெரிக்கா போன்ற நாடுகளுக்குச் சென்று பெரிய பதவிகளை வகிக்க முடிகிறது" என்று கூறினார். ஆனால், அந்தச் சமூகத்தினர் எப்போதுமே, பெரியாரின் வருகைக்கு முன்பே, 'நெய் இன்னும் கூடுதலாக ஒழுகும் இட'ங்களை, தேடிச் சென்றுகொண்டே இருந்தனர் என்ற சாதாரண உண்மையை அவர் திட்டமிட்டு மறைத்திருக்கிறார்.

எடுத்துக்காட்டாக, மலையாள மொழியில் கார்ல் மார்க்ஸின் கருத்துகளை முதன்முதலில் அறிமுகப்படுத்திய 19ஆம் நூற்றாண்டுப் பத்திரிகையாளரான 'சுதேசபிமானி' ராமகிருஷ்ண பிள்ளை எழுதியுள்ளார்: பிரிட்டிஷாரின் ஆளுகைக்குக் கீழ்ப்பட்டிருந்த திருவிதாங்கூர் சமஸ்தானத்தில் பார்ப்பனர்களே அனைத்துத் துறைகளிலும் ஆதிக்கம் செலுத்தி வந்தனர். பிரிட்டிஷாரின் அடிமையாக இருந்த திருவிதாங்கூர் மன்னரின் ஆட்சியை நியாயப்படுத்த, அவர் இறைவனின் அவதாரம் என்ற கட்டுக்கதையைப் புனைந்தனர். மக்களை அடிமைத்தனத்தில் ஆழ்த்தி வைப்பதற்காக எண்ணற்ற கட்டுக்கதைகளைப் பரப்பி வந்தனர். சமஸ்தானத்தின் வருவாயில் கணிசமான பகுதி, மன்னரின் ஆடம்பரச் செலவுகளுக்காகவும் பார்ப்பனர்களின் ஓட்டுண்ணி வாழ்க்கைக்காகவும் செலவிடப்பட்டு வந்ததுடன், தமிழ்நாடு, ஆந்திரம் போன்ற பகுதிகளிலிருந்து திருவிதாங்கூர் சமஸ்தானத்தில் குடியேறிய மலையாளி அல்லாத பார்ப்பனர்களுக்கும் ஏராளமான சலுகைகள் வழங்கப்பட்டு வந்தன. பார்ப்பனர்களும் நாயர்கள் போன்ற இதர மேல் சாதியினரும் கல்வி, அரசாங்கப் பணிகள் முதலியவற்றில் மேலாதிக்கம் செய்து வந்ததன் காரணமாக பார்ப்பனரல்லாதோர், தீண்டத்தகாதோர், கிறிஸ்தவர்கள், முஸ்லிம்கள் ஆகியோரின் நலன்கள் புறக்கணிக்கப்பட்டு வந்தன.

இந்த நிலைமைக்குக் காரணமான சமஸ்தான ஆட்சியாளர்களை எதிர்த்தும் சமூகத்தில் நலிந்த பிரிவினருக்கு ஆதரவாகவும் சாதி ஏற்றத்தாழ்வுகளுக்கு எதிராகவும் துணிச்சலுடன் தமது பத்திரிகைகளில் எழுதி வந்த ராமகிருஷ்ண பிள்ளையின் செயல்பாடுகளை ஒடுக்குவதற்காக திருவிதாங்கூர் சமஸ்தானம் அவரை நாடு கடத்தியது. நள்ளிரவில் அங்கிருந்து வெளியேற்றப்பட்ட அவர், திருநெல்வேலிக்குப் போய்ச் சேர்ந்தார். அவருடைய மனைவியும் குழந்தைகளும் சிறிது காலம் அங்கும் பின்னர் சென்னையிலும் வசித்து வந்தனர். சேமிப்புக் கணக்கிலும் கையிருப்பிலுமாக இருந்த அற்பத் தொகையைக் கொண்டு பிழைப்பு நடத்த முடியாமல் அவதிப்பட்டபோதிலும் மனோ உறுதியையும் லட்சியப் பிடிப்பையும் கைவிடாமல் இருந்த ராமகிருஷ்ண பிள்ளை, திருவிதாங்கூர் சமஸ்தான ஆட்சியையும் பிரிட்டிஷ் ஆட்சியையும் தூக்கியெறியும்படி பகிரங்கமான குரல் கொடுக்கவில்லை என்றாலும் அவரது எழுத்துகள் அனைத்தும் கருத்துச் சுதந்திரம், ஜனநாயகம், சாதி ஏற்றத்தாழ்வின்மை, பொருளாதார சமத்துவம் ஆகியவற்றையே வலியுறுத்தின. பிரிட்டிஷ் ஏகாதிபத்தியம், இந்திய நிலப்பிரபுத்துவம், முதலாளியம் ஆகியவற்றுக்கிடையிலான நெருக்கமான பிணைப்பை அவர் புரிந்துகொண்டிருந்தார். (P C Joshi, K Damodaran, *Marx Comes To India: Earliest Indian Biographies of Karl Marx by Lala Har Dayal and Swadeshabimani Ramakrishna Pillai, with Critical Introductions,* Manohar Book Service, Delhi, 1975.)

உண்மைகள் இப்படி இருக்க, ஹிட்லரின் நாஜி கட்சியினரிடமும், ஐரோப்பிய-அமெரிக்க வெள்ளை இனத்தவரிடையேயும் உள்ள இனவாதக் கண்ணோட்டம் (racism) பெரியாரிடமும் அவரது இயக்கத்தினரிடமும் இருந்ததாகவும், இருந்து வருவதாகவும் தொடர்ந்து ஒரு குற்றச்சாட்டு 'இரு பிறப்பு' அறிவாளிகள் பலரால் முன்வைக்கப்பட்டு வருகிறது.

இத்தாலியில் பாசிசமும், ஜெர்மனியில் நாஜிசமும் தோன்றிய போது, அவற்றைக் கண்டனம் செய்து எழுதியவை சுயமரியாதை ஏடுகளான குடி அரசு, பகுத்தறிவு, புரட்சி ஆகியவைதான் என்பதை இவர்கள் இனியேனும் அறிந்துகொள்ள வேண்டும். எடுத்துக்காட்டாக, "இத்தாலியிலுள்ள முஸ்சோலினியும் ஜெர்மனியில் ஹிட்லரும் இன்று தயவு தாட்சண்யமற்ற ஆட்சி நடத்துகிறார்கள்" என்று குடி அரசு 15.10.1939 ஆம் தேதிய இதழ் கூறிற்று. அண்ணல் அம்பேத்கரைப் போலவே பெரியாரும் பார்ப்பனர்களையும் பார்ப்பனியத்தையும் வேறுபடுத்திப் பார்த்தார் என்றாலும், இருவருமே பார்ப்பனியத்தின்

முதன்மையான முகவர்களாக இன்றுவரை பார்ப்பனர்களே இருந்து வருகின்றனர் என்பதைச் சுட்டிக்காட்டத் தவறவில்லை. அதன் காரணமாகத் தான் 1947இல் 'குடி அரசு' கூறியது: "ஜாதி, மதம், கடவுள், சமுதாயம், அரசியல் துறைகளில் புரட்சி மாறுபாடுகள் ஏற்பட வேண்டும் என்று கருதி, அதாவது இவைகளில் உள்ள நடப்புகள் சீர்திருத்தம் செய்யப்பட வேண்டும் என்றும் இல்லாமல் அடியோடு அழித்து ஒரே தன்மையானதாக ஆக்கப்பட வேண்டும் என்று போராடத் தொடங்கிய ஒரு இயக்கம் சுயமரியாதை இயக்கமாகும். இந்த நாட்டில் தீண்டாமை ஒழிப்பு சங்கம் இருக்கலாம். ஆனால், அது ஜாதியை ஒழிக்க சம்மதிக்காது. ஜாதி ஒழிப்பு சங்கம் இருக்கலாம். ஆனால் அது மதத்தை ஒழிக்கச் சம்மதிக்காது. அது போலவே இந்த நாட்டில் மத ஒழிப்பு சங்கம் இருக்கலாம். ஆனால் அது மதத்துக்கு ஆதாரமான கடவுள்களையும், கடவுள் சம்பந்தமான முரண்பட்ட உணர்ச்சிகளையும் மூட நம்பிக்கையையும் ஒழிக்கச் சம்மதிக்காது. கடவுள் சம்பந்தமான முரண்பட்ட தன்மை, மூடநம்பிக்கை ஆகியவைகளை ஒழிக்கும் சங்கம் இருக்கலாம். ஆனால் அது சம்பந்தமான சாஸ்திர ஆதாரங்களை ஒழிக்கச் சம்மதிக்காது. அன்னிய ஆட்சி ஒழிக்கும் சங்கமாக இருக்கலாம். ஆனால் அது அன்னிய பேதங்களை ஒழிக்கும் சங்கமாக இருக்காது. ஆனால் சுயமரியாதை இயக்கமானது எது சரியோ, அதாவது பகுத்தறிவுக்கு எது சரி என்று பட்டதோ அதைத் தவிர மற்றவைகள் எவை ஆனாலும் அவைகளை அழிப்பதில் துணிவுடன் கவலையுடன் உண்மையுடன் பணியாற்றி வருகிறது... பார்ப்பானை வேறுபடுத்திக் காட்டுவதன் மூலமே ஜாதி, மத, கடவுள், சாஸ்திர, புராணத் தொல்லையிலிருந்தும், கொடுமையிலிருந்தும் மக்களை மீள வைக்க சுலபமாக முடிகிறது" (*குடி அரசு, தலையங்கம் 4.1.1947*).

'பார்ப்பானை வேறுபடுத்திக் காட்டுதல்' என்பதன் பொருள் பார்ப்பன சமுதாயத்தை ஒழித்துக்கட்டுவது என்பதல்ல. அரசியல், பண்பாடு, பொருளாதாரம், சமூக நடைமுறைகள் அனைத்திலும் பார்ப்பனர்கள் செலுத்திவந்த ஆதிக்கத்தையும் முற்றுரிமையையும் கேள்விக்கு உட்படுத்தி வந்த சுயமரியாதை இயக்கம் அரசியலிலோ, நிர்வாக இயந்திரத்திலோ பார்ப்பனர்களுக்கு எந்தப் பங்கும் தரப்படக் கூடாது என்று கூறியதில்லை. இதை 1929ஆம் ஆண்டிலேயே பெரியார் உறுதிப்படுத்தியிருக்கிறார்.

நெல்லூரில் நடந்த நீதிக் கட்சி மாநாட்டில், அக்கட்சியில் பார்ப்பனர்களைச் சேர்த்துக்கொள்வதற்கான முயற்சிகள் நடந்தன. அப்போது பெரியார் தனது நிலைப்பாட்டைத் தெளிவாக எடுத்துரைத்தார்:

"எந்தக் காரணத்தை முன்னிட்டும் பார்ப்பனர்களை இவ்வியக்கத்தில் (நீதிக் கட்சியில்) சேர்த்தால், அன்றே - தேன்கூட்டில் நெருப்பு வைக்கப் பட்டது போல் இயக்கம் செத்து, பார்ப்பன ஆதிக்கத்துக்கு மற்றொரு சாதனமாய் மாறிவிடும் என்பதை மட்டும் அழுத்தம் திருத்தமாக உறுதியாகச் சொல்லுவோம். பார்ப்பனரல்லாத தலைவர்களில் சிலர் இவ்வியக்கத்தில் பார்ப்பனர்களைச் சேர்த்துக்கொள்ள வேண்டியதற்குப் பலவித அரசியல் காரணங்களைச் சொல்லி, நம்மை வசப்படுத்த முயற்சிக்கக்கூடும். அரசியல் காரணங்களே முக்கியமல்ல. **அன்றியும் பார்ப்பனர்களுக்குள்ள அரசியல் பங்கை மோசம் செய்ய வேண்டும் என்று நாம் சொல்வதில்லை. நமது கொள்கைக்கும் நன்மைக்கும் விரோதமில்லாத பார்ப்பனர்களுக்கு அவர்களது பங்கைக் கொடுக்க நாம் தயாராகவே இருக்கிறோம். அரசியலில் நன்மையான காரியங்களுக்கு அவர்களுடன் ஒத்துழைக்கவும் அவர்களது ஒத்துழைப்பை ஏற்றுக் கொள்ளவும் தயாராக இருக்கிறோம்.**" *(குடி அரசு, தலையங்கம், 22.9.1929. அழுத்தம்: எஸ்.வி.ஆர்.)*

இந்தித் திணிப்புக்கு எதிராக 1937-39இல் நடந்த கிளர்ச்சியின் போது தமிழகமெங்கும் பரவி, அது பார்ப்பனிய மேலாதிக்கத்துக்கு எதிர்ப்பான போராட்டமாக மாறிய சூழலில், இந்தி எதிர்ப்புப் போராட்டத்தில் பங்கேற்றவர்கள் சிலர் 'பூணூல் ஒழிக' என்று முழக்கமிடுவதாகக் குற்றம்சாட்டிய பத்திரிகைகளுக்குப் பதில் கூறிய பெரியார், அப்படிச் சொல்வதில் தவறில்லை என்றும், 'பூணூல்' என்பது பார்ப்பனியத்தைக் குறிக்கிறது என்றும் கூறினார். அதேசமயம், சிலர் ராஜகோபாலாச்சாரியாரின் வீட்டுப் பெண்களையும் பார்ப்பனப் பெண்களையும் இழிவாகப் பேசுவதாகச் சொல்லப்பட்ட குற்றச்சாட்டுக்குக் கீழ்க்கண்டவாறு பதில் அளித்தார்:

"...பெண்டு பிள்ளைகளைப் பற்றிப் பேசுவது என்பது குற்றம் தான்... அவர்கள் பெண்டு பிள்ளை வேறு, அவர்களுக்கு வரும் இழிவு வேறு, அவர்களுக்கு வரும் அவமானம் வேறு, நமது பிள்ளைகளுக்கு வரும் அவமானம், இழிவு வேறு என்று நாம் கருதவில்லை. கருதுவதுமில்லை என உறுதிபடக் கூறுகிறோம். அப்படிப்பட்ட பேச்சு பேசியவனையும் கூப்பாடு போட்டவனையும் எப்படி தண்டிப்பதிலும் எவ்வித அடக்குமுறை கையாளுவதிலும் எனக்குச் சிறிதும் ஆட்சேபனையில்லை. ஆனால், அப்படி இதுவரை யார் சொன்னார்கள். அது எங்கே பதிவு செய்யப்பட்டது. அது உண்மை யானால் ஏன் அதற்குத் தனிப்பட்ட நடவடிக்கை எடுத்துக் கொள்ளப் படவில்லை?" *(குடி அரசு, 28.8.1938).*

அதற்கு 9 ஆண்டுகளுக்கு முன் செங்கல்பட்டில் நடந்த சென்னை மாகாண முதல் மாநாட்டில் கலந்துகொள்ளும்படி அழைப்பு விடுக்கும் தலையங்கத்தில் பெரியார் எழுதினார்: "தனிப்பட்ட ஸ்திரீகளும், தங்களை விதவைகள் என்றோ வேசிகள் என்றோ நினைத்துக் கொண்டிருப்பவர்களும் அவசியம் வரவேண்டுமென்று கேட்டுக் கொள்ளுகின்றோம்." *(குடி அரசு, தலையங்கம், 13.01.1929.)*

1939இல் பொதுக்கூட்டம் ஒன்றில் பெரியார் கூறினார்: "எந்தப் பார்ப்பனரிடமும் எனக்குத் தனிப்பட்ட விரோதமோ பகைமையோ கிடையாது... சாதாரண வாழ்க்கைத் துறையில் ஒருவருக்கொருவர் மனிதத்தன்மையுடன்தான் எல்லாப் பார்ப்பனரிடமும் பழகி வருகிறேன் என்பதுடன் சகல பார்ப்பனரும் என்னிடம் அப்படித்தான் பழகி வருகின்றார்கள் என்றே சொல்லுவேன். எதோ சில பார்ப்பனர்களும் பார்ப்பன வாலிபர்களும் தங்கள் நன்மையும் ஆதிக்கமும் பாதிக்கப் பட்டுவிடும் எனப் பயந்து, சில்லறை விஷமங்கள் செய்து வருகிறார்கள் என்பது எனக்குத் தெரியும்... 'பார்ப்பனப் பூண்டை ஒழிக்கவே நான் உயிருடன் இருக்கிறேன்' என்று எங்கோ (நான்) சொன்னதாகக் கேள்வியில் குறிப்பிடப்பட்டிருக்கிறது. அந்தக் காரியம் என்னால் முடியாது என்றும், யாராலும் முடியாது என்றும், முடியுமானால் அது அல்ல என்னுடைய அபிப்பிராயம் என்றும் பல தடவை சொல்லியும் எழுதியும் வந்திருக்கிறேன். ஆனால் நான் கூறிவந்ததும் இப்பொழுது உண்மையாகக் கூறுவதும், பார்ப்பனியத்தை அடியோடு ஒழிப்பது என்பதுதான் எனது முக்கியமானதும் முதன்மையானதுமான காரியம் என்று கூறுகிறேன்... எந்தக் காரியம் எப்படி இருந்தாலும் அரசியலில், பொது வாழ்க்கையில் கண்டிப்பாக மனித தர்மம் தவிர, வேறு எந்த கால தர்மமோ சமய தர்மமோ புகுத்தப்படக்கூடாது என்பதுதான் எனது ஆசையே ஒழிய உலகத்தில் உள்ள மக்கள் எல்லாம் என் இஷ்டம் போல்தான் நடக்க வேண்டும் என்பதல்ல. காலப் போக்கையும் நிலைமை இயற்கையிலேயே கைகூடி வருவதையும் பொறுத்தே நான் பேசுகிறேன்." *(குடி அரசு, 17.9.1939)*

இந்தியா குடியரசாக அறிவிக்கப்பட்டதையொட்டி, 'தி இந்து' ஆங்கில நாளேடு குடியரசு நாள் சிறப்பிதழைக் கொண்டுவந்தது. அந்தச் சிறப்பிதழில், கருஞ்சட்டை இயக்கம் பற்றி எழுதுமாறு பெரியார் கேட்டுக்கொள்ளப்பட்டார். ஓர் இயக்கத்தை, அதிலுள்ள தொண்டர்கள் அணியும் உடையைக் கொண்டு மதிப்பிடக் கூடாது என்றும் அப்படிச் செய்தால் காங்கிரஸ் கட்சியைக் காந்தி குல்லாக் கட்சி என்று அழைக்க வேண்டிவரும் என்று 'தி இந்து' நாளேட்டுக்கு அனுப்பிய

கட்டுரையில் கூறினார். அக்கட்டுரையில் ஆரியம், திராவிடம் என்பது வரலாற்று ரீதியாகப் பலராலும் கையாளப்பட்ட கருத்தாக்கங்கள் என்பதைச் சுட்டிக்காட்டும் பெரியார், தன் இயக்கத்தின் நோக்கம் பார்ப்பனர் - பார்ப்பனரல்லாதோர் என்ற பிரிவினை என்றென்றும் நிலைநிறுத்தப்பட வேண்டும் என்பதல்ல, மாறாக, இரண்டு எதிரெதிர் கூறுகளை இணைப்பதுதான் என்று கூறினார். ரத்தப் பரிசோதனை மூலம் இனங்களை வரையறுக்கும் நாஜி தலைவரின் கொள்கைக்குத் தான் எதிரி என்பதையும், அப்படிப் பிரிப்பது தற்கொலைக்குச் சமமானது மட்டுமல்ல, பிற்போக்குத்தனமானது என்றும் கூறுகிறார். ஆரியர் - திராவிடர் என்னும் பாகுபாடு கலாசார அடிப்படையில் ஏற்பட்டதேயன்றி வேறல்ல என்றும் கூறுகிறார்: "...The terms 'Aryan' and 'Dravidian' are not my inventions. They are historical realities... That the Ramayana is an allegoric representation of the invading Aryans and the domiciled Dravidians has been accepted by all historians including Pandit Nehru and all reformers including Swami Vivekananda. My desire is not to perpetuate this difference, but to unify the two opposing elements in society. I am not a believer in the race theory as propounded by the late Nazi leader of Germany. None can divide the South Indian people into two races by means of any blood test. It is not only suicidal but most reactionary. But the fundamental difference between two different cultures, Aryan and Dravidian cannot be refuted by anyone who has closely studied the daily life habits and customs and literature of these two distinct elements in South India" (The Hindu, Republic Day Number 26.1.1950).

அன்றைய சென்னை பெருமாநிலத்திலிருந்து பிரிந்து போய் தங்களுக்கு தனி மாநிலம் அமைத்துக்கொள்ள விரும்பிய ஆந்திரர்கள் சென்னை நகருக்கும் உரிமைகொண்டாடினர். அப்பிரச்சினை குறித்துப் பேசுமாறு பெரியார் சென்னை இராயப்பேட்டையில் செயல்பட்டு வந்த 'லட்சுமிபுரம் யுவர் சங்க'த்தின் சார்பில் 7.1.1953 அன்று அழைக்கப் பட்டிருந்தார். (அச்சங்கம் அக்காலத்தில் பெரிதும் பார்ப்பனர்களையே உறுப்பினர்களாகக் கொண்டிருந்தது என்றாலும், ஜனநாயக உணர்வு கொண்டிருந்த சிலரும் அதில் இருந்தனர். ஒவ்வொரு மாதமும் வெவ்வேறு கருத்துகளைக் கொண்டவர்கள் சிறப்புப் பேச்சாளர்களாக அழைக்கப்படுவது வழக்கம். - எஸ்.வி.ஆர்) மேற்கூறிய பிரச்சினை குறித்துப் பேச அழைக்கப்பட்டிருந்த பெரியார், பார்ப்பனர்கள் பற்றி பெரியாரும் திராவிடர் கழகமும் கொண்டிருந்த கருத்துகளைத் தெளிவுபடுத்தினார்: "நண்பர் ஸ்ரீநிவாசராகவன் (அச்சங்கத்தின் தலைவர் - எஸ்.வி.ஆர்.) அவர்கள் பேசும்போது ஒரு விஷயம் குறிப்பிட்டார். அதைப் பற்றி நான் ஏதாவது சொல்ல வேண்டிய அவசியத்தில் இருக்கிறேன். அதாவது யாரோ சில பிராமணர்கள் அவரை அழைத்து

‘பெரியார் ராமசாமி நாயக்கர், பிராமணர்கள் இந்த நாட்டில் வாழவே கூடாது என்று பேசுகிறார். அவரை நீங்கள் எப்படி இங்கே கூப்பிட்டீர்கள் என்பதாக கேட்டார்கள்’ என்று சொன்னார். பிராமணர்கள் இந்த நாட்டில் வாழக்கூடாது என்றோ, இருக்கக் கூடாது என்றோ திராவிட கழகம் வேலை செய்யவில்லை. திராவிட கழகத்தின் திட்டமும் அது அல்ல, திராவிட கழகத்தினுடைய திட்டமெல்லாம், திராவிட கழகமும் நானும் சொல்லுவது எல்லாம், விரும்புவது எல்லாம், நாங்களும் கொஞ்சம் வாழவேண்டும் என்பதுதான். இந்த நாட்டிலே நாங்களும் கொஞ்சம் மனிதத்தன்மையோடு, சமத்துவமாக இருக்க வேண்டும் என்பது தான். இது பிராமணர்களை வாழக் கூடாது என்று சொன்னதாகவோ, இந்த நாட்டைவிட்டு அவர்கள் போய்விட வேண்டுமென்று சொன்னதாகவோ அர்த்தம் ஆகாது. அவர்களைப் போகச் சொல்ல வேண்டிய அவசியம் இல்லை. அது ஆகிற மாதிரி என்று நான் கருதவும் இல்லை. அவர்கள் அனுசரிக்கிற சில பழக்க வழக்கங்களையும் முறைகளையும்தான் நாங்கள் எதிர்க்கிறோம். இது அவர்கள் மனம் வைத்தால் மாற்றிக் கொள்வது பிரமாதமான காரியமல்ல. நமக்கும் அவர்களுக்கும் என்ன பேதம்? ஒரு குழாயில் தண்ணீர் பிடிக்கிறோம். ஒரு தெருவிலே நடக்கிறோம். ஒரு தொழிலையே இருவரும் செய்கிறோம். காலமும் பெருத்த மாறுதல் அடைந்து விட்டது. மக்களும் எவ்வளவோ முன்னேற்றம் அடைந்துவிட்டார்கள். விஞ்ஞானம் பெருக்கம் அடைந்து விட்டது. இந்த நிலையில் நமக்கு மனித தர்மத்தில் பேதம் இருப்பானேன். ஆகவே உள்ள பேதங்கள் மாறி நாம் ஒருவருக்கொருவர் சமமாகவும் சகோதர உரிமையுடனும் இருக்க வேண்டும் என்பதற்கு ஆகத்தான் பாடுபடுகிறேன். நம்மிடையில் பேத உணர்ச்சி வளரக் கூடாது என்பதில் எனக்கு கவலை உண்டு. எனது முயற்சியில் பலாத்காரம் சிறிதும் இருக்கக் கூடாது என்பதிலும் எனக்கு கவலை உண்டு. காலம் எப்போதும் ஒன்று போலவே இருக்க முடியாது. நம்மில் இரு தரப்பிலும் பல அறிஞர்களும் பொறுமை சாலிகளும் இருப்பதாலேயே நிலைமை கசப்புக்கு இடமில்லாமல் இருந்து வருகிறது. இப்படியே என்றும் இருக்கும் என்று நினைக்க முடியாது. திராவிட கழக பின்சந்ததிகளும் பிராமணர்கள் பின்சந்ததிகளும் இந்தப் படியே நடந்து கொள்வார்கள் என்றும் கூற முடியாது. ஆதலால் அதிருப்திக்குக் காரணமானவைகளை மாற்றிக் கொள்வது இருவருக்கும் நலம். அதை நண்பர் ஸ்ரீனிவாசன் அவர்களும் நன்றாய் விளக்கி இருக்கிறார். அதாவது பிராமணர்களும் காலதேச வர்த்தமானத்துக்கு தக்கபடி தங்களை மாற்றிக்கொள்ள வேண்டும் என்று சொன்னார். அதுதான் இப்போது இருதரப்பினரும் கவனிக்க வேண்டியது.”

மேலும், அப்போது பெரியாரிடம் கடும் பகைமை கொண்டிருந்த தி.மு.க.வைச் சேர்ந்த ஒருவர் (அக்கட்சியைப் பெரியார் 'கண்ணீர்த் துளிகள்' என்று அழைப்பது வழக்கம்) அக்கூட்டத்தில் பெரியாரிடம் கேட்ட கேள்விக்கும் பதில் கூறினார்: "உண்மையில் இந்த சந்தர்ப்பத்தில் மேலும் சிறிது சொல்கிறேன். பிராமணர்களில் எனக்கு யாரிடமும் தனிப்பட்ட விரோதம் இல்லை. உதாரணமாக இந்த கூட்டத்திலே கண்ணீர்த் துளிகளை சேர்ந்த ஒருவன் அதிக பிரசங்கித்தனமாக சில கேள்விகள் கேட்டிருக்கிறான். அவைகள் எல்லாவற்றையும் பற்றி இங்கு நான் பதில் சொல்ல வரவில்லை. இதோ பாருங்கள் அந்த கேள்விகள். கேள்விகளை கையெழுத்து போட்டு கண்ணீர்த் துளிக்கு உள்ள பெயரையும் போட்டு கொடுத்திருக்கிறான். ஆச்சாரியாருடன் (ராஜாஜி - எஸ்.வி.ஆர்.) சினேகமாக இருந்து கொண்டு உள்ளுக்குள் அவரை ஆதரித்துக் கொண்டு இருப்பதாலும்தானே உன்னை இங்கு வரவேற்கிறார்கள் என்று எழுதி இருக்கிறான். மற்றும் பல எழுதி இருக்கிறான். அவன் எழுதியது அப்படியே இருக்கட்டும். ஆச்சாரியார் அவர்கள் எனக்கு நல்ல நண்பர்தான். ஆச்சாரியார் போலவே மற்றும் பல பார்ப்பனர்களும் எனக்கு நண்பர்களாக இருந்துதான் வருகிறார்கள். நெருங்கி பழகிக்கொண்டு வருகிறார்கள். ஆனால் அதற்கு ஆக ஆச்சாரியர் மந்திரி சபையை ஆதரிப்பதோ அவர் மந்திரியாய் இருக்க வேண்டும் என்று விரும்புவதோ திராவிட கழகத்தின் எந்த ஒரு சிறு கொள்கையாவது விட்டுக் கொடுப்பதோ அடியோடு கிடையவே கிடையாது. இது மாத்திரம் அல்ல. அவர் மந்திரி ஆனது முதல் இன்று வரையிலும் நான் அவரை சந்தித்ததும் கிடையாது. கருத்துக்கள் பரிமாற்றிக் கொண்டதும் கிடையாது. அவர் மந்திரி ஆக வருவதை நான் விரும்பினதாக சொல்ல முடியாது. ஆனால் கம்யூனிஸ்டுகள் தாங்கள் வெற்றி பெற்ற உடன் திடீரென்று ஒரு பிராமணரை (ஆந்திராவைச் சேர்ந்தவரும் காங்கிரஸிலிருந்து விலகி தனிக் கட்சி அமைத்து, கம்யூனிஸ்டுகளுடன் சேர்ந்து காங்கிரஸுக்கு எதிரான 'ஐக்கிய முன்னணி'யை உருவாக்கியவருமான டி.பிரகாசம். - எஸ்.வி.ஆர்.) மந்திரியாக கொண்டு வர முயற்சித்தார்கள். எனக்கு அது பிடிக்கவில்லை, அந்த சமயத்தில் ஆச்சாரியார் பெயர் அடிபட்டதும் இருவரில் அவரை விட இவர் ஆச்சாரியார் மேல் என்று கருதினேன், எழுதினேன். இது பொது நலத்தை உத்தேசித்தே தவிர சினேகத்திற்காகவோ பெரும் சுயநலத்துக்காகவோ அல்ல. இன்று நல்ல காரியங்களை வரவேற்கிறேன். அதிருப்தியான காரியங்களை எதிர்க்கிறேன். நாம் யாவரும் சேர்ந்து செய்ய வேண்டிய வேலை ஒன்று இருக்கிறது. அதுதான் மேலே குறிப்பிட்டு இருக்கிறேன். நாம் நம் நாட்டை பூரண

விடுதலை உடைய நாடாக செய்து கொள்ள வேண்டும். அதற்காக நாம் யாவரும் ஒன்றுபட்டு உழைக்க வேண்டும். நம் தமிழ்நாட்டை அவன் அல்லாத வேறு எவனும் நம் நாட்டை சுரண்டாமலும் நம் நாட்டின் மீது ஆதிக்கம் செலுத்தாமலும் பார்த்துக் கொள்ள வேண்டும். அதில் நாம் யாவரும் ஒன்றுபட்டு உழைக்க வேண்டும் என்று ஆசைப்படுகிறேன்.” *(விடுதலை, 8.1.1973)*

1962 புத்தாண்டு நாளன்று விடுத்த அறிக்கையில் பெரியார் கூறுகிறார்: “பார்ப்பனத் தோழர்களே! நான் மனிதத்தன்மையில் பார்ப்பனர்களுக்கு எதிரி அல்ல. தமிழ்நாட்டிலேயே அனேக பார்ப்பனப் பிரமுகர்கள் - பெரியோர்கள் ஆகியோர்களுக்கு அன்பனாகவும், மதிப்புக்குரியவனாகவும், நண்பராகவும்கூட இருந்து வருகிறேன். சிலர் என்னிடத்தில் அதிக நம்பிக்கையும் வைத்திருக்கிறார்கள். சமுதாயத் துறையில் பார்ப்பனர்கள் அனுஷ்டிக்கிற உயர்வு, அவர்கள் அனுபவிக்கிற அளவுக்கு மேற்பட்ட விகிதம் - ஆகியவைகளில்தான் எனக்கு வெறுப்பு இருக்கிறது. இது பார்ப்பனர்களிடம் மாத்திரம் அல்ல, இந்த நிலையில் உள்ள எல்லோரிடத்தும் நான் வெறுப்பு கொள்கிறேன். இந்நிலை என்னிடத்தில் ஏற்பட்டிருப்பதற்குக் காரணம், ஒரு தாய் வயிற்றில் பிறந்த எல்லா மக்களுக்கும் சம அனுபவம் இருக்க வேண்டும் என்று கருதி, ஒன்றுக்கொன்று குறைவு, அதிகம் இல்லாமல் பார்த்துக்கொள்வது எப்படி ஒரு தாய்க்கு இயற்கை குணமாக இருக்குமோ, அதுபோலத் தான் எனக்கும் தோன்றுகிறது. மற்றும், அந்தத் தாய் தனது மக்களில் உடல்நிலையில் இளைத்துப் போய், வலிவுக் குறைவாய் இருக்கிற மகனுக்கு, மற்ற குழந்தைகளுக்கு அளிக்கிற போஷணையைவிட எப்படி அதிகமான போஷணையைக் கொடுத்து மற்ற குழந்தைகளோடு சரிசமானமுள்ள குழந்தையாக ஆக்க வேண்டுமென்று பாடுபடுவாளோ, அதுபோலத்தான் நான், மற்ற வலுக்குறைவான பின்தங்கிய மக்களிடம் அனுதாபம் காட்டுகிறேன். இந்த அளவுதான் நான் பார்ப்பனரிடமும், மற்ற வகுப்புகளிடமும் காட்டிக்கொள்ளும் உணர்ச்சி ஆகும். உண்மையிலேயே பார்ப்பனர்கள் தங்களை இந்நாட்டு மக்கள் என்றும், இந்நாட்டிலுள்ள மக்கள் யாவரும் ஒரு தாய் வயிற்றுப் பிள்ளைகள் என்றும், தாயின் செல்வத்துக்கும் உரிமை உடையவர்கள் என்றும் கருதுவார்களேயானால், இந்த நாட்டிலே சமுதாயப் போராட்டமும் சமுதாய வெறுப்பும் ஏற்பட வாய்ப்பே இருக்காது.” *(விடுதலை, 1.1.1962)*

இவ்வாறு பல்வேறு காலகட்டங்களில் பெரியார், பார்ப்பனியம், பார்ப்பனர் பற்றிய தமது நிலைப்பாட்டைத் தெளிவுபடுத்தியிருந்த போதிலும், உண்மையான முற்போக்குச் சிந்தனையுள்ள பார்ப்பன

நண்பர்களும்கூட 'பார்ப்பனர்' என்பது இழிவுக் குறிப்புச் சொல் என்றும், அது பார்ப்பனர்களின் மனதைப் புண்படுத்துகிறது என்றும், தங்கள் மீது செய்யப்படும் விமர்சனத்தை ஏற்றுக்கொள்வதாகவும், ஆனால் தங்களை 'பிராமணர்கள்' என்றே அழைக்க வேண்டும் என்றும் கூறுகிறார்கள். பெரியார் இயக்கம் ஏன் 'பிராமணர்' என்ற சொல்லை ஏற்றுக்கொள்ளாது, 'பார்ப்பனர்' என்ற சொல்லைப் பயன்படுத்துகிறது என்பதைப் புரிந்து கொள்ள இயலாதவர்கள் போலவும் நடிக்கிறார்கள். ஆனால், ஓர் உண்மை அவர்களுக்குத் தெரியாதது போல் நடிக்கிறார்கள்.

பாபர் மசூதியின் இடிபாடுகளுக்கு மேல் ராமர் கோவிலைக் கட்டுவதற்காக 2020 ஆகஸ்ட் 5 அன்று நடந்த 'பூமி பூஜை'யை ஆர்.எஸ்.எஸ். தலைவர் மோகன் பகவத் எந்த சுலோகத்துடன் தொடங்கினார் என்பதை 'தெ ஒயர்' டிஜிட்டல் நாளேட்டில் வெளிவந்த கட்டுரை கூறுகிறது (Subashini Ali, The Laws of Manu and What They Would Mean for Citizens of the Hindu Rashtra, https://thewire.in/rights/manusmriti-hindu-rashtra-rss). மனு ஸ்மிருதியின் 'அங்கீகரிக்கப்பட்ட' பதிப்பாக மோகன் பகவத்தின் அமைப்பால் ஏற்றுக்கொள்ளப்பட்டதும் சம்ஸ்கிருதம், இந்தி ஆகிய இரு மொழிகளிலும் வெளியிடப் பட்டுள்ளதுமான நூலிலுள்ள (*Manusmriti*, edited and corrected by Dr. Surendra Kumar, published by Arsh Sahitya Prachar Trust, Delhi) ஒரு சுலோகம்தான் அது: "அந்த நாட்டில் முதலில் பிறந்தவனிடமிருந்து (அதாவது 'பிராமணா') உலகிலுள்ள மற்ற மனிதர்கள் எல்லோரும் அவரவர் கடமைகளை அறிந்து கொள்ளட்டும்" (மேற்சொன்ன சம்ஸ்கிருத நூல், இயல் 1, பக்கம் 73). இந்த சுலோகம் சிறிதுகூட பிசகின்றி 'மனு ஸ்மிருதி'யின் அண்மைய ஆங்கில மொழியாக்கத்தில் உள்ளது (Patrick Olivelle, *The Law Code of Manu, A Critical Edition and the Translation of Manava Dharmasastra*, Oxford University Press, Lond , 2005). மனு ஸ்மிருதியின் முதல் இயலான 'சிருஷ்டி' (படைப்பு) என்பதிலுள்ள 31ஆம் சுலோகம் கூறுகிறது : "மேலும், இந்த உலகங்களின் வளர்ச்சிக்காக பகவான் தனது வாய், கைகள், தொடைகள், பாதங்கள் ஆகியவற்றிலிருந்து பிராமணன், சத்திரியன், வைசியன், சூத்திரன் ஆகியோரைப் படைத்தார்" (மேற்சொன்ன ஆங்கில நூல், ப.88.)

தர்ம சாஸ்திரங்கள் அனைத்திலும் தலையாயது என்று காஞ்சி பரமாச்சாரியார் அவர்களாலேயே போற்றப்பட்டதுதான் மனு சாஸ்திரம். அந்த நூலின் இரண்டாம் இயலின் 30ஆம் சுலோகம், ஒவ்வொரு வர்ணத்தாருக்கும் என்ன பெயர்கள் இடப்பட வேண்டும் என்பது

பற்றிப் பேசுகிறது. மற்ற மூவர்ணத்தாருக்கு மதிக்கத்தக்க (அதிலும் ஏற்றத்தாழ்வுகள் உண்டு) பெயர்கள் வைத்தாலும் சூத்திரனுக்கு இழிவான, மதிக்கத்தக்கதாக இல்லாத, அலட்சியப்படுத்தப்படக்கூடிய பெயர்கள்தான் வைக்க வேண்டும் என்று கூறுகிறது. ஏவலன், தாசன் என்ற பெயர்கள் வைக்கும்படி இன்னொரு சுலோகம் கூறுகிறது.

அப்படியிருந்தும் எங்களை 'பிராமணன்' என்று மட்டும் அழைத்து எவ்வளவு விமர்சித்தாலும் சரி, 'பார்ப்பனன்' என்ற சொல்லைப் பயன்படுத்த வேண்டாம், அது எங்கள் மனதைப் புண்படுத்துகிறது என்று மாய அழுகை அழுகின்றனர் முன்னாள் 'இடதுசாரிகள்', இன்னாள் 'முற்போக்குவாதிகள்' சிலர். அதாவது நூற்றுக்கு 97 விழுக்காடாக உள்ள பார்ப்பனரல்லாத மக்கள், 'பிராமணன்' என்ற சொல்லைப் பயன்படுத்துகையில் அவர்கள் தங்களை 'சூத்திரன்' என்று இழிவுபடுத்திக் கொள்ள வேண்டும் என்பதுதான் அவர்களின் ஆசை. மேலும், 'பார்ப்பனர்' என்ற சொல் தூய தமிழ்ச்சொல். சங்க இலக்கியத்திலும் காணப்படும் சொல். 'பாரதியார்கூட, "பார்ப்பானை ஐயரென்ற காலமும் போச்சே" என்று பாடியிருக்கிறார் அல்லவா? 'பார்ப்பனியம்', 'பார்ப்பனர்' என்பன 'பிராமணன்' என்ற சொல்லுக்குக் கற்பித்து வந்துகொண்டிருக்கும் 'மேன்மை'யையும் 'புனிதத் தன்மை'யையும் கட்டுடைப்பவை.

தமிழர் தலைவர் பெரியார்,
இந்து தமிழ் திசை சிறப்பு வெளியீடு,
டிசம்பர் 2023

15. பொதுவுடைமை இயக்கத்தில் பூத்த மலர்கள் - மதிப்புரை

தற்பொழுது மார்க்சிஸ்ட் கம்யூனிஸ்ட் கட்சியின் அரசியல் தலைமைக் குழுவின் உறுப்பினராக உள்ள, ஜி.ஆர். என்று அன்போடு அழைக்கப்படுகின்ற தோழர் ஜி. ராமகிருஷ்ணன், கடந்த சில ஆண்டுகளாக 'களப் பணியில் கம்யூனிஸ்டுகள்' என்ற பொதுத் தலைப்பில் எழுதிவருகின்ற கட்டுரைகளின் மூன்றாவது பாகமே 'பொதுவுடைமை இயக்கத்தில் பூத்த மலர்கள்'.

இத்தொகுப்பில் 59 கட்டுரைகள் என வரிசைப்படுத்தப் பட்டிருந்தாலும், ஏழு கட்டுரைகளில் ஒன்றுக்கும் மேற்பட்ட தோழர்கள் பற்றிய குறிப்புகள் உள்ளன. (30ஆம் கட்டுரையில் இரண்டு தோழர்கள், 31இல் இரண்டு தோழர்கள், 39இல் 3 தோழர்கள், 42இல் 2 தோழர்கள், 47இல் 2 தோழர்கள், 49இல் 2 தோழர்கள், 56இல் 2 தோழர்கள்). ஆக மொத்தம் 68 தோழர்கள் பற்றிய குறிப்புகள் இத்தொகுப்பில் உள்ளன எனக் கொள்ளலாம்.

இவர்களில் 39 தோழர்கள் பத்தாம் வகுப்புக்கும் அதற்கும் குறைவான அளவிலும் படித்தவர்கள்; பெரும்பாலோர் 7ஆம் வகுப்புக்குக் கீழேயே படிப்பைத் தொடர முடியாதவர்கள்; எழுத்தறிவே இல்லாத நிலையில் கட்சித் தோழர்களாகியவர்கள் மூவர். அவர்களில் ஒருவர் பெண் தோழர்.

எஸ்.எஸ்.எல்.சி வரை படித்தவர்கள் 8 தோழர்கள்.

மெட்ரிக்குலேஷன் படிப்பை முடிக்காதவர் ஒரு தோழர்.

இண்டர்மீடியட் வரை படித்துள்ளவர் ஒரு தோழர்.

பட்டயப் படிப்பு படித்த தோழர்கள் மூவர்.

பட்டதாரித் தோழர்கள் எழுவர்.

மேற்சொன்ன தோழர்களில் இத்தொகுப்புக்கான கட்டுரைகள் எழுதப்பட்டு வந்த காலத்தில் ஏற்கெனவே இயற்கை எய்தியவர்கள் இருவர். இவர்களில் ஒருவரான தோழர் ராமய்யாவுக்கு என்று தனிக் கட்டுரை இல்லாவிட்டாலும் சில கட்டுரைகளில் அவர் குறிப்பிடப்படுகிறார்.

மிக அண்மையில் தோழர் சிவசாமியும் தோழர் 'ஜூடோ' இரத்தினமும் காலமாகிவிட்டனர்.

அமைப்புக்குள்ளாக்கப்பட்ட விவசாயக் கூலித் தொழிலாளர்களாகவும் மூட்டை சுமக்கும் தொழிலாளர்கள், மண்பாண்டத் தொழிலாளர்கள் எனப் பல வகைத் தொழிலாளர்களாகவும் இருப்பவர்கள் பதினைந்து தோழர்கள். இவர்களில் ஒருவர் ஒரு ஜவுளிக்கடையில் விற்பனை ஊழியராகவும், இன்னொருவர் ரப்பர் தோட்டத் தொழிலாளியாக இருந்து சூபர்வைசர் பதவி உயர்வு பெற்றவராகவும் இருந்திருக்கின்றனர்.

பண்ணையடிமையாக இருந்து பண்ணையடிமை முறையையே வெற்றிகரமாக ஒழித்துக்கட்டும் முயற்சியில் சொல்லொணாத் துன்பங்களுக்கு ஆளாகியவர் ஒரு தோழர்.

தாழ்த்தப்பட்ட (தலித்) வகுப்பைச் சேர்ந்தவர்கள் மூவர்.

ஏழை மற்றும் நடுத்தர விவசாயிகள் எனக் கொள்ளப்படக் கூடியவர்கள் 11 தோழர்கள். இவர்களில் பெரும்பாலோர் பிறக்கும் போது மட்டுமே நிலம் சொந்தமாக வைத்திருந்தவர்களின் மக்கள். பலர் நிலத்தை இழந்தவர்கள். ஒருவர் கட்சி செலவுக்காக தன் நிலத்தில் ஒரு பகுதியை விற்றுவிட்டவர். இன்னொருவர் தலித் குடியிருப்புகளுக்காக ஒரு ஏக்கர் நிலத்தை வழங்கியவர்.

ஒரே ஒரு தோழர் மட்டுமே பணக்கார விவசாயக் குடும்பத்தில் பிறந்த பட்டதாரி. டி.வி.எஸ். நிறுவனத்தில் நல்ல ஊதியம் தரும் கணக்காயர் வேலையைத் தொழிற்சங்கப் பணிகளுக்காகத் தயங்காமல் துறந்து டெல்லியில் பணியாற்றச் சென்றவர்.

பதினோரு தோழர்கள் சிறு தொழில் நடத்தி வந்தவர்கள் (மண்பாண்டத் தொழில், அச்சுக்கூடம் போன்றவை).

இருவர் முறுக்கு விற்பனை, மளிகைக் கடை போன்றவற்றை நடத்தி வந்த குறு வணிகர்கள்.

ஒருவர் ஃபோர்ஜிங் தொழிலில் கூட்டுப் பங்காளியாக இருந்தவர்.

அரசாங்க அலுவலகங்களிலும் பொதுத் துறை நிறுவனங்களிலும் பணிபுரிந்தவர்கள் 15 பேர் (இவர்களில் ஒருவர் ரயில்வேயில் கார்பெண்டராகவும் இன்னொருவர் தினக்கூலிக்கு வேலைசெய்யும் தையல் தொழிலாளியாகவும் இருந்தவர்).

இவர்கள் அனைவருமே கட்சிக்குள் வந்த பிறகு வர்க்கத் தன்மையையும் சாதித்தன்மையையும் முற்றாக அழித்துக்கொண்ட

தோழர்கள். அதுமட்டுமின்றி, தங்கள் துறையைச் சேர்ந்த ஊழியர் களையும் தொழிலாளர்களையும் தொழிற்சங்க அமைப்புக்குள் கொண்டு வந்ததுடன் பல்வேறு தொழிலாளர்கள் நடத்திய வர்க்கப் போராட்டங்களுக்குப் பல வகையில் ஒருமைப்பாட்டைத் தெரிவித்ததுடன் நிற்காது உறுதுணை புரிந்தவர்கள். ஒரே ஒரு தோழர் மட்டுமே சனாதனதர்மக் குடும்பத்தில் பிறந்தவர் என்றாலும் சிறப்புமிகு சமதர்மவாதியாய்த் திகழ்ந்தவர்.

பிரிட்டிஷ் இந்திய இராணுவத்தில் பணியாற்றி ஓய்வூதியத்தை பெற்றுக் கொள்ள மறுத்தவர் ஒரு தோழர்.

ஆலைத் தொழிலாளிகளாக இருந்தவர்கள் (இஞ்சினீயரிங் தொழிற்சாலைகள் உள்பட) பத்தொன்பது தோழர்கள் (காலஞ்சென்ற தோழர் ராமய்யா உள்பட) 19 தோழர்கள்.

பெண் தோழர்கள் எழுவர் (தென்னாப்பிரிக்காவில் வசிக்கும் காந்தியின் பேத்தி இலா காந்தி உள்பட). இவர்களில் தோழர் ராஜலட்சுமி எழுத்தறிவு பெறாதவர்). இவர்கள் தவிர பல பெண்கள் இக்கட்டுரைத் தொகுப்பில் ஆங்காங்கே குறிப்பிடப்படுகின்றனர்.

எழுத்தாளர்களாகவும் மொழிபெயர்ப்பாளர்களாகவும் சிறந்து விளங்கிய/விளங்கும் தோழர்கள் மூவர்.

மற்ற தோழர்கள் பலரும் கலை இலக்கியத் தொண்டாற்றியவர் களாகவும் கலைஞர்களாகவும் பாடகர்களாகவும் நாட்டார் கலைகளில் தேர்ச்சி பெற்றவர்களாகவும் உடற் பயிற்சியாளராகவும் இருந்திருக்கின்றனர்/ இருக்கின்றனர்.

இப்படி நான் கணக்கிட்டு வகைப்படுத்துவது கிட்டத்தட்ட சரியானதாக இருக்கும் என்று நம்புகிறேன்.

முதலாளிகளின் குண்டர் படைகளாலும் ஆர்.எஸ்.எஸ். பாசிஸ்டுகளாலும் படுகொலை செய்யப்பட்ட தோழர்கள் ஆங்காங்கே குறிப்பிடப்பட்டுள்ளனர்.

கூடவே ஒன்றுபட்ட இந்தியக் கம்யூனிஸ்ட் கட்சியிலும் பிறகு மார்க்சிஸ்ட் கட்சியிலும் தலைசிறந்து விளங்கிய, மறைந்த தோழர்களும் பல இடங்களில் நினைவுகூரப்படுகின்றனர்.

எனக்கு வியப்புத் தரும் வகையில் புதிய செய்திகளாய், மகிழ்ச்சியூட்டுவனவாய் இருப்பவை மூன்று: 1. தன்னடக்கத்தின் உருப்பிழம்பாய் இருந்து எண்ணற்ற மார்க்ஸிய நூல்களையும் பெரியார்,

அம்பேத்கர் போன்ற தலைவர்களையும் பற்றிய நூல்களையும் எழுதியுள்ள தோழர் என்.ராமகிருஷ்ணன், கம்யூனிஸ்ட் இயக்கத்தின் வாழும் மூத்த தலைவர்களிலொருவரான தோழர் என்.சங்கரய்யா அவர்களின் இளவல்; 2. என் அபிமானத்துக்குரியவராக இருந்த திரைப்பட ஸ்டண்ட் மாஸ்டர்களிலொருவரான ஜூடோ ரத்தினம் மார்க்ஸிஸ்ட் கட்சி உறுப்பினர்; 3. அதேபோல என் தலைமுறையைச் சேர்ந்தவர்களுக்குப் பிரியமான இசையமைப்பாளர்களிலொருவரான சுப்பையா நாயுடு கலை இலக்கியப் பெருமன்றத்தில் இருந்தவர்.

எனது அன்புக்கும் மதிப்புக்குமுரிய தோழர் எஸ்.ஏ.பெருமாளைப் பற்றிய கட்டுரை முந்தைய இரு தொகுப்புகளில் இடம் பெற்றுள்ளதா இல்லையா என்பது என் நினைவில் இல்லை. ஆனால், பல கட்டுரைகளில் அவர் ஆற்றிய பணிகள் பற்றிய குறிப்புகள் ஆங்காங்கே தென்படுகின்றன.

இத்தொகுப்பில் குறிப்பிடப்படும் ஆலைத் தொழிலாளர்கள், விவசாயத் தொழிலாளர்கள், கூலித் தொழிலாளர்கள் எல்லோரையும் என் பேராசான்கள் என்று ஏற்றுக் கொள்ளும் வகையில் அவர்களது கம்யூனிச அர்ப்பணிப்பும், போராட்டக் குணமும், அனுபவ அறிவும் அமைந்துள்ளன.

இந்தக் கட்டுரைகளில் குறிப்பிடப்படும் தோழர்கள் ஆற்றிய அரும்பணிகளை விவரிக்க ஒரு நூலையே எழுத வேண்டும்:

இந்தத் தோழர்கள் கட்சிப் பணிகள், தொழிற்சங்கப் பணிகள், விவசாய சங்கப் பணிகள், அரசு மற்றும் பொதுத்துறைத் தொழிலாளர்களின் பணிகள் ஆகியவற்றை மட்டுமே செய்திருக்கிறார்களா? இல்லை.

முதலாளிகளின் தனிக்கூலிப் படைகளும் அரசாங்க ஒத்துழைப்பும் சேர்ந்து தொழிலாளர்கள், விவசாயிகள், தலித்துகள், பிற உழைக்கும் மக்கள் ஆகியோர் மீது நடத்திய தாக்குதல்களைத் தங்களின் உயிரைப் பணயம் வைத்து முறியடித்ததுடன் அவர்களது உரிமைகளைப் பெற்றுத் தருதலுடன் அவர்களின் பணி நின்று விட்டதா? இல்லை.

தலித் மக்களின் ஆலய நுழைவு உரிமை, தீண்டாமை ஒழிப்புச் செயல்பாடுகள், தலித்துகளுக்கும் பிற ஏழை உழைக்கும் மக்களுக்கும் நில விநியோகம், வீட்டுமனைப் பட்டாக்களையும் அவர்களின் அனுபோகத்தில் இருந்த நிலங்களுக்கான பட்டாக்களையும் வாங்கிக் கொடுத்தல், தலித்துகளுக்கு மயானம் அமைத்தல், அனைத்து சாதியினருக்கும் பொதுவான மயானங்களை உருவாக்குதல், மின்விளக்கு, சாலைகள் போன்ற அகக்கட்டுமானங்களை உருவாக்குதல்,

கழிப்பறைகள் - குறிப்பாகப் பெண்களுக்கான கழிப்பறைகள் - கட்டித் தருதல், ஆர்.எஸ்.எஸ். அமைப்பின் பாசிசக் குண்டர்களின் தாக்குதலை தீரத்துடன் எதிர்கொண்டு முறியடித்தல், பொது விநியோக முறை சீராக நடைபெறுவதை உறுதிப்படுத்துதல், ரேஷன் கடை இல்லாத இடங்களில் ரேஷன் கடைகளை அமைத்துத் தருதல், நீர்ப்பாசனம் உரிய முறையில் கிடைக்காது தவிக்கும் விவசாயிகளுக்குப் பாசன வசதிகளைப் போராடிப் பெற்றுத் தருதல், முஸ்லிம் சகோதரர்களைப் பாதுகாத்தல், மூடநம்பிக்கையில் மூழ்கியிருக்கும் மக்களிடையே அறிவியல் அறிவொளியைக் கொண்டு செல்லுதல், சித்த மருத்துவத்தில் தேர்ச்சி பெற்று எளிய மக்களுக்கு மருத்துவ சேவையாற்றுதல், நச்சுக் கலாசாரம் பரவியிருக்கும் இருள் சூழ்ந்த இந்த நாட்களில் புரட்சிகர கலை இலக்கியங்களை மக்களிடம் கொண்டு வருதல், நாட்டுப் படகு மீனவர்களுக்கும் விசைப்படகு மீனவர்களுக்குமிடையே உள்ள பூசல்களைத் தீர்த்து வைத்தல், துப்புரவுத் தொழிலாளர்களின் ஊதிய உயர்வுக்காக மட்டுமின்றி அவர்களது மானுட கௌரவத்துக்காகவும் போராடுதல், தீப்பெட்டித் தொழிற்சாலைகளின் குழந்தைத் தொழிலாளர் முறையை ஒழித்துக்கட்டப் போராடுதல், பெரும் வெள்ளமொன்றால் அடித்துச் செல்லப்பட்ட அக்குழந்தைத் தொழிலாளர்கள் சிலரின் உடல்களை மீட்டுத் தருதல், கலைஞர் மு.கருணாநிதியின் சமத்துவபுரம் திட்டம் நடைமுறைக்கு வருவதற்குப் பல ஆண்டுகளுக்கு முன்பே தலித்துகளும் தலித் அல்லாத பிற்படுத்தப்பட்ட மக்களும் ஒரே இடத்தில் வாழ்வதைச் சாத்தியமாக்குதல், சாதி, மத மறுப்புத் திருமணங்களை நடத்துதல், ‘கணவனை இழந்தோர்க்குக் காட்டுவது இல்’ என்ற பழைய கருத்தை முறியடிக்கும் வகையில் கணவரை இழந்த பெண்ணைத் திருமணம் செய்து கொள்ளுதல், பிறப்பால் இஸ்லாமியரான ஒரு கட்சித்தோழரை இந்து மக்கள் வழிபடும் பிள்ளையார் கோவிலை நிர்வகிக்கும் பொறுப்பை பொதுமக்களே மனம் விரும்பி ஒப்படைக்கச் செய்தல் எனக் கட்சி சாராது அனைத்து மக்களுக்கும் பொதுவான பணிகளை, வாக்கு வங்கியைப் பெருக்கும் எண்ணம் கடுகளவுகூட இல்லாமல் செய்து வருதல் - இவை போன்ற எத்தனையோ மக்கள் பணிகளை ஆற்றிய, ஆற்றி வரும் தோழர்களில் எவரைக் குறிப்பிட்டுச் சொல்வது, எவரைக் குறிப்பிடாமல் இருப்பது?

இத்தோழர்களனைவருக்கும் பொதுவானது கம்யூனிச சமுதாயம் நோக்கிய தியாகப் பயணம் என்று சொல்வதை மட்டுமே என்னால் இப்போது செய்ய முடியும்.

தீண்டாமை ஒழிப்பு, சாதி ஒழிப்பு ஆகியவற்றுக்கான சரியான பாதை அடையாள அரசியல் அல்ல, தலித் மக்களையும் பிற பிற்படுத்தப்பட்ட மக்களையும் வர்க்க உணர்வு பெற்றவர்களாக ஆக்கி, அவர்களை ஒன்றிணைத்து செயல்பட வைப்பதுதான் என்று தோழர் ஜி.ஆர்., இந்த நூலில் ஓரிடத்தில் குறிப்பிடுகிறார். கீழைத் தஞ்சையில் பெற்ற அந்த அனுபவத்தை தமிழ்நாடு முழுவதற்கும் எடுத்துச் செல்கிறது இன்று சிபிஎம் கட்சியின் தீண்டாமை ஒழிப்பு முன்னணி. அதே பாதையில்தான் சிபிஐ கட்சியின் ஒடுக்கப்பட்டோர் வாழ்வுரிமை இயக்கமும், பாசிச எதிர்ப்பு இயக்கத்தைக் கட்டுவதில் முனைப்பாக உள்ளதும், சிபிஎம், சிபிஐ கட்சிகளுடன் நல்லுறவை வளர்க்க விரும்புவதுமான சிபிஐ எம்-எல் லிபரேஷன் கட்சியும் தேர்ந்தெடுத்துக் கொண்டுள்ளன. இந்த கட்சிகளும்கூட கீழைத்தஞ்சைப் போராட்ட மரபுக்குரியவர்கள்தான்.

இந்தியாவில், உலகின் பெரும் பகுதியில் காணப்படுவது போல்வே, கம்யூனிஸ்ட் இயக்கம் பிளவுபட்டு, பல கட்சிகளாக, பிரிவுகளாக இயங்கிக் கொண்டிருக்கிறது. பல்வேறு சாயல்களைக் கொண்ட அவை ஒரே ஒரு இரத்த சிவப்பாக வேண்டிய தருணத்தை வரலாறு நமக்கு வழங்கியுள்ளது.

தோழர் ஜி.ஆர்., இத்தொகுப்பில் உள்ள கட்டுரைகள் எழுதியதற்குச் சில ஆண்டுகளுக்குப் பிறகே அவை ஒரு தொகுப்பாக இப்போது வெளிவந்துள்ளன. எனவே அதற்கேற்றாற்போல் அவர் நேர்கண்ட தோழர்களின் வயது விவரங்களும் மாற்றப்பட்டிருக்க வேண்டும்; தோழர் டி.செல்வராஜ் இயற்கை எய்தி இரண்டாண்டுகள் ஆகின்றன. ஆனால், அவர் இன்னும் உயிரோடு இருப்பது போன்ற எண்ணத்தை அத்தோழர் பற்றிய கட்டுரை ஏற்படுத்துகிறது; 57ஆம் கட்டுரையில் தோழர் என்.ராமச்சந்திரன், எப்போது சிபிஎம் கட்சியின் அரசியல் தலைமைக் குழு உறுப்பினரானர் என்ற தகவல் இல்லை. இந்த விவரங்களை அடுத்த பதிப்பில் சரிசெய்ய வேண்டும்.

இந்த நூலில் பெரும்பாலான கட்டுரைகள் “பாராட்டுக்குரியது, பின்பற்றத்தக்கது” என்ற வரிகளுடன் முடிவடைகின்றன. இது தோழர் ஜி.ஆர். எழுதியுள்ள இந்த நூலுக்கும் பொருந்தும்.

கோவையில் ஜனவரி 1, 2024இல்
புத்தக வெளியீட்டு நிகழ்ச்சியில் ஆற்றிய உரை

16. ஜெர்மன் நாஜிசமும் சங் பரிவார பாசிசமும்

பல்வேறு நாடுகளிலுமுள்ள பாசிசங்கள் அனைத்தும் ஜெர்மானிய நாஜிசத்தைத் தம் முன்மாதிரியாகக் கொண்டிருந்தாலும் அதன் முழு அச்சு வார்ப்பாக இந்திய பாசிசம் மட்டுமே இருப்பதாகக் கருதலாம். அவற்றின் ஒத்த தன்மைகளை இங்கு பார்ப்போம்:

***1.* ஜெர்மன் நாஜிகள் ஆரிய இனத்தின் மேன்மையை நிறுவ முயன்றனர்.** இந்திய நாஜிகளான சங் பரிவாரத்தினரோ 'இந்துக்களின் மேன்மை' என்ற பெயரில் பார்ப்பனர்களின் மேலாண்மையை முழுமையாக நிறுவப் பாடுபட்டுக் கொண்டிருக்கின்றனர். இதன் பொருட்டு 'ஆரியர்கள் வெளிநாட்டிலிருந்து வந்தவர்களல்லர், மாறாக இந்தியாவின் பழங்குடிகள்' என்ற கருத்தை நிறுவுவதற்காக தங்கள் வழக்கமான பொய் மூட்டைகளை அவிழ்த்துவிட்டனர். அந்த மூட்டைகளிலிருந்து வெளிவந்த சில இந்தியப் பார்ப்பன 'ஆராய்ச்சியாளர்களும்', சங் பரிவாரத்தின் மீது மோகம் கொண்டுள்ள ஓரிரு வெளிநாட்டு 'ஆராய்ச்சியாளர்க'ளும், ஆரியர்கள்தான் சிந்துவெளி நாகரிகத்தைக் கட்டமைத்தனர் என்று மெய்ப்பிப்பதற்காகக் களமிறங்கினர். அதாவது அவர்களது ஆராய்ச்சிக் களம் என்பது கணினியும் கணினித் தொழில்நுட்பமும்தான்! அவற்றைக் கொண்டு சிந்து வெளி நாகரிகத்தில் காணப்படும் எருது சின்னத்தை குதிரையாகக் காட்ட முனைந்து படுதோல்வி அடைந்தனர் என்றாலும் ஆரியர்கள் இந்திய மண்ணைச் சேர்ந்தவர்கள்தான் என்பதை 'மெய்ப்பிக்கும்' பல கட்டுரைகளும் நூல்களும் சங் பரிவார 'ஆராய்ச்சி' முகாமிலிருந்து வந்துகொண்டுதான் இருக்கின்றன.

இதில் வேடிக்கை என்னவென்றால், இந்துத்துவத்தின் பிதாமகன் வி.டி.சாவர்க்கர் *1923*இல் வெளியிட்ட *'இந்துத்துவா அல்லது இந்துக்கள் யார்?'* (Hindutva or Who is a Hindu) என்ற நூலில் அவர், **ஆரியர்கள் வெளிநாட்டிலிருந்து சிந்து நதிக் கரைப் பகுதிக்கு வந்தனர் என்றும், உலகின் மிகப் பழைமையான நாகரிகங்களிலொன்று எனச் சொல்லப்படும் பாபிலோனிய நாகரிகம் தோன்றுவதற்கு முன்பே ஆரிய வேத ரிஷிகளின் யாகப் புகைகள் வானை நோக்கி எழுந்து கொண்டிருந்தன என்றும் சிலாகிக்கிறார். வடமேற்கு இந்தியாவிலிருந்து**

மெல்ல மெல்ல இந்தியாவின் பிற பகுதிகளுக்குச் சென்ற ஆரியர்களோடு சேர்ந்து அவர்களது பண்பாடும் பரவியது என்றும், ஆரியரல்லாத மக்கள் அங்கு இருந்தபோதிலும் அவர்களுக்கும் ஆரியர்களுக்கும் இரத்தக் கலப்பு ஏற்பட்டு இந்து தேசம் உருவாகியது என்றும், "இந்து பூர்வீகத்துடன் தொடர்புடையவர்கள் அனைவருடனும் தனக்கு இரத்த உறவு இருக்கிறது என்று கருதுபவனும் வடக்கே சிந்து நதி முதல் தெற்கே இந்து மாக்கடல் வரை உள்ள பகுதியே இந்தியா என்று ஒப்புக் கொள்பவனும், இந்தியாவை ஒரு தெய்விக பூமி அல்லது புனித பூமி என்று கருதுபவனுமேதான் இந்து ஆவான்" என்றும், இந்த இந்துக்கள் யாவரும் ஒரே மரபினம் (race) என்றும் இந்த நூலில் கூறுகிறார் சாவர்க்கர்.

சங் பரிவாரத்தின் ஆன்மிகக் குருக்களுக்கும் குருவாகக் கருதப்படும் எம்.எஸ்.கோல்வால்கர், "நாம், அல்லது நமது தேசத்தன்மையை வரையறுத்தல்' (We, or our Nationhood Defined) என்ற நூலில், உலகில் எந்தவொரு மாபெரும் அறிவியலாளராலும் கண்டுபிடிக்க முடியாத 'அறிவியல் கண்டுபிடிப்பை' முன்வைக்கிறார்: "இந்துக்கள் அல்லது ஆரியர்களாகிய நாம் முதலில் வட துருவப் பிரதேசத்திலிருந்து வந்தவர்கள் என்ற கோட்பாட்டை லோக்(மான்ய) திலகர் முன்வைத்தார். அதாவது ஆரியர்கள், அதாவது இந்துக்கள் முதலில் வட துருவப் பிரதேசத்தில் இருந்தார்கள் என்று அவர் கூறுவதை நாம் ஒப்புக் கொள்கிறோம். ஆனால், அவருக்கு தெரியாமல் போனது என்னவென்றால் தொன்மைக்காலத்தில் வட துருவ முனையும் துருவப் பிரதேமும் இன்றுள்ள இடத்தில் இருக்கவில்லை என்பதுதான். நாம் அறிந்து கொண்டது என்னவென்றால்... வட துருவப் பகுதி ஓரிடத்தில் நிலையாக இருந்ததில்லை; மிக நீண்டகாலத்திற்கு முன்பு அது இன்றைய பிகாரிலும் ஒரிஸ்ஸாவிலும் இருந்தது; பிறகு வடகிழக்குத் திசை நோக்கிச் சென்றது; அதன் பின்னர் வளைந்துவளைந்து மேற்குத் திசையிலும் வடக்கு திசையிலும் சென்று இப்போதுள்ள இடத்தை அடைந்தது. அப்படியானால் நாம் துருவப் பிரதேசத்தை விட்டு இந்துஸ்தானத்துக்கு வந்து விட்டோமா அல்லது நாம் எப்போதுமே இங்கேதான் இருந்திருக்கிறோமா, துருவப் பிரதேசம்தான் நம்மை விட்டு வளைந்துவளைந்து வட திசை நோக்கிச் சென்றுவிட்டதா? இந்த உண்மை லோக் திலகரின் காலத்திலேயே கண்டுபிடிக்கப்பட்டிருந்தால், வேதங்களில் சொல்லப்படும் துருவப் பிரதேசம் இந்துஸ்தானத்திலேயே இருந்தது, இந்துக்கள் அங்கு புலம் பெயர்ந்து செல்லவில்லை, மாறாக இந்துக்களை இந்துஸ்தானத்தில் விட்டுவிட்டு துருவப் பிரதேசம்தான் வளைந்துவளைந்து வட திசையை நோக்கிப் புலம் பெயர்ந்துவிட்டது என்ற கோட்பாட்டை

அவர் தயக்கமின்றி முன்வைத்திருப்பார் என்று நம்மால் தயக்கமின்றி உறுதிப்படுத்த முடியும்."

2. ஜெர்மன் நாஜிகளின் கருத்துநிலை (ideology): யூத விரோதத்தையும் யூதர்களை இழிவுபடுத்துவதையும் பின்னர் அவர்களை ஒழித்துக்கட்டுவதையும் நாஜிகள் தங்கள் அரசியல் கொள்கையாகவும் பரப்புரையாகவும் கொண்டிருந்தனர் (இன்றைய ஜெர்மன் அரசு நவ-நாஜிகளான இஸ்ரேலிய ஜியோனிஸ்டுகளுடன் கூட்டுச் சேர்ந்துள்ளது என்பது வேறு விடயம்).

இந்திய பாசிசவாதிகளோ இஸ்லாமிய, கிறிஸ்தவ சிறுபான்மையினரை - குறிப்பாக இஸ்லாமியர்களை - இழிவுபடுத்துவதையும் முஸ்லிம் விரோதக் கருத்துகளைப் பரப்புவதையும் தங்கள் அரசியல் கொள்கையாகக் கொண்டிருப்பதுடன் அவர்களை முற்றிலுமாக இனக்கொலை செய்வதை நியாயப்படுத்தும் கருத்துகளைப் பரப்பி வருகின்றனர். அதன் பகுதியாக எண்ணற்ற முஸ்லிம்கள் கொல்லப் பட்டுள்ளனர், அவர்களது இல்லங்களும் கட்டடங்களும் புல்டோட்சர்கள் மூலம் இடித்துத் தள்ளப்பட்டுள்ளன. அவர்களது வணிகங்களும் வணிக மையங்களும் கடைகளும் நிர்மூலமாக்கப்பட்டு வருகின்றன.

3. ஜெர்மானிய நாஜிகள் கொன்ற விளிம்புநிலை மக்கள்: மேற்கு, கிழக்கு ஐரோப்பாவிலிருந்த ரோமாக்கள், ஜிப்ஸிகள் எனப்படும் நாடோடி மக்களைக் கொன்று குவித்தனர்.

இந்திய நாஜிக்கள் தலித்துகளையும் அடக்கவும் ஒடுக்கவும் அழிக்கவும் முயன்று கொண்டிருக்கிறார்கள்.

4. ஹிட்லரின் நாஜி அரசின் குடியுரிமைச் சட்டம்: ஜெர்மானியக் குடிமக்கள் பட்டியலிலிருந்து யூதர்களை விலக்கி வைத்தது; அவர்களுக்குக் குடியுரிமை வழங்க மறுத்து.

இந்திய நாஜிகளோ தேசிய மக்கள் பதிவேட்டில் இந்திய முஸ்லிம்களை குடியுரிமை அற்றவர்களாக ஆக்கும் பொருட்டு குடியுரிமை சட்டத்திற்குத் திருத்தம் கொண்டு வந்திருக்கிறார்கள். அஸ்ஸாமிலுள்ள இலட்சக்கணக்கான முஸ்லிம்களுக்கு, அவர்கள் அந்த மாநிலத்தில் வாழ்ந்தவர்கள் என்பதற்கான வரலாற்று ஆவணங்கள் இல்லை என்ற காரணம் காட்டி, அவர்களுக்குக் குடியுரிமையை மறுத்துள்ளதுடன் பல்லாயிரக்கணக்கான முஸ்லிம்களை சிறைகள் போன்ற முகாம்களில் அடைத்து வைத்துள்ளனர். அதேவேளை வரலாற்று ஆவணங்கள் இல்லாத, அஸ்ஸாமில் குடியேறிகளாக உள்ள பல இலட்சம் இந்துக்களுக்கு - அவர்கள் வெளி மாநிலங்களிலிருந்தோ

வெளிநாடுகளிலிருந்தோ வந்தவர்களாக இருந்தாலும் - குடியுரிமையை வழங்குகிறார்கள்.

5. ஜெர்மன் நாஜிகளின் இனத் தூய்மைச் சட்டம்: நாஜிகள் 'ஜெர்மானியர்களின் இரத்தம், கௌரவம் ஆகியவற்றைப் பாதுகாக்கும் சட்டம்' இயற்றினார்கள்; ஜெர்மானியர்களுக்கும் யூதர்களுக்குமிடையே திருமணங்கள் நடப்பதையோ திருமணத்திற்கு வெளியே உறவு கொள்வதையோ தடை செய்தார்கள்.

இந்திய பாசிசவாதிகளோ 'சட்டவிரோதமாக மதமாற்றம் செய்யப்படுவதைத் தடுக்கும் அவசரச் சட்டம் 2020' என்பதை இயற்றினார்கள். அதன் நோக்கம் 'லவ் ஜிகாத்' என்று அவர்களால் சொல்லப்படுவதைத் தடுப்பதும், இந்துப் பெண்களின் கௌரவத்தைக் காப்பது என்ற பெயரால் இரு மதத்தினரிடையே கலப்புத் திருமணங்கள் நடப்பதைத் தடுப்பதும்தான். அதேவேளை இந்துக்கள் என்று சொல்லப்படுவர்களிடையே நடக்கும் 'ஆணவக் கொலைகளை'த் தடுக்கும் சட்டத்தைக் கொண்டு வர மறுக்கிறார்கள்.

6. ஜெர்மானிய நாஜிகளின் உணவுக் கொள்கை: ஜெர்மன் நாஜிகள் யூதர்கள் இறைச்சிக்காக விலங்குகளை வெட்டும்போது கடைப்பிடிக்கும் 'கோஷெர்' முறையைத் தடை செய்தனர். அந்த 'கோஷெர்' முறை என்பது, இறைச்சிக்கான விலங்குகளின் கழுத்தை அறுத்து இரத்தம் உடனடியாக வெளியேறும்படி செய்து, அந்த விலங்குகள் விரைவில் மடியும்படி செய்வதுதான். ஏறத்தாழ இதற்கு ஒத்ததும் இஸ்லாமியர்களால் பின்பற்றப்படுவதுமான 'ஹலால்' முறைக்கு எதிராகப் பரப்புரை செய்தனர்.

இந்திய நாஜிகளோ இஸ்லாமியர்கள் மட்டுமல்லாது, தலித்துகளும், கிறிஸ்தவர்களும் பிற்பட்ட சாதிகளைச் சேர்ந்த பலரும் உண்கின்ற மாட்டிறைச்சியை விற்பதையும் உண்பதையும் தடை செய்கின்றனர். இறைச்சிக்காக மாடுகளை ஏற்றிச் செல்பவர்களைக் கொடூரமாக வெட்டிக் கொல்கின்றனர். பல இடங்களில் 'ஹலால்' இறைச்சிக் கடைகளை மூடியுள்ளனர்.

அது மட்டுமல்ல, நாம் கவனம் செலுத்தாத இன்னொரு விஷயமும் உண்டு. அதாவது அவர்களால் புனிதமானதாகக் கருதப்படும் 'பசு'விற்கு நேரிடும் ஏராளமான சித்திரவதைகள்தான். இந்து மேல் சாதியினரும் சமணர்கள் அதிகம் விரும்பி நுகர்கின்ற பசும் பாலுக்காக நடத்தப்படும் பால் பண்ணைத் தொழிலில், தாய்ப் பசு மாடுகள் கன்றுகளிலிருந்து வலுக்கட்டாயமாகப் பிரிக்கப்படுகின்றன

- அவை காளைக் கன்றுகளாக இருந்தாலும் சரி, பசுக் கன்றுகளாக இருந்தாலும் சரி. தாய்ப் பாலைக் குடிக்க முடியாத ஏராளமான கன்றுகள் இறந்து போகின்றன. தாய்ப் பசுவின் தாய்மை உணர்வுக்கு ஏற்படும் மனவேதனையை அவர்கள் பொருள்படுத்துவதில்லை. ஏனெனில் அவை வாய் பேசாத பிறவிகளல்லவா? மேலும், வெளிநாடுகளிலிருந்து இறக்குமதி செய்யப்படும் ஜெர்சி போன்ற பசு மாட்டு வகைகள், நாட்டுப் பசு மாட்டு வகைகள் ஆகியவற்றின் மூலம் உருவாக்கப்படும் கலப்பினப் பசுக்கள் பல்லாயிரக்கணக்கில் உற்பத்தி செய்யப்படுகின்றன. அவற்றிடமிருந்து அதிக அளவு பாலைக் கறப்பதற்காகவும் செயற்கையாக கரு உண்டாக்குவதற்காகவும் அவற்றின் ஆயுள்காலத்தைக் குறைக்கின்ற, அவற்றுக்கு சொல்லொணா உடல் துன்பத்தையும் நோய்களையும் ஏற்படுத்துகின்ற ஊசிகள் செலுத்தப்படுவதை அனுமதிக்கிறார்கள். இவர்கள்தான் 'அனாதை மாடுகளுக்கு' கோசாலை நடத்துபவர்களாம்!

7. ஜெர்மன் நாஜிகளின் பரப்புரை சாதனங்கள்: ஜெர்மன் நாஜிகள் கருத்துகளைப் பரப்புவதற்காகவென்றே ஓர் அரசாங்கத் துறையை வைத்திருந்தார்கள். பெரும் கார்ப்பரேட் ஊடகங்களைத் தம் கட்டுப்பாட்டுக்குள் கொண்டு வந்தனர்.

இந்திய நாஜிகளோ, தூர்தர்ஷனையும் இந்திய வானொலியையும் தங்கள் பரப்புரைக் கருவிகளாக ஆக்கியுள்ளதுடன், தங்கள் ஆதரவுடன் நடத்தப்படும் தொலைக்காட்சி சேனல்கள் முதலிய ஊடகங்களைப் பயன்படுத்துகிறார்கள். இவை போக, தொழில் ரீதியாகத் தகவல் தொடர்புத் தொழில்நுட்பத்தைப் பயன்படுத்திப் பொய்ச் செய்திகளைப் பரப்புவதற்கென்றே பாஜக தன் கட்சியில் ஒரு பிரிவை உருவாக்கி யுள்ளது. 'கோடி மீடியா' என்று சொல்லப்படும் இந்த ஊடகம்தான் சிறுபான்மையினரை அரக்கர்களாகச் சித்தரிக்கவும் இந்துத்துவத்துக்கு ஆதரவாக பொது மக்கள் கருத்தை உருவாக்குவதற்கும் பயன்படுத்தப் படுகிறது. 'நாட்டெல்லைகளைக் கடந்த பத்திரிகையாளர்கள்' (Reporters Without Borders) என்ற சர்வதேசப் பத்திரிகையாளர் அமைப்பு, ஊடக சுதந்திரத்தைப் பொருத்தவரை, ஓயாத உள்நாட்டு சண்டைகளும் இனக்கொலைகளும் நடக்கும் சோமாலியா, போதைப் பொருள் வணிகத்தில் தலைசிறந்து விளங்குவதும் போதைப் பொருள் மாஃபியாக்கள் ஆதிக்கம் செலுத்துவதுமான கொலம்பியா ஆகிய நாடுகளுக்குக் கீழே, இந்தியா தர வரிசைப் பட்டியலில் 161ஆம் இடத்திலுள்ளது என்பதைச் சுட்டிக் காட்டியுள்ளது. பாடத்திட்டங்கள் மாற்றப்படுகின்றன. அவற்றில் காந்தியைக் கொலை செய்தவனின் பெயர் மறைக்கப்படுகிறது. மொகலாய மன்னர்கள் மிகவும் இழிவாக

சித்தரிக்கப்படுகின்றனர். ஜெர்மானிய நாஜிசம், இத்தாலிய பாசிசம் ஆகியவற்றைப் புகழ்ந்து தள்ளுவது இந்துத்துவக் கருத்துப் பரப்புரையாளர்களின் முக்கியப் பணியாக உள்ளது. அடுத்த ஆண்டு (2024) வரவிருக்கும் நாடாளுமன்றத் தேர்தல்களில் மோடி அரசின் சாதனைகளைப் புகழ்வதற்காக அரசாங்க உயர் அதிகாரிகளுக்கே பொறுப்புக் கொடுத்துள்ளனர்.

8. ஜெர்மன் நாஜிகள் பரப்பி வந்த பழங்காலப் பெருமைப் பரப்புரை: முதலாம் உலகப் போருக்கு (அதில் அது படுதோல்வி யடைந்தது) முன்னர் ஜெர்மனிக்கு இருந்த 'புகழை' மீட்டெடுப்பதற்கு நாஜிகள் முனைந்தனர்.

இந்திய நாஜிகளோ புராணக் கட்டுக்கதைகளை வரலாறாகக் காட்டி, இண்டெர்நெட், பிளாஸ்டிக் அறுவை சிகிச்சை, விண்வெளிப் பயணம் முதலிய எல்லாமே பழங்கால இந்து இந்தியாவில் இருந்ததாகவும், எனவேதான் அந்தப் புகழை மீண்டும் பெறுவதற்காக இந்து நாகரிகத்தை சிதைத்த அந்நிய மதத்தினரை ஒழிக்க வேண்டும் என்றும் கூறுகின்றனர். ஆனால், இவர்கள் பயன்படுத்தாத மேற்கு நாட்டுத் தொழில் நுட்பம் ஏதும் கிடையாது என்பதுதான் உண்மை.

9. ஜெர்மன் நாஜிகளின் வணிகத் தடைகள்: யூதர்கள் வணிகம் செய்வதையோ, அவர்களின் கடைகளில் பொருள்களை வாங்குவதையோ தடை செய்ததுடன், யூத மருத்துவர்கள், பொறியியலாளர்கள், வழக்குரைஞர்கள் முதலியோரைப் புறக்கணிக்கும் திட்டத்தை நடைமுறைப்படுத்தினார்கள்.

இந்தியா நாஜிகளோ முஸ்லிம்களின் வணிக நிறுவனங்களை, கடை கண்ணிகளைப் புறக்கணிக்குமாறும் தலித்துகள் மற்றும் சிறுபான்மையினர் ஆகியோர்களைச் சேர்ந்த மருத்துவர்கள், பொறியியலாளர்கள் முதலியோரைப் புறக்கணிக்கும்படி பரப்புரை செய்கிறார்கள்.

10. ஜெர்மன் நாஜிகளின் தனிமனித 'வீர வழிபாடு': ஜெர்மன் நாஜிகள் ஹிட்லரை வழிபாட்டுக்குரிய மனிதராக மாற்றினார்கள். அவரை 'அடையாளம் தெரியாமல் வாழ்ந்து கொண்டிருந்த போர் வீரர்' என்றும் ஆனால் அனைத்து வல்லமை படைத்தவர் என்றும் போற்றிப் புகழ்ந்தனர். ஜெர்மனியின் இரட்சகர் அவர் ஒருவரே என்று பரப்புரை செய்தனர்.

இந்திய நாஜிகளோ 'சாயா விற்றுக் கொண்டிருந்த' மிக சாமானிய மனிதரான மோடி 56 அங்குல மார்பளவு கொண்ட மாபெரும் வீரர் என்றும்,

தன்னந்தனியாகவே இந்தியாவின் பிரச்சினைகள் அனைத்தையும் கையாண்டு தீர்வு காண்பதில் ஈடிணையற்றவர் என்றும் போற்றிப் புகழ்கின்றனர். ஆனால், அவர் எம்.ஏ, பட்டம் வாங்கியதற்கான சான்றைக் கேட்டால், கேட்பவருக்கு எதிராக வழக்குத் தொடுக்கின்றனர்.

11. ஜெர்மன் நாஜிகள் இளம் உள்ளங்கள் மீது வைத்த குறி: ஜெர்மானிய இளைஞர்களிடையேயும் சிறார்களிடமும் ஆரிய மேன்மைக் கருத்துகளையும் யூத விரோதக் கருத்துகளையும் புகுத்தினர்.

இந்திய நாஜிகளோ இந்துத்துவ வெறிக் கருத்துகளைப் பரப்ப பல்லாயிரக்கணக்கான பள்ளிகளையும் கல்லூரிகளையும் கொண்ட பெரும் வலைப் பின்னலை உருவாக்கியுள்ளனர். குழந்தைகளுக்கென்றே தனிப் பிரிவை உருவாக்கி அந்தப் பிஞ்சு உள்ளங்களிலும் இந்துத்துவ நச்சுக் கருத்துகளைப் புகுத்துகின்றனர். அது மட்டுமின்றி தேசியக் கல்வித் திட்டம் என்ற பெயரால், அவர்களின் நேரடிக் கட்டுப்பாட்டில் இல்லாத பள்ளிக்கூடங்களிலும், ஏன், உயர்கல்வி நிலையங்களிலும்கூட இந்துத்துவக் கருத்துகளைப் புகுத்தும் பாடத் திட்டங்களை நடைமுறைப்படுத்துகின்றனர்.

12. ஜெர்மன் நாஜிகளின் மத விரோதம்: ஜெர்மன் நாஜிகள் யூதர்களின் தேவாலயங்கள் மீது தாக்குதல் நடத்தி அவற்றைத் தகர்தெறிந்தனர்.

இந்திய நாஜிகளோ மசூதிகளையும் கிறிஸ்தவ தேவாலயங்களையும் தாக்கி அவற்றிலுள்ள பொருள்களை சூறையாடுவதுடன் அவற்றை இடித்ததுத் தள்ளவும் செய்கிறார்கள். பாபர் மசூதியை இடித்துத் தள்ளியது போதாதென்று பல நூற்றாண்டுக்கால வரலாறுடைய வேறு மசூதிகள் மீதும் பார்வையைப் பதித்து அவை ஒரு காலத்தில் இந்துக் கோவில்களாக இருந்தது என்று 'நிரூபிப்பதற்கு' முயல்கிறார்கள். இதற்கு இந்திய ஒன்றிய அரசாங்கத்தின் தொல்லியல் துறையின் ஆதரவும் நீதிமன்றங்களின் ஆதரவும் கிடைக்கிறது.

13. ஜெர்மன் நாஜிகளின் 'ஜனநாயகம்': 'ஜனநாயக' முறை மூலமே நாடாளுமன்றத்தில் பெரும்பான்மை பெற்றதுடன் அவர்களது ஆட்சிக்கு முன்பிருந்த ஜெர்மன் குடியரசு வகுத்த அரசியலமைப்புச் சட்டத்தை முற்றிலுமாக மாற்றினர்; நிர்வாகத் துறை, நீதித் துறை முழுவதையும் தங்கள் கட்டுபாட்டுக்குள் கொண்டு வந்தனர்.

இந்திய பாசிசவாதிகளும் அவ்வாறேதான். தேர்தல் மூலம் நாடாளுமன்றத்தில் மூர்க்கத்தனமான பெரும்பான்மை பெற்றுள்ள அவர்கள், நிர்வாகக் துறை, நீதித் துறை ஆகியவற்றையும் தங்கள்

கட்டுப்பாட்டுக்குள் கொண்டு வந்து விட்டனர். கடந்த ஐந்தாண்டுக் காலமாக உச்ச நீதிமன்றம் அளித்துள்ள பல தீர்ப்புகள் இந்திய அரசியலமைப்புச் சட்டத்தை அப்பட்டமாக மீறும் இந்துத்துவப் பாசிச அரசின் சட்டங்களுக்கும் அரசிலமைப்பு சட்டத் திருத்தங்களுக்கும் முழுமையான ஒப்புதல் வழங்கியுள்ளது.

14. ஜெர்மானிய நாஜிகளுக்கும் கார்ப்பரேட் நிறுவனங் களுக்குமிருந்த உறவு: மிகப் பெரும் இரசாயன மற்றும் மருந்துப் பொருள்கள் தயாரிக்கும் நிறுவனமான ஐ.ஜி.ஃபார்பென் (IG Farben) – (இது யூதர்களைக் கொல்வதற்கான நச்சு வாயுவைத் தயாரித்து நாஜிகளுக்குக் கொடுத்தது), ப்பி.எம்.டபிள்யூ (BMW), மெர்ஸெடெஸ்-பென்ஸ் (Mercedes-Benz), போக்ஸ்வேகன் (Volkswagen), ஆடி (Audi) ஆகிய பெரும் ஜெர்மன் மோட்டர் வாகனத் தொழிற்சாலைகள் மட்டுமல்லாது அமெரிக்காவின் ஃபோர்ட் (Ford), ஜெனரல் மோட்டார்ஸ் (General Motors) ஆகியனவும் உயர்வகைத் தொழில் நுட்பங்களைப் பயன்படுத்தி போக்குவரத்து சாதனங்களைத் தயாரிக்கும் ஜெர்மன் கார்ப்பரேட் நிறுவனம் ஸீமென்ஸ் (Siemens), விளையாட்டு சாதனங்கள், காலணிகள் முதலியவற்றைத் தயாரிக்கும் அடிடாஸ் (Adidas) முதலிய பெரும் முதலாளிய நிறுவனங்களும் முக்கிய ஜெர்மன் வங்கிகளும் அமெரிக்க வங்கிகளும் நாஜிகளுக்குப் பெரும் ஆதரவளித்தன. கைது செய்யப்பட்ட பல்லாயிரக்கணக்கான யூதர்களை தங்கள் தொழிற்சாலைகளில் ஊதியமின்றி உழைக்க வைத்தன.

இந்திய பாசிஸ்டுகள் நீண்டகாலமாக பெரு முதலாளிகளாக இருந்துவந்த டாட்டா போன்றவர்களை மட்டுமின்றி மக்கள் பணத்தை வாரிவழங்கும் அரசு சலுகை பெற்ற திடீர் பில்லியனர் கார்ப்பரேட்டு களையும் உருவாக்கியுள்ளனர். இவற்றில் சில பாலஸ்தின மக்களை இனக்கொலை செய்யும் இஸ்ரேலிய பாசிச அரசுக்கு வேண்டிய இராணுவத் தளவாடங்களைத் தயாரித்து அனுப்புகின்றன. ‘மரண வியாபாரிகளான’ இந்திய நிறுவனங்களில் சில: அதானி குழுமம், ரிலையன்ஸ் முழுமம், மஹிந்திரா குழுமம், அசோக் லேலெண்ட குழுமம், டாட்டா குழுமம்.

15. ஜெர்மன் நாஜிச போர்க்குற்றவாளிகள்: ஜெர்மன் நாஜி போர்க் குற்றவாளிகளைத் தண்டிப்பதற்காக நேசநாடுகளால் (இரண்டாம் உலகப்போரில் வெற்றிபெற்ற ஏகாதிபத்திய நாடுகளும் சோசலிச சோவியத் யூனியனும்) இணைந்து உருவாக்கிய ‘நியூரம்பர்க் நீதிமன்றம்’, சோவியத் யூனியனின் கோரிக்கைகளைப் புறந்தள்ளி

நூற்றுக்கணக்கான நாஜி விஞ்ஞானிகளையும், தொழில்நுட்ப, இராணுவ வல்லுநர்களையும் அமெரிக்கா தன் நாட்டிற்கு அழைத்துச் செல்வதற்கு வழிவகுத்தது. போர்க்குற்றவாளிகளாகவும் இனக்கொலைக்கு ஆதரவளித்தவையாகவும் இருந்த மேற்சொன்ன கார்ப்பரேட் நிறுவனங்களுக்கு எவ்வித தண்டனையும் வழங்கப்படவில்லை. அவை இரண்டாம் உலகப் போரில் நாஜிகள் முறியடிக்கப்பட்ட பிறகு இன்று வரை கொழுத்த இலாபத்துடன் இயங்கிக் கொண்டிருக்கின்றன.

அதேபோலத்தான் இந்தியாவில் அதானி, அம்பானி, டாட்டா குழுமங்கள் (இவை முதலீடு செய்யாத தொழில், வணிகத் துறைகள், விமான நிலையங்கள், துறைமுகங்கள், போக்குவரத்து சாதனத் தொழிற்சாலைகள், இராணுவத்திற்கான ஆயுத உற்பத்தி மற்றும் துணையுறுப்புகளைத் தயாரிக்கும் தொழிற்சாலைகள் ஏதும் இல்லையென்றாகிவிட்டது), நாட்டுடைமையாக்கப்பட்டுள்ள வங்கிகள் ஆகியன இந்துத்துவ பாசிச அரசுக்குப் பல வகைகளில் உதவி செய்து வருகின்றன.

16. நாஜிகளின் பொதுக் கூட்டங்களும் பேரணிகளும்: நாஜிகள் நடத்திய பொதுக்கூட்டங்கள் பெரும் திரைப்படக் காட்சிகள் போல அமைந்திருந்தன. அதில் பங்கேற்று சொற்பொழிவாற்றியவர்கள் நடிகர்களைப் போலவே கைகளை அசைத்தும், குரலை உயர்த்தியும் முன்பக்கமும் பின் பக்கமும் இடப்புறமும் வலப்புறமும் தலைகளைத் திருப்பியும் அந்தந்த இடங்களுக்கேற்ற உடையலங்காரங்களுடன் சினிமா பாணியில் பேசியதைப் போலவேதான் மோடி, அமித் ஷா போன்ற இந்துத்துவ பாசிசத் தலைவர்கள் பொதுக்கூட்டங்களில் பேசுவதையும் 'ரோட் ஷோ' என்ற பெயரில் ஆர்ப்பாட்டமும் அலங்காரமும் மிக்க ஊர்வலங்களில் செல்வதையும் நாஜிகளின் கட்டுப்பாட்டிலிருந்த ஊடகங்களைப் போலவே இந்துத்துவ பாசிசத்தின் கட்டுப்பாட்டிலுள்ள ஊடகங்களும் மேற்சொன்னவற்றை மிக உற்சாகத்துடன் ஒளிபரப்புவதைப் பார்க்கிறோம்.

மேற்சொன்னவற்றைத் தொகுத்துக் கூறுவதென்றால், ஜெர்மனியில் பெரும் தொழில், நிதி நிறுவனங்களும் நாஜிகளின் இனமேன்மை, இனவெறுப்புக் கருத்துநிலைகளும் இணைந்து செயல்பட்டது போலவே இந்தியாவிலும் கார்ப்பரேட் நிறுவனங்களும் பார்ப்பனிய இந்துத்துவக் கருத்துநிலையும் ஒன்றுகூடி மக்களை மயக்கியும் மடக்கியும் ஒடுக்கியும் வருகின்றன.

காக்கைச் சிறகினிலே
ஜனவரி 2024

17. மெடுஸாவின் தெப்பமும் உழைக்கும் மக்களின் படகுகளும்

பெர்டோல்ட் ப்ரெஹ்ட் (Bertolt Brecht), ஜெர்ஹார்ட் ஹாப்ட்மன் (Gerhart Hauptman) ஆகிய இரு ஜெர்மன் நாடகாசிரியர்களைப் போலப் புகழ்பெற்றிருந்தவர் ஜார்ஜ் கெய்ஸர் (George Kaiser). அவர் மார்க்ஸியரல்லர். அவரது கலை வெளியீட்டுப் பாணி, 'எக்ஸ்பிரஷனிசம்' (Expressionism) என்ற வெளிப்பாட்டுப் பாணியைச் சேர்ந்தது என்று பொதுவாகக் கருதப்படுகிறது. அந்தப் பாணி எப்போது தோன்றியது என்பதைச் சொல்வது கடினம். எனினும், அது முதலில் பிரெஞ்சு, ஜெர்மானிய ஓவியர்களால் உருவாக்கப்பட்டது என்று கூறலாம். அந்தப் பாணி பின்னர் நாவலாசிரியர்களாலும், நாடகாசிரியர்களாலும் பின்பற்றப்பட்டது. 'எக்ஸ்பிரஷனிச'க் கலைஞர்களும் படைப்பிலக்கிய வாதிகளும் மரபு வழியான பூர்ஷ்வா கலைக்கு எதிரானவர்கள்; கலை இலக்கியத்தில் புதிய மதிப்பீடுகளை உருவாக்க வேண்டும் என்று விரும்பியவர்கள்; யதார்த்தவாத பாணியை ஏற்றுக் கொள்ளாதவர்கள். சுருக்கமாகச் சொல்வதென்றால் 'எக்ஸ்பிரஷனிசம்' என்பது ஒரு குறிப்பிட்ட கலைஞனின் உள் உலகம் (மனோ உலகம்) பற்றிய அகவயமான வெளிப்பாட்டை அல்லது தரிசனத்தை வெளிப்படுத்துவதாகும். அந்த வெளிப்பாடு அல்லது தரிசனம், புற யதார்த்தத்தை அல்ல, மாறாக அந்தக் கலைஞரின் தனிப்பட்ட யதார்த்த நிலையைப் பிரதிநிதித்துவப் படுத்துகின்றது; அது, கலை இலக்கியம் பற்றிய கல்விப்புலம் சார்ந்த அல்லது மரபான அழகியல் கருத்தாக்கங்களிலிருந்து - குறிப்பாக 'அழகு' என்று சொல்கிறோமோ அதைப் பற்றிய - மரபுவழியான கருத்துகளிலிருந்து - விடுபடுவதும் அவற்றை நிராகரிப்பதுமாகும்.

ஜார்ஜ் கெய்ஸர் முதலில் 'எக்ஸ்பிரஷனிச' இயக்கத்தைச் சேர்ந்தவராக இருந்தாலும், பின்னர் அதிலிருந்து முறிவை ஏற்படுத்திக் கொண்டு நாற்பத்தைந்து நாடகங்களையும் இரண்டு நாவல்களையும் மட்டுமின்றி பல தத்துவக் கட்டுரைகளையும் எழுதினார். ஜெர்மனியில் 1933இல் ஆட்சியைக் கைப்பற்றிய நாஜிகளால் அவர் 'நசிவுக் கலைஞர்', 'சீரழிந்த இலக்கியவாதி' என்று கண்டனம் செய்யப்பட்டார். அவரது படைப்புகள் நாஜி காடையர்களால் எரிக்கப்பட்டன. கைது செய்யப்படும் நிலையும் ஏற்பட்டதால் ஸ்விட்ஸர்லாந்துக்குத் தப்பிச் சென்ற அவர், தாயகத்துக்குத் திரும்பி வர முடியாமல் 1945இல் காலமானார்.

ஏதோ ஒரு நாட்டில் போர் நடந்து கொண்டிருக்கிறது. அது எந்த நாடாகவும் இருக்கலாம். அது வயதுவந்த ஆண்களால் நடத்தப்படும் மூர்க்கத்தனமான, போர். அந்த வன்முறையிலிருந்து தப்பிக்க பதின்மூன்று குழந்தைகள் முடிவு செய்கிறார்கள். தாற்காலிகமாகப் பயன்படக்கூடியதும் அவசரஅவசரமாகத் தயாரிக்கப்பட்டதுமான ஒரு தெப்பத்தில் ஏறுகிறார்கள். அதில் பயணம் செய்து சமத்துவம் நிலவும் இடத்திற்குச் செல்வதுதான் அவர்களது திட்டம். தாங்கள் சென்றடையக்கூடிய இடம் எது என்பது அவர்களுக்கே தெரியாது. அவர்களின் உடனடி நோக்கம் வன்முறையிலிருந்து தப்பிச் செல்வது தான். அந்தப் போரும் வன்முறையும் எங்கே வேண்டுமானாலும் நடக்கலாம். இந்த இடம்தான், இந்தக் காலம்தான் என்றில்லை. எனவே உலகப் போர்க் காலத்திலோ, 2003இல் அமெரிக்கா நடத்திய ஆக்கிரமிப்பு போர்க் காலத்திலோ அல்லது காஸாவிலிருந்தோ, ஆப்பிரிக்காவிலிருந்தோ இலங்கையிலிருந்தோ வேறு புகலிடம் தேடிச் செல்லும் குழந்தைகளாக இருக்கலாம். இவ்வாறு இடத்திற்கும் காலத்திற்கும் ஏற்றபடி தகவமைத்துக் கொள்ளக்கூடிய நாடகம்தான் ஜார்ஜ் கெய்ஸர் 1942இல் எழுதிய 'மெடுஸாவின் தெப்பம்' (The Raft of Medusa). அது இன்றுவரை பல முறை பல்வேறு நாடுகளில் அரங்கேற்றப்பட்டு வந்துள்ளது. அவர் கற்பனை செய்த தெப்பத்திற்கு ஏன் மெடுஸாவின் பெயரை வைத்திருந்தார்?

முதலில் கிரேக்கத் தொன்மங்களில் சொல்லப்படும் மெடுஸாவின் கதையைப் பார்ப்போம். கிரேக்கத்தை சேர்ந்த ஆர்கோஸ் என்னும் சிறிய நாட்டின் அரசனுக்கு ஒரு பெண் குழந்தையைத் தவிர வேறு ஆண் வாரிசுகள் இல்லை. எனவே அவன் ஆரூடம் கேட்கிறான். ஆரூடம் சொல்பவள், அந்த அரசன் தன் மகள் டானேவுக்குப் பிறக்கும் ஆண் குழந்தையால் கொல்லப்படுவான் என்று கூற, பயந்துபோன அரசனோ தன் மகளை யாரும் காண முடியாத ஓர் உலோக அறைக்குள் வைத்து பூட்டி வைக்கிறான். ஒரு சிறிய ஜன்னல் வழியாக அவளுக்கு உணவு பரிமாறப்படும். ஒருசமயம் வானிலிருந்து வந்த அழகான இளைஞன் அவளது அழகில் மயங்கி அவளைத் திருமணம் செய்து கொள்ள, அவர்களுக்கு ஒரு மகன் பிறக்கிறான். அவனுக்கு பெர்ஸியஸ் என்ற பெயர் சூட்டப்படுகிறது. அதன் பிறகு அந்த இளைஞன் மாயமாக மறைந்துவிடுகிறான். தன் மகளுக்கு மகன் பிறந்திருப்பதைக் கேள்விப்படும் ஆர்கோஸ் அரசன் மகளையும் பேரனையும் ஒரு மரப்பெட்டிக்குள் அடைத்து அதைக் கடலில் மிதக்க விடுகிறான். அந்த மரப்பெட்டி ஒரு தீவைச் சென்றடைய, அங்குள்ள மக்களால்

அவர்கள் இருவரும் காப்பாற்றப்படுகின்றனர் என்றாலும் அந்தத் தீவை ஆளும் விகாரமான அரசன் பெர்ஸியஸின் தாயை மணம் புரிந்து கொள்ள விரும்புகிறான். ஆனால் அவளுக்கு விருப்பம் இல்லை. திருமணம் செய்து கொள்பவனுக்கு அந்தத் தீவிலுள்ள இளைஞர்கள் பரிசுகள் கொடுக்க வேண்டும். அவனுக்குப் பரிசாகக் கொடுப்பதற்கு பெர்ஸியஸிடம் குதிரைகள் இல்லை. எனவே அவற்றுக்குப் பதிலாக மெடுஸாவின் தலையைப் பரிசாகக் கொடுக்கும்படி கேட்கிறான் அரசன். திகைப்படைந்துபோன பெர்ஸியஸுக்கு காற்றுத் தெய்வமான அதீனா, இறக்கைகள் உள்ள காலணிகளைத் தருகிறாள். அதை அணிந்து கொண்டால் காற்றைப் போல வேகமாகப் பயணம் செய்யலாம். அதீனா அவனுக்கு ஓர் ஆலோசனையும் கூறுகிறாள். மெடுஸாவை நேருக்கு நேர் பார்ப்பவர்கள் கல்லாக உறைந்து போய்விடுவர் என்பதால் போகும் வழியில் உள்ள மூன்று கன்னிகளின் உதவியை நாடும்படி கூறுகிறாள். அவ்வாறே பெர்ஸியஸ் மூன்று கன்னிகளைச் சந்திக்க, அவர்களில் ஒருத்தி அவனுக்கு மெடுஸாவின் தலையைக் கொய்ய ஒரு கூர்மையான வாள், யார் கண்ணுக்கும் தெரியாதபடி செய்யும் ஒரு மாயக் குல்லாய், முகம் பார்க்கும் கண்ணாடி போல இருக்கும் பெரிய கவசம், கொய்யப்பட்ட தலையை வைக்க ஒரு பை ஆகியவற்றைத் தருகிறாள். மெடுஸாவின் தலையைச் சுற்றிலும் நச்சுப் பாம்புகள் இருக்கும். அவளை நேருக்கு நேர் பார்ப்பவர்கள் கல்லாகி விடுவர். பெர்ஸியஸ் இறக்கைகள் உள்ள காலணியுடன் மெடுஸா இருக்கும் இடத்திற்குச் சென்று, மாயக் குல்லாயை அணிந்து முகம் பார்க்கும் கண்ணாடி போன்ற கவசத்தின் மூலமாக மெடுஸாவைப் பார்த்து அவளது தலையைக் கொய்து அவனுக்குத் தரப்பட்ட பையில் அதை வைத்து, வரும் வழியில் ஆண்டரமேடா என்ற பெண்ணைத் திருமணம் செய்து கொண்டு தன் தாய் வசிக்கும் தீவுக்கு வருகிறான். அந்தத் தீவு அரசனிடம் மெடுஸாவின் தலையைக் காட்டுகிறான். அதைப் பார்த்தவுடன் அரசன் கல்லாக சமைந்துவிடுகிறான். பிறகு பெர்ஸியஸ் தன் தாயுடனும் மனைவியுடனும் ஆர்கோஸுக்குத் திரும்பி வருவதை அறிந்து கொண்ட கிழட்டு அரசன் - பெர்ஸியஸின் பாட்டன் - அங்கிருந்து தப்பித்துச் செல்ல முயல்கையில் வேறு ஒருவனால் கொல்லப்படுகிறான். அதன் பிறகு பெர்ஸியஸ் ஆர்கோஸ் நாட்டை ஆண்டு வருகிறான்.

இந்தக் கதையின் முக்கிய அம்சம், கொடூரமான மெடுஸா. அவள் இருக்கும் இடத்திற்குச் சென்றால் ஒன்று கல்லாகிவிடவேண்டும் அல்லது நச்சுப் பாம்புகளால் கொல்லப்பட வேண்டும். பெர்ஸியஸால்

அவளது தலை கொய்யப்படும்வரை கொடூரமானவளாகவே இருந்திருக்கிறாள். அவளது இடத்திற்கு வருபவர்களுக்கு சாவுதான் பரிசு. அதனால்தான் தனது நாடகத்திற்கு 'மெடுஸாவின் தெப்பம்' என்று பெயர் வைத்திருக்கிறார் ஜார்ஜ் கெய்ஸர் என ஊகித்துக் கொள்ளலாம்.

மெடுஸாவின் தெப்பத்தில் பயணம் செய்யும் குழந்தைகள் நடுக்கடலில் தத்தளிக்கிறார்கள். ஒவ்வொருவரும் தன் வேட்கைகள், கோபங்கள், தனித்துவங்கள் ஆகியவற்றை வெளிப்படுத்துகின்றனர். ஒவ்வொருவரும் தான் மட்டும் தப்பிப் பிழைத்தால் போதும் என்று நினைக்கத் தொடங்குகின்றனர். தங்கள் நாட்டில் நிலவும் வன்முறையிலிருந்து தப்பித்து, எல்லோரும் சரிசமமாக வாழக்கூடிய ஒரு நாட்டையோ தீவையோ கண்டறிய வேண்டும் என்ற அவர்களது இலட்சியம் மெல்லமெல்ல மங்கி வருகிறது. எந்த வன்முறையை அவர்கள் வெறுத்தார்களோ, எதிலிருந்து விடுதலை பெற விரும்பினார்களோ அதே வன்முறை உணர்வு அவர்களிடமும் தலை தூக்குகிறது. அவர்கள் மொத்தம் 13 பேர். அது மேற்கு நாட்டவர்களை, குறிப்பாக கிறிஸ்தவர்களைப் பொருத்தவரை தீய எண். ஏசுவின் கடைசி இரவுப் போசனத்தின் போது அவரது 12 சீடர்களுடன் கலந்து கொள்ளும் யூதாஸ் 13வது நபராக இருந்து ஏசுவைக் காட்டிக் கொடுத்தானல்லவா?, அந்த ஐதீகத்திலிருந்துதான் 13 என்ற எண் தீயது என்ற கருத்து உருவாயிற்று.

எனவே அந்தக் குழந்தைகளும் அந்த மூடநம்பிக்கைக்குப் பலியாகிறார்கள். அவர்களில் 13ஆம் எண்ணுடைய குழந்தை யார் என்ற விவாதம் நடைபெறுகிறது. சீட்டுக் குலுக்கி எடுப்பதுபோல் ஓர் அப்பாவிக் குழந்தைக்கு 13ஆம் எண் இடப்பட்டுக் கடலில் தூக்கியெறியப்படுகிறது. இதுதான் மாபெரும் அவலம்.

இந்த நாடகம் இரண்டாம் உலகப் போரில் நடந்த உண்மை நிகழ்வொன்றை ஆதாரமாகக் கொண்டு எழுதப்பட்டது. நாஜிகளால் தாக்கப்பட்டு வந்த பிரிட்டனிலிருந்து தப்பித்து அமெரிக்காவுக்குச் செல்ல முயன்ற பிரிட்டிஷ் கப்பலொன்று டார்பிடோ தாக்குதலுக்குள்ளாக்கப்பட்டு மூழ்கிவிட்டது. அதிலிருந்த அத்தனை குழந்தைகளுக்கும் தண்ணீர்தான் சமாதி. இந்த உண்மை நிகழ்வை அடிப்படையாக கொண்டு நாடகத்தை எழுதியுள்ள ஜார்ஜ் கெய்ஸரின் நோக்கம் மனிதர்களுக்குள்ளே இருக்கும் முரண்பாடுகளை ஆழமாக ஆராய்வதுதான் என்றும், மனித இயல்பிலேயே சுயநலம் உள்ளது என்றும் எடுத்துரைப்பதுதான் என்று பல்வேறு விமர்சகர்கள் விளக்கம் கொடுத்துள்ளனர்.

இது ஒருபுறமிருக்க ஜார்ஜ் கெய்ஸரின் நாடகத்திற்கு 19ஆம் நூற்றாண்டில் வாழ்ந்த புகழ்பெற்ற ஓவியர் ஜெரிகோவின் (Théodore Géricault) 'மெடுஸாவின் தெப்பம்' என்ற ஓவியம் ஆதர்சமாக இருந்திருக்கக்கூடும். அந்த ஓவியமும்கூட ஓர் உண்மை நிகழ்வின் தூண்டுதலால் தீட்டப்பட்டதுதான். பிரான்ஸுக்கு வரும் கப்பலொன்று கப்பல் தலைவனின் கவனக் குறைவாலும் அலட்சியத்தாலும் கடலில் மூழ்குகிறது; நூற்றுக்கணக்கானோர் மாண்டனர். அதிகாரிவர்க்கத்தின், பிரெஞ்சு அரசனின் அலட்சியத்தைக் கண்டனம் செய்வதற்காக ஜெரிகோ தீட்டிய அந்த ஓவியத்தைப் பல ஆண்டுகளுக்கு முன் வெளிவந்த என் கட்டுரைத் தொகுப்பான 'கல் தெப்பத்'தின் முன்னட்டைக்குப் பயன்படுத்தியிருந்தேன். அந்த ஓவியம் பற்றிய வீடியோக்களை யூட்யூப்பில் பார்க்கலாம். அதன் ஒவ்வொரு பகுதியையும் (details) தனித்தனியாகப் பெரிதுபடுத்திக் காட்டும் வீடியோக்களிலிருந்து மனித உணர்ச்சிகளை, அவர்களது அவலங்களை, செத்துக் கிடப்பவர்களின் உடல்கள் மீது கடல் நீர்த்துளிகள் தெளிக்கப்பட்டிருப்பதையும்கூட மிகத் துல்லியமாக ஜெரிகோ சித்தரித்துள்ளதை அறிந்து கொள்ளலாம். அந்த ஓவியத்திற்கான 'மாடல்களி'ல் ஒருவராக இருந்தவரும் பின்னாளில் அவரைப் போலவே புகழ்பெற்ற ஓவியராகத் திகழ்ந்தவருமான டெலாக்ரோவின் (Eugène Delacroix) 'விடுதலை மக்களுக்குத் தலைமை தாங்கிச் செல்கிறது' (Liberty Leading the People) என்ற ஓவியத்தின் வீடியோக்களையும் நாம் பார்க்க வேண்டும். 1830ஆம் ஆண்டில் தீட்டப்பட்ட அந்த ஓவியம், டெலோக்ரோ 1989ஆம் ஆண்டு பிரெஞ்சுப் புரட்சியின் தீவிர ஆதரவாளராக இருந்ததைப் புலப்படுத்துகிறது. இதில் 'விடுதலை' ஒரு பெண்ணாக உருவகிக்கப்படுகிறது. இந்த இரு ஓவியங்களின் அசல்களை 1996இல் பாரிஸிலுள்ள லூவிர் அருங்காட்சியகத்தில் பார்க்கும் பேறு எனக்குக் கிடைத்தது.

2

சுயநலம், போட்டி, பொறாமை ஆகியன மனித இயல்பிலேயே உள்ளன என்பது மிகவும் தவறான, பிற்போக்குத்தனமான கருத்து. சார்லஸ் டார்வின் தன் சமகால அறிவியலாளர்களில் ஒருவரான வாலாஸ் என்பவரின் செல்வாக்குக்கு உள்பட்டு 'உயிரினங்களின் தோற்றம்' என்ற நூலின் ஐந்தாவது பதிப்புக்கு எழுதிய முன்னுரையில், உயிரினங்களில் வலியதே எஞ்சும் (survival of the fittest) என்ற கருத்தைப் பகிர்ந்து கொண்டிருந்தாலும், 'மனிதனின் தோற்றம்' (The Descent of Man) என்ற அவரது இரண்டாவது நூலில், ஒத்துழைப்பும் கூட்டுறவும் தான் உயிரினங்களின் படிநிலை வளர்ச்சியில் முக்கியப் பங்காற்றின

என்பதை வலியுறுத்துகிறார். மரங்களிலிருந்து கீழே இறங்கி நடக்கத் தொடங்கிய ஆதிகால மனிதர்களின் வளர்ச்சிக்கு அவர்களிடையே இருந்த கூட்டு மனப்பான்மை, ஒத்துழைப்பு ஆகியனதான் காரணம் என்பதை இயற்கை அறிவியலும் மானுடவியலும் மெய்ப்பிக்கின்றன. சாதிய, வர்க்க வேறுபாடுகள் உள்ள சமுதாயங்களில்தான் மனிதப் பண்புகள், அவற்றுக்கு நேர் எதிரான போட்டி, பொறாமை, சுயநலம், ஏற்றத்தாழ்வு ஆகிய தீய பண்புகளுக்கு வழிவிடுகின்றது. அவை கருத்துநிலை அளவில் நீடித்து நிற்கக்கூடியவை என்றாலும், ஆபத்தான காலகட்டங்களில் மனிதர்களிடையே பரிவும் ஒத்துழைப்பும் பிறருக்கு உதவும் மனப்பான்மையும் மிக இயல்பாகவே பீறிட்டெழுவதை நாம் பார்க்கிறோம். அண்மைக்கால எடுத்துக்காட்டுகளைப் பார்ப்போம் என்றால், 2015இல் சென்னையில் ஏற்பட்ட பெருவெள்ளம், 2023இல் சென்னை, அதன் அண்டை மாவட்டங்கள், தென் மாவட்டங்கள் ஆகியவற்றில் பருவநிலை மாற்றத்தின் காரணமாக ஏற்பட்ட வரலாறு காணாத மழைப்பொழிவு, வெள்ளப் பெருக்கு ஆகியவற்றின் போது இளைஞர்கள் தாமாகவே வந்து செய்த மனிதநேய உதவிகள் மறக்க முடியாதவை. வெள்ளத்திற்குள் படகுகளை எப்படிச் செலுத்துவது என்று பேரிடர் மேலாண்மைக் குழுவினர்கூட தயங்கிக் கொண்டிருந்த போது, சென்னை நகரிலும் புற நகர்ப்பகுதிகளும் உள்ள மீனவ மக்கள் மிக எளிதாகத் தங்கள் சொந்தப் படகுகளை ஓட்டி எண்ணற்ற மனித உயிர்களைக் காப்பாற்றினர். அதேபோலத்தான் 2023 டிசம்பரில் தென் மாவட்டங்கள் முழுவதுமே - நகரங்கள், கிராமங்கள் என்ற வேறுபாடின்றி - தண்ணீரில் மூழ்கித் தத்தளித்த போது எண்ணற்ற இளைஞர்கள், மீனவ மக்கள், தலித்துகள், பிற்பட்ட சாதியினர், இஸ்லாமியர்கள், கிறிஸ்தவர்கள் - சாதி, மத வேறுபாடுகளைக் கடுகளவும் பொருள்படுத்தாது படகுகளை ஓட்டியும் வேறு வழிகளிலும் ஆயிரக்கணக்கான மக்களின் உயிர்களைப் பாதுகாத்தனர். அவர்களில் எவரும் பாடல் பெறப் போவதில்லை; ஓவியங்களில் காட்சியளிக்கப் போவதில்லை. அத்தகைய எதிர்பார்ப்புகள் அவர்களிடம் கிஞ்சித்தும் இல்லை. அவர்கள் எங்கே? இயற்கைப் பேரிடர் ஏற்படுத்திய பேரழிவுகளை எப்படித் தங்கள் அரசியல் ஆதாயத்துக்குப் பயன்படுத்திக் கொள்ளலாம் என்பதையே நினைத்து கொண்டிருக்கும் அற்ப மனிதர்கள் எங்கே? இந்த அற்பர்களை ஏற்றிச் செல்ல இன்னொரு ‘மெடுஸாவின் தெப்பம்’ தான் வர வேண்டும்.

உயிர் எழுத்து
ஜனவரி, 2024

18. பாலஸ்தினத்தில் நடக்கும் இனக்கொலை: இந்தியா வேடிக்கை மட்டுமா பார்க்கிறது?

பாலஸ்தினத்தின் காஸா பகுதியில் மட்டுமின்றி மேற்குக் கரையிலும் இஸ்ரேல் 2022 அக்டோபர் முதல் இன ஒழிப்பு இராணுவ மற்றும் இராணுவமல்லாத நடவடிக்கைகளில் ஈடுபட்டு வருவதைக் கண்டனம் செய்யும் வகையில் - உலகின் பல்வேறு நாடுகளில் - அதுவும் குறிப்பாக இஸ்ரேலுக்கு எல்லா வகையிலும் ஆதரவும் உதவியும் செய்து வரும் அமெரிக்கா, கனடா, மேற்கு ஐரோப்பிய நாடுகளான பிரான்ஸ், இங்கிலாந்து போன்றவை, ஆஸ்திரேலியா முதலியவற்றில் இலட்சக்கணக்கான மக்கள் பாலஸ்தினர்களுக்கு ஆதரவாக நடத்திய, நடத்தி வரும் பேரணிகளின் அளவில் பத்தில் ஒரு பகுதியைக்கூட இந்திய இடதுசாரிகளாலும் ஜனநாயக சக்திகளாலும் இதுவரை நடத்திக்காட்ட முடியவில்லை. இந்தச் சூழலில் 13.1.2024இல் உலகம் முழுவதிலுமுள்ள மக்கள் (அரசியல் கட்சிகள் அல்ல) பாலஸ்தின மக்களுக்கு ஆதரவான பேரணிகளையும் ஆர்ப்பாட்டங்களையும் நடத்த வேண்டும் என்று அந்த நாட்டைச் சேர்ந்தவர்களிடமிருந்து வந்த வேண்டுகோளுக்கு இணங்க சென்னையில் அமெரிக்க தூதரகத்தின் எதிரே பி.யு.சி.எல். மனித உரிமை அமைப்பையும், குடிசை வாழ் பெண்கள் அமைப்பு போன்ற சிறு அமைப்புகள், முறைசாரா தொழிலாளர் கூட்டமைப்பு, தியாகு தலைமையில் தமிழ் தேசிய அமைப்பைச் சேர்ந்தவர்களும் மனசாட்சியுள்ள தனிநபர்களும் இணைந்து ஓர் ஆர்ப்பாட்டம் நடத்தியுள்ளது பாராட்டுக்குரியது. அவர்களின் எண்ணிக்கை மிக சிறிது; ஆனால் அவர்களின் அறவுணர்வு உலக அளவானது. இந்த நிகழ்வை ஊடகங்கள் பதிவு செய்யுமா என்பதில்கூட நமக்கு ஐயப்பாடு உள்ளது.

இனியாவது குறைந்தபட்சமாக இடதுசாரிகளும் முற்போக்கு சக்திகளும் பாலஸ்தினர்களுக்கு ஆதரவான ஒரு குறைந்தபட்சத் திட்டமாக இந்தியாவிலுள்ள இஸ்ரேலிய நிறுவனங்களும் அந்த நாட்டின் இனக்கொலை நடவடிக்கைக்குத் துணை போகும் மேற்கு நாட்டு நிறுவனங்களும் தயாரிக்கும் நுகர் பொருள்களைப்

புறக்கணிக்கும் இயக்கத்தையாவது நடத்த வேண்டும். அவற்றில் பின்வரும் பொருள்களும் அடங்கும்: பெப்சிகோ, கோகா கோலா, ஸ்ப்ரைட், மிலோ, ஓரல் பி, எனெர்ஜைசர், மேகி (நூடுல்ஸ் போன்றவை) கிட்காட் (சாக்லெட்), பார்பி (பொம்மைகள்), ஹ்யூலெட் பக்கார்ட் (கணினி சாதனங்கள், பிரிண்டர் முதலியவை), பர்கர் கிங், மெக்டொனால்ட், ஸ்டார்பக்ஸ், பிஸ்ஸாஹட் போன்ற துரித உணவு வகைகள், நோக்கியா (காலணிகள்) மோட்டோராலா (திறன்பேசிகள்), கால்கேட் பாமோலிவ் (பற்பசை) கேர்ஃபோர் (சூப்பர் மார்கெட்டுகள், மளிகை சாமான்கள்) நைக் (காலணிகள்), கில்லெட் (பிளேடுகள் முதலியன) ஐபிஎம் நிறுவனத் தயாரிப்புகள் (தொழில்நுட்ப சாதனங்கள்), எல்.ஆர்டியல் (சருமப் பாதுகாப்பு அழகு சாதனங்கள்) இண்டெல் (கணினி சாதனங்கள்), டிம்பெர்டன் (சொகுசு வீடுகள்) தயாரிப்பு, சிட்டி பேங்க் (வங்கி), ஃபோர்ட் செவெர்ல்ட் (கார்கள்), சிஎன்என் தொலைக்காட்சி... இன்னும் எத்தனையோ. இந்தியாவில் செயல்படும் இஸ்ரேலிய நிறுவனங்கள் இங்கிருந்து வெளியேற்றப்பட வேண்டும் என்ற கோரிக்கையும் எழுப்பப்பட வேண்டும். அவை பின்வருமாறு: காற்றிலிருந்து தண்ணீரைப் பிரித்தெடுக்கும் சாதனங்களைத் தயாரிக்கும் வாட்டர் ஜென், பெரும் மருத்துத் தயாரிப்பு நிறுவனங்களிலொன்றான டேவா, சொகுசு ஹோட்டல்களை பெரும் நகரங்களில் நடத்தும் டான் ஹோட்டல் நிறுவனம் (இவற்றின் தலைமையகம் பெங்களூரில் உள்ளது), போபாலில் உள்ள ஆவ்கோல் நான்ஓவன்ஸ் (Avgol Nonwovens) – இது சுகாதாரம், மருத்துவம் போக்குவரத்துக்கான கார்கள் முதலியவற்றுக்குத் தேவையான பொருள்களைத் தயாரிக்கிறது, நியோ லிங்க் (NeoLync). இது எலெக்ட்ரானிக் பொருள்களைத் தயாரிக்கிறது. ரிவுலிஸ் (Rivulis) – இது சொட்டு நீர் தெளிப்பான்கள் போன்ற நீர்ப்பாசனம் தொடர்பான சாதனங்களைத் தயாரிக்கிறது. இவை போக இந்தியாவில் நுகர் பொருள்களைத் தயாரித்து விற்பனை செய்யும் வேறு இஸ்ரேலிய நிறுவனங்கள் சில பின்வருமாறு: எகோபிய (Ecopia), நான் டான் ஜெயின், அக்வைஸ், போலினெஸ், எல்பிட், ஹஜாஜ், அலுமேயர், ப்ளாஸ்ஸன், ஹஂலியோட், மெட்ஸெர் ப்ளாஸ், ஐ.டி.இ., நெட்டஃபிம் முதலியன.

மேலும், பாலஸ்தினத்தில் இதுவரை ஏறத்தாழ 40,000 பேரை (இவர்களில் பெரும்பகுதியினர் பெண்களும் குழந்தைகளும்) கொன்று குவிப்பதற்காக இஸ்ரேலிய இராணுவத்திற்குத் தேவையான இராணுவ தளவாடங்களை, சாதனங்களைத் தயாரிக்கும் ‘மரண வியாபாரிகளான’ இந்திய நிறுவனங்கள் பின்வருமாறு: அதானி குழுமம் (Adani Group);

எடிடிஎல்-எல்பிட் (ADDL-Elbut), ரிலையன்ஸ் டிஃஃபென்ஸ் (Reliance Defence), மஹிந்திரா டிஃபென்ஸ் (Mahindra Defence), மஹிந்திரா ஸாஸாப் (Mahindra shaasaap), அசோக் லேலண்ட் - எல்பிட் (Ashok Leylalnd-Elbit) டிசிஎஸ் புறொஜெக்ட் - நிம்பஸ் (TCS Project Nimbus); டாட்டா - (TATA-IAI Hela sys), இன்ஃபோஸிஸ் லேப்ஸ் (Infosis Labs), விப்ரோ கிவோன் (Wipro Givon), லார்ஸன் அன்ட் டூப்ரோ (Larson & Toubro), கல்யாணி ரஃபேல் கே.ஆர்.ஏ.எஸ். (Kalyani Rafael KRAS) பாரத் ஃபோர்ஜ் - எல்பிட் - ஐஏஐ (Bharath Forge-Elbit IAI), பூஞ் லாயிட் ஐ டபிள்யூஐ (Poonj Lloyd IWI), கருடா எரோஸ்பேஸ், எல்பிட், சையென்ட் புளூபேர்ட் (Cyent Blue bird), டைனமாடிக் டெக், ஐஏஐ - டனேஜா, டி ஏ ஏ எல் - ஐஏஐ கோலான், டொம்போ இமேஜிங் (Tombo Imaging), பாரத் டைனமிக்ஸ் (Bharat Dynamics), டிசிஎக்ஸ் - ஐஏஐ (DCX IAI); ஹெச்பிஎல் பவர் சிஸ், (HBL Power sys) அஸ்ட்ரா மைக்ரோவேவ் - ரஃபேல் (Astra Microwave-Rafael), ராங்ஸன்ஸ் ஸ்சுஸ்டர் டெக் (Rangsons Schuster Tech), ஹஜாஜ் டெஃப்ஸிஸ் (Hajaj Detyfsys); கார்வேர் ரோப்ஸ் (Garware Ropes).

இஸ்ரேல் வெளிநாடுகளுக்கு ஏற்றுமதி செய்யும் இராணுவக் கருவிகளிலும் தளவாடங்களிலும் மிகப் பெரும்பகுதியை (46%) இறக்குமதி செய்வது இந்திய அரசுதான்.

உலகில் வளர்ச்சியடைந்த நாடுகளில் பெரும்பாலானவை, இஸ்ரேலுக்கு உதவியோ அல்லது வேடிக்கை பார்க்கவோ செய்து கொண்டிருக்கையில் 2023 டிசம்பர் மாதம் தென்னாப்பிரிக்கா மட்டுமே துணிச்சலாக ஐ.நா. அவையின் கட்டுப்பாட்டிலுள்ள சர்வதேசக் குற்றவியல் நீதிமன்றத்தில் இஸ்ரேல் மீது இனக்கொலை குற்றச்சாட்டைத் தொடுத்துள்ளது. இஸ்ரேலும் தன் இனக்கொலையை நியாயப்படுத்தும் பதிலைக் கூறியுள்ளது. இப்போது கிட்டத்தட்ட நூறு நாடுகளுக்கு மேலானவை தென் ஆப்பிரிக்காவிற்குப் பின்னால் அணிவகுத்து நிற்கின்றன (இந்திய அரசு இந்தப் பட்டியலில் இல்லை). சர்வதேசக் குற்றவியல் நீதிமன்றத்தில் உள்ள நீதிபதிகளின் (அவர்களது பணிக் காலம் 9 ஆண்டுகள்) முடிவைப் பொருத்தே இஸ்ரேல் குற்றவாளியா இல்லையா என்பது முதல் கட்ட விசாரணையில் தீர்மானிக்கப்படும். அதன் பிறகு விசாரணை பல வருடங்கள் நடக்கும். இந்த நீதிபதிகளில் ஒருவர் இந்தியாவைச் சேர்ந்தவர். அவர் என்ன முடிவை எடுக்கப் போகிறார் என்பது மோடி அரசின் விருப்பதைச் சார்ந்தது.

இதற்கிடையே இதுவரை கொல்லப்பட்ட பாலஸ்தினர்களில் எண்ணற்ற கலைஞர்கள், கவிஞர்கள், எழுத்தாளர்கள், மொழிபெயர்ப் பாளர்கள், பதிப்பாளர்கள், திரைப்பட இயக்குநர்கள், நடிகர்கள்,

ஓவியர்கள் முதலியோர் அடங்குவர். அதாவது, இஸ்ரேல் பாலஸ்தினத்தில் இனக் கொலையுடன் கலாசாரக் கொலையும் நடத்தி வருகிறது. அண்மையில் கொல்லப்பட்ட கவிஞர்களிலொருவர் கல்வியாளரும் பெரும் அறிஞருமான ரஃப்பட் அல்-அரீர் (Refaat al-Areer)

அவர் தன் இறப்புக்கு முதல் நாள் எழுதியது 'நான் இறந்தாக வேண்டும்' என்ற கவிதை. இதுவரை ஏறத்தாழ 50 உலக மொழிகளில் மொழியாக்கம் செய்யப்பட்டு, இலட்சக்கணக்கானோரால் படிக்கப்பட்டு வரும் அக்கவிதையின் (ஆங்கிலம் வழி) தமிழாக்கம்:

நான் இறந்தாக வேண்டுமென்றால்
நீ வாழ்ந்தாக வேண்டும்
என் கதையைச் சொல்வதற்கு
என் பொருள்களை விற்பதற்கு
ஒரு துண்டுத் துணியையும்
சில மென்கயிறுகளையும் வாங்குவதற்கு
(அதை நீண்ட வாலும் வெண்ணிறமும் கொண்டதாகச் செய்)
அப்போது காஸாவின் ஏதோ ஓரிடத்தில்
கண்ணில் வானத்தைப் பார்த்துக் கொண்டிருக்கையில்
எவரிடமும் விடை பெறாமல்
தன் தசையிடமிருந்தும்கூட
விடை பெறாமல் தன்னிடமிருந்தும்கூட
விடை பெறாமல்
பெருந்தீயை விட்டுச்சென்ற
தன் தந்தைக்காகக்
காத்துக் கொண்டிருக்கையில் -
பட்டம், நீ செய்த பட்டம்
மேலே பறந்து கொண்டிருப்பதை பார்ப்பதற்கும்
அன்பைத் திருப்பிக் கொண்டு வருகின்ற
ஒரு தேவதூதன்
அங்கிருப்பதாக
ஒரு கணம் நினைத்துக் கொள்ளவும்
நான் இறந்தாக வேண்டும்
அது நம்பிக்கையைக்
கொண்டு வரட்டும்
அது ஒரு கதையாக இருக்கட்டும்.

மின்னம்பலம்
14.01.2024

19. 'தீர்க்க தரிசனம்': மானுடத் துயரத்தின் வெளிப்பாடு

2023ஆம் ஆண்டின் 'புக்கர் பரிசு' பெற்ற ஐரிஷ் எழுத்தாளர் பால் லிஞ்ச்சின் (Paul Lynch) 'தீர்க்க தரிசனப் பாடல்' (Prophet Song) நாவல் எந்த ஒரு நாட்டிலும் ஏற்படக்கூடிய நிலைமையை ஒரு குடும்பத்தின் கதை வழியாகச் சொல்கிறது. தென் அயர்லாந்தின் தலைநகர் டப்ளினில் வசிக்கும் லார்ரி ஸ்டேக் அந்த நாட்டு ஆசிரியர்கள் சங்கத்தின் துணைத் தலைவர்; மனைவி எல்லிஷ் உயிரியியல் தொழில்நுட்ப ஆராய்ச்சியாளர்; நான்கு குழந்தைகள்: மூத்தவன் மார்க். அவனுக்கு இன்னும் 17 வயது முடியவில்லை; மோல்லி 14 வயதுப் பெண்; பெய்லி அவளைவிடச் சிறியவன்; கைக்குழந்தை பென். அலுவலக வேலை முடிந்தவுடன் வீட்டு வேலைகள், குழந்தைகள் பராமரிப்பு எல்லாமே எல்லிஷுடையவை. மகிழ்ச்சியான குடும்பம். கணவரும் மக்களும் வீட்டுக்குத் திரும்புவதை காலணிகள் மாற்றப்படுவதிலிருந்தோ, சைக்கிளை வீட்டுக்குக் கொண்டு வருவதிலிருந்தோ எல்லிஷ் தெரிந்து கொள்வார். இருள் நிறைந்திருந்த ஒரு நேரத்தில் யாரோ வாசல் கதவை முரட்டுத்தனமாகத் தட்டுகிறார்கள். சிறிது அச்சத்துடன் கதவைத் திறக்கிறார் எல்லிஷ். இருட்டில் புதைந்துள்ளன இரு முகங்கள். லார்ரியைப் பார்க்க வேண்டும் என்கிறார்கள்; வீட்டுக்கு இன்னும் வந்து சேராத அவர் வந்தவுடன் எங்கள் அலுவலகத்துடன் தொடர்பு கொள்ளச் செய்யுங்கள் என்று கூறிவிட்டுச் செல்கின்றனர். லார்ரி வந்தவுடன் தொலைபேசித் தொடர்பு கொள்கிறார். அது 'கார்டா' என்றழைக்கப்படும் உளவுத்துறை போலிஸ் அலுவலகம். என்ன விஷயம் என்பதைத் தொலைபேசியிலேயே சொல்லுங்கள் என்கிறார் லார்ரி. இல்லை, கட்டாயம் அடுத்த நாள் காலை தங்கள் அலுவலகத்திற்கே சிறிது நேரம் வந்து சென்றாலே போதும் என்கிறார்கள். மறுநாள் அயர்லாந்து முழுவதிலும் வாழ்க்கைத் தர மேம்பாட்டுக்காக ஆசிரியர்கள் அமைதி வழிப் பேரணியை நடத்தவிருக்கிறார்கள். கார்டா அலுவலகம் சென்ற லார்ரி திரும்பி வருவதேயில்லை. பதறிப்போன எல்லிஷ் அங்கே செல்கிறார். பாதுகாப்புக் காரணத்துக்காக லார்ரி வேறோரிடத்துக்குக் அனுப்பப் பட்டுள்ளதாகச் சொல்கிறார்கள். அவர் உயிரோடு இருக்கிறாரா இல்லையா என்பதுகூட எல்லிஷுக்குத் தெரியப்படுத்தப்படுவதில்லை.

அலுவலக, வீட்டு வேலைச் சுமைகளுடன் தனக்குத் தெரிந்த எல்லோரையும் அணுகுகிறார்; எல்லா இடங்களுக்கும் செல்கிறார். ஆசிரியர் சங்கப் பேரணியும் நசுக்கப்படுகிறது.

கார்டாவைச் சேர்ந்தவர் இருவர் வீட்டு வாசல் கதவுக்கு வெளியே தான் நின்று கொண்டிருந்தனர் என்றாலும், அன்று முதலே 'ஏதோ வொன்று விட்டுக்குள் புகுந்து அரக்கனைப் போல எல்லோரையும் கவ்விச் செல்லத் தொடங்கிவிட்டதாக' எல்லிஷ் கருதுகிறார். அந்த 'ஏதோவொன்று' பாசிசம்தான். அயர்லாந்தில் தேசியக் கூட்டணிக் கட்சி, ஆட்சியைக் கைப்பற்றிய இரண்டாண்டுகளுக்குப் பிறகு தன் எதேச்சாதிகார முகத்தைக் காட்டத் தொடங்குகிறது. 'கார்டா தேசிய சேவை அமைப்பு' என்ற உளவுத் துறைக்கும் நீதித் துறைக்கும் வரம்பற்ற அதிகாரங்கள் வழங்கப்படுகின்றன. அரசியல் சட்ட உரிமைகள் ஒவ்வொன்றாகப் பறிக்கப்படுவதை மக்கள் மிக தாமதமாகவே உணர்ந்து கொள்கிறார்கள். எர்னெஸ்ட் ஹெமிங்வே கூறியது போல் பாசிசம் முதலில் படிப்படியாகவும் பிறகு திடீரென்றும் காட்சியளிக்கும். உண்மை நிலவரங்களைக் கூறும் ஊடகங்கள் ஒழிக்கப்படுகின்றன. 'கூட்டணி' அரசாங்கத்தின் தொலைக்காட்சியில் காட்டப்படுவன நம்பகத்தன்மை அற்றதாக இருப்பதால் எல்லிஷ் பிபிசியை மட்டுமே பார்க்கிறார். 'சர்வதேச சமுதாயம்' என்று சொல்லப்படுவதில் வழக்கம் போலவே மௌனம். மறுபுறம் பாசிசத்திற்கான ஆதரவும் பெருகிவருகின்றது, ஒரு துருக்கியப் பழமொழி கூறுவது போல: "காடு சுருங்கிக் கொண்டே வருகிறது. ஆனால் மரங்கள் தொடர்ந்து கோடரிக்கே வாக்களித்து வருகின்றன. ஏனெனில் கோடரி புத்திசாலித்தனமானது. கோடரிக் காம்பு மரத்திலிருந்தே உருவாக்கப்பட்டிருப்பதால் தானும் உங்கள் இனத்தைச் சேர்த்ததுதான் என்று மரங்களை அது நம்பவைத்துவிட்டது".

மூத்த மகன் மார்க்கின் பள்ளிப் படிப்பை முடித்தவுடன் அவனைக் கல்லூரிக்கு அனுப்பும் திட்டம் தகர்ந்து விழுகின்றது. 17 வயதுகூட நிறைவடையாத அவன் இராணுவத்தில் சேரும்படி கட்டாயப்படுத்தப் படுகிறான். பள்ளி அதிகாரிகள் முதல் அரசு அதிகாரிகள் வரை எல்லோரிடமும் மன்றாடியும் எல்லிஷுக்குப் பலனில்லை. மார்க்கோ, தன் தந்தையைக் கண்டறிந்து கொண்டு வருவதில் பிடிவாதமாக இருக்கிறான். ஒருநாள் அவனும் காணாமல் போய்விடுகிறான். சர்வாதிகார பாசிசத்தை ஒழித்துக்கட்ட உருவாக்கப்படும் கிளர்ச்சியாளர் படையில் சேர்ந்து கொள்ளும் அவன், தன் திறன் பேசியில் புதிய சிம் கார்டைச் செருகி அந்த எண்ணை மட்டும் தாயிடம் கொடுக்கிறான்.

எப்போதேனும் ஒருமுறை அவனிடமிருந்து ஓரிரு வார்த்தைகள் கிடைக்கும். பிறகு அதுவும் நின்றுபோய்விடுகிறது.

எல்லிஷ் வேலை செய்யும் நிறுவனத்தில் ஆள்குறைப்பு என்ற பெயரில் அவரும் வேறு சிலரும் வேலை நீக்கம் செய்யப்பட்டு அரசாங்கத்திற்கு வேண்டியவர்கள் அமர்த்தப்படுகின்றனர். வேலையின்றித் தவிக்கும் எல்லிஷுக்கு வருமானம் இல்லை; வங்கிக் கணக்குகளும் முடக்கப்படுகின்றன. அவரது குழந்தைகள் மீது பாசம் கொண்ட ஒரு பெண்மணி அடிக்கடி உணவு கொண்டு வருகிறார். ஆனால் அவரது கணவரும் ஒரு நாள் கைது செய்யப்பட்டுவிடுகிறார். குழந்தைகளுக்கு உணவுக்குக்கூட வழியில்லை. விலைவாசி உயர்வு விண்ணைத் தொடுகிறது. கனடாவில் வசிக்கும் தமக்கை அவ்வப்போது அனுப்பும் சிறிது பணம்தான் பட்டினியால் சாகாமல் தடுக்கிறது. தமக்கையுடன் சில மாதங்கள் கழிக்க கனடாவுக்குச் செல்வதற்கும் தடை. தாயார் இறந்த பிறகும் சொந்த வீட்டிலேயே வசிக்கும் தந்தையையும் அவ்வப்போது பார்த்துக் கொள்ள வேண்டிய கடமை எல்லிஷுக்கு. கிழவருக்கோ நினைவு மறதி. பல ஆண்டுகளுக்கு முன்பே தன் மனைவி இறந்து போய்விட்டதைக்கூட அவர் மறந்துவிடுகிறார். அவருக்குத் துணை வளர்ப்பு நாய் மட்டுமே.

அரசாங்கம் குண்டர் படைகளையும் உருவாக்குகிறது. ‘தேசத் துரோகிகள்’ என்று அவர்களால் கருதப்படுபவர்கள் வன்முறைத் தாக்குதல்களுக்கு உள்ளாகிறார்கள். மக்களுக்கு ஏராளமான சேதங்கள். ‘ஆம்’ என்றால் ‘இல்லை’ என்றும் ‘இல்லை’ என்றால் ‘ஆம்’ என்றும் மக்கள் சொல்ல வேண்டும் என்று கூறுமளவுக்கு பாசிச அரசாங்கத்திற்கு வலிமை.

அரசாங்க இராணுவத்திற்கும் கிளர்ச்சியாளர் படைகளுக்குமிடையே மோதல்கள் வெடிக்கின்றன. இரு தரப்பினருமே பேரழிவுகளை ஏற்படுத்துகிறார்கள். ஒரு மூர்க்கத்தனமான ஆட்சிக்கு பதிலாக அதேபோன்ற இன்னொன்று வந்துவிடுமோ என்று எல்லிஷ் அஞ்சுகிறார். ஒரு நாள் இரு தரப்பினருக்குமிடையே நடக்கும் சண்டையில் காயமடையும் அப்பாவி மக்களைக் காப்பாற்றுவதற்காகச் செல்கிறான் இரண்டாவது மகன் பெய்லி. அவன் தலையிலும் குண்டு பாய்கிறது. ஒவ்வொரு மருத்துவமனையாகச் செல்கிறார்கள். கடைசியில் அவன் இராணுவ மருத்துவமனையில் சேர்க்கப்பட்டது தெரிய வருகிறது. எல்லிஷால் பார்க்க முடிந்ததெல்லாம் பிணவறையில் இருந்த அவன் உடல் மட்டுமே. இராணுவத்தால் சித்திரவதை செய்யப்பட்டு விகாரமாக்கப்பட்ட உடல்.

இதற்கிடையே நாட்டைவிட்டு வெளியேறுபவர்களுக்கு, அவர்களிடம் கொள்ளைப் பணம் வாங்கிக் கொண்டு ஏற்பாடு செய்யும் ஒரு நிறுவனம் முளைக்கிறது. எல்லிஷ், தன் குடும்பத்தில் எஞ்சியுள்ள மகளுடனும் குழந்தையுடனும் சொல்லொணத் துன்பங்கள் தரும் பயணம் மேற்கொண்டு ஒரு கடற்கரையை அடைகிறார். அங்கு அவரைப் போல் ஏராளமானோர். "கடல்தான் வாழ்க்கை" என்று அவர் சொல்வதுடன் நாவல் முடிகிறது.

சிரிய, காஷ்மிர், இந்திய, பாலஸ்தின மக்களுக்காகவும் உள்நாட்டுக் கொடுமைகளைத் தாங்க முடியாமல் புலம் பெயர்ந்து செல்ல முயலும் ஏதிலிகளுக்காகவும் எழுதப்பட்டுள்ள இந்த நாவலில் இரு முகப்புக் கூற்றுகள் (epigrams) உள்ளன: 1. விவிலியத்தின் பழைய ஏற்பாட்டில் உள்ள 'பிரசங்கி'யில் உள்ள வசனம் : "முன்பு இருந்ததே இனிமேலும் இருக்கும்; முன்பு செய்யப்பட்டதே பின்னும் செய்யப்படும்; சூரியனுக்குக் கீழே புதியது ஒன்றுமில்லை"; 2.பெர்டோல்ட் ப்ரெஹ்ட்டின் கவிதை வரிகள்: "இருண்ட காலங்களில் பாடுவதும் இருக்குமா? ஆம், பாடுவதும் இருக்கும், இருண்ட காலங்களைப் பற்றி".

இந்து தமிழ் திசை
பிப்ரவரி 18, 2024

20. அரசும் புரட்சியும்

லெனினின் நூற்றாண்டு நினைவு போற்றப்படும் இந்த ஆண்டில் அவரிடமிருந்து கம்யூனிஸ்டுகள் கற்றுக் கொள்ள வேண்டியவை ஏராளம். அவரது மிகச் சிறந்த படைப்புகள் சிலவற்றைத் தேர்ந்தெடுத்து அவற்றை இளம் தலைமுறைக் கம்யூனிஸ்டுகளுக்கு அறிமுகப்படுத்துவது கம்யூனிஸ்ட் கட்சிகளின் கடமை. அவர்கள் செய்ய வேண்டிய பணிக்கு முன்னெடுத்துக்காட்டாக அவரது நூலொன்றைப் பற்றிய சிறு அறிமுகக் கட்டுரையை வாசகர்களுக்கு சமர்ப்பிக்கிறேன்.

*1914*இல் முதல் உலகப் போர் வெடித்த நாள் லெனினின் அரசியல் வாழ்க்கையில் தீர்மானகரமான கட்டங்களிலொன்றாக இருந்தது. மேற்கு ஐரோப்பிய சோசலிச-ஜனநாயகக் கட்சிகளில் (Social-Democratic Parties) (அன்று ஐரோப்பாவில் சோசலிஸ்ட் கட்சிகள் இந்தப் பெயரால்தான் அழைக்கப்பட்டு வந்தன) மிக வலுவாய்ந்ததாகவும் பரந்துபட்ட உழைக்கும் மக்களைத் தன் சமுக அடித்தளமாகக் கொண்டிருந்ததுமான ஜெர்மன் சோசலிச-ஜனநாயகக் கட்சி, உலகைக் கொள்ளையடிப்பதில் போட்டி போட்டுக் கொண்டிருந்த ஏகாதிபத்திய நாடுகளிலொன்றாக ஜெர்மனியும் இருக்கும் வகையில் அந்த நாட்டு அரசு, முதல் உலகப் போரில் பங்கேற்பதை ஆதரித்து வாக்களித்தது.

இந்தப் பேரதிர்ச்சி தரும் செய்தி போலியானது என்று லெனின் முதலில் கருதினார். ஏனெனில் ஜெர்மன் சோசலிச ஜனநாயகக் கட்சி மார்க்ஸ், எங்கெல்ஸ் காலத்திலிருந்தே உலகிலிருந்த சோசலிசக் கட்சிகளில் மிகப் பெரியதாக மட்டுமின்றி அவற்றை வழிநடத்தக் கூடியதாகவும் இருந்ததுதான். மேலும், அக்கட்சித் தலைவர்கள், சர்வதேச மாநாடுகளில் போருக்கு எதிரான தீர்மானங்களுக்கு ஆதரவாக வாக்களித்து வந்ததுடன், போர் வெடிப்பதைத் தடுத்து நிறுத்துவதற்குத் தங்களால் இயன்றதனைத்தையும் செய்யப் போவதாக சூளுரைக்கவும் செய்தனர்.

எனவே, அவர்கள் இழைத்த துரோகம் (அவர்களைப் பின்பற்றிப் பெரும்பாலான ஐரோப்பிய சோசலிசக் கட்சிகளும் இத்தகைய துரோகத்தைச் செய்தன) முக்கியத்துவம் வாய்ந்த சில கேள்விகளை எழச் செய்தது. மார்க்ஸ், எங்கெல்ஸ் ஆகியோரின் புரட்சிகரச் சிந்தனைகளை விசுவாசத்துடன் பின்பற்றியவர்களாகத் தோன்றிய ஜெர்மன்

சோசலிஸ்டுகள் தங்கள் சொந்த நாட்டு அரசே ஏகாதிபத்தியப் போரில் பங்கேற்பதை ஆதரித்து வாக்களித்தது ஏன்? தங்கள் அரசை எதிர்த்து நிற்பதற்குப் பதிலாக அதனுடன் தன்னை இணைத்துக் கொள்வது ஏன்? அப்படியானால் அது 'அரசு' என்பது பற்றிய அவர்களது புரிதலில் மிகப் பெரும் குறைபாடு இருப்பதைச் சுட்டிக்காட்டுகிறதா?

'அரசு' என்ற பிரச்சினை மீது தங்கள் கவனத்தைக் குவித்த போர் - எதிர்ப்பு சோசலிஸ்டுகள், இன்றுவரை தொடர்ந்து மேலோங்கியுள்ள ஒரு கருத்தை எதிர்கொண்டனர். அதாவது, 'அரசு' என்பது சாராம்சத்தில் ஒரு 'நடுநிலையான' அமைப்பு; அதன் குறிக்கோள் தனது குடிமக்களின் 'பொது நன்மையை' அல்லது 'பொது நலனை' பாதுகாப்பதாகும். அதாவது "நாம் எல்லோரும் அதற்குள் ஒன்றிணைந்துள்ளோம்".

இதே கருத்து சீர்திருத்தவாத சாயலுடனும் வெளிப்படுகிறது. அதாவது பொருத்தமான சீர்திருத்தங்கள் செய்யப்படுமானால், இந்த நடுநிலை அரசு, ஏதொவொரு காரணத்தினால் திசைதவறிப் போனதை சரிசெய்து கொண்டு மீண்டும் பாரபட்சமின்றி பொது நன்மைக்கு சேவை செய்யும்.

1916ஆம் ஆண்டு பிற்பகுதியில் லெனின், இந்தப் பிரச்சினையின் மீது தன் கவனத்தைக் குவித்து, 1917ஆம் ஆண்டு கோடை காலத்தில் தன் படைப்புகளின் சிகரமெனக் கருதப்படக்கூடிய 'அரசும் புரட்சியும்' என்ற சிறு நூலை எழுதி முடித்து வெளியிட்டார். 'அரசு' என்பது ஒரு நடுநிலை அமைப்பா, அது பொது நன்மைக்கு சேவை புரிகிறதா என்ற கேள்விகளை அந்தச் சிறு நூலில் எழுப்பினார்.

மேற்சொன்ன கருத்தைத் தகர்த்தெறிவதற்காக மார்க்ஸ், எங்கெல்ஸ் ஆகியோரின் படைப்புகளிலிலுள்ள கருத்துகளை ஏராளமாக மேற்கோள்காட்டி மூன்று முக்கிய வாதங்களை முன்வைத்தார்.

முதலாவதாக, வரலாற்றுச் சான்றுகளை எடுத்துரைத்தார். வரலாற்றில் தொன்மைக்கால, அரசு இல்லாத, இன்னும் ஓரளவு பொதுவுடைமைத் தன்மை இருந்த, சுயநிர்வாகம் கொண்டிருந்த, பழங்குடிச் சமுதாயங் களிலிருந்து 'அரசு' என்பது முதன் முதலாகத் தோன்றியது தற்செயலானது அல்ல; அதாவது உண்மையான, அர்த்தமுள்ள 'பொது நன்மை' என்பது சாத்தியப்படாமல் போன போதுதான் அரசுகள் தோன்றின. 'பொது நன்மை' என்பது சாத்தியப்படாமல் போனதற்கான காரணம் என்னவென்றால், அப்போதுதான் சமுதாயம் ஒன்றோடொன்று இணங்கிச் செல்ல முடியாத, ஒன்றுகொன்று பகையுள்ள நலன்களைக் கொண்ட வர்க்கங்களாகப் பிளவுபடத் தொடங்கியிருந்தது. அதாவது

செல்வத்தை உற்பத்தி செய்யும் சாதனங்களைத் தன் உடைமையில் வைத்திருக்கும் வர்க்கம், அந்த செல்வத்தை உற்பத்தி செய்யும் பொருட்டு சுரண்டப்படுவதற்கான உழைப்பைக் கொண்டிருக்கும் வர்க்கம் என்று பிளவுபட்டுக் கொண்டிருந்தது. ஆக, சமூக உறவுகள் ஒன்றுக்கொன்று முரண்பட்டவையாக, பகைத்தன்மை கொண்டவையாக இருக்கும்போது கணிசமான 'பொது நன்மை', 'பொது நலன்' என்பது எவ்வாறு சாத்தியம்?

மேலும், இப்படி ஆழமாகப் பிளவுபட்டுள்ள சமுதாயங்கள், ஒன்றுக்கொன்று பகைத்தன்மையுள்ள வர்க்கங்களிடையே நடக்கக்கூடிய இடைவிடாத உள்நாட்டுப் போர்களில் மூழ்கிவிடாமல் இருப்பதற்காக, மார்க்ஸ், எங்கெல்ஸின் சொற்களில் 'கம்யூனிஸ்ட் கட்சி அறிக்கை', "போராடும் வர்க்கங்கள் பொது அழிவில் போய் முடிவதை"த் தடுத்து நிறுத்துவதற்காக, ஒரு சிறப்பு அதிகார அமைப்பு தேவைப்பட்டது. தம்மைத்தாமே அழித்துக்கொள்ளும் சாத்தியப்பாடுள்ள வர்க்கப் பகைமைகளைக் கட்டுப்படுத்தி வைப்பதற்காக இந்தச் சிறப்பு அதிகார அமைப்பு, 'அரசு' தோன்றியது. இந்த அரசு ஒரு நிலையான இராணுவத்தை வைத்திருக்க வேண்டியதாயிற்று. அந்த இராணுவத்திற்கான ஆள்கள் சமுதாயத்தின் எல்லாப் பிரிவினரிடமிருந்தும் சேர்க்கப் பட்டாலும், அது சமுதாயம் முழுவதற்குமல்ல, சமுதாயத்தின் மிகச் சிறு பிரிவினருக்கு, சலுகைபெற்ற பிரிவினருக்கு மட்டுமே உண்மையாக, விசுவாசமாக இருக்கக்கூடிய இராணுவமாகும்.

வரலாற்று வகைப்பட்ட பகுப்பாய்வு மெய்ப்பிப்பது என்னவென்றால், 'அரசு' என்பது 'பொது நன்மை'க்கு சேவை புரியக்கூடியது அல்ல; ஏனெனில் 'அரசு' இருப்பதற்கான முன்நிபந்தனையே, குறிப்பிட்ட சமுதாயத்திலுள்ள சமூகப் பகைமைகள் தீர்க்கப்பட முடியாதவையாக இருப்பதுதான். ஆயுதமேந்திய அரசு என்பது, ஓர் அடிப்படையான பிரச்சினையின் - வர்க்கப் பிளவுகள் உள்ள ஒரு சமுதாயத்தில் 'பொது நன்மை', 'பொது நலன்' என்பது சாத்தியமில்லை என்பதற்கான புறவயமான வெளிப்பாடுதான்.

லெனின் முன்வைக்கும் இரண்டாவது வாதம், வர்க்க அடிப்படையிலான கருத்தாகும். அது மட்டுமே எப்போதும் அவருடன் நெருக்கமாகத் தொடர்புபடுத்தப்படுகிறது (பல சமயம் ஒரு தலைச்சார்பாக).

வரலாற்றை மேலோட்டமாகப் பார்த்தாலும்கூட நமக்குப் புலப்படுகின்ற உண்மை என்னவென்றால், அரசுகள் எப்போதுமே

பொருளாதார வகையில் ஆதிக்கம் செலுத்துகின்ற வர்க்கங்களின், செல்வத்தை உற்பத்தி செய்யும் சாதனங்களை உடைமையில் வைத்திருப்பவர்களின் அரசுகள்தான். இதை நாம் மிக வெளிப்படையாக நம் வாழ்க்கையிலேயே அடிக்கடி காண்கிறோம். பொருளாதார நெருக்கடியோ, ஆதிக்க வர்க்கங்களுக்கு எதிரான போராட்டங்களோ நடக்கும்போது அரசு தனது 'நடுநிலை' என்பதைத் தயக்கமின்றி தூக்கியெறிந்துவிட்டு ஒடுக்கும் சக்திகளுக்கு அப்பட்டமான ஆதரவைத் தருகின்றது. உற்பத்தி சாதனங்களை உடைமையாகக் கொண்டிருக்கும் வர்க்கங்கள், பொருளியல் வகையிலும், கருத்துநிலை வகையிலும் சமுதாயத்தில் மிக உயர்ந்த இடத்தை வகிப்பதால், அரசின் இராணுவ வீரர்கள், போலிஸ். சிறைச்சாலை, நீதித்துறை, நிர்வாக இயந்திரம், நாடாளுமன்றம் ஆகியவற்றைப் பேணிப் பாதுகாப்பதும் அவற்றின் விசுவாசத்தைப் பெறுவதும் மிக எளிதாக உள்ளது. இந்தியாவைப் பொருத்தவரை சாதி அமைப்பைப் பேணிப் பாதுகாப்பதும் பெரும்பான்மையினரின் மதமான இந்து மதத்தைப் பயன்படுத்துவதும் ஆளும் வர்க்கங்களுக்கு இயல்பானதாகியுள்ளன.

ஆகவே, அரசு என்பது ஆளும் வர்க்கத்தின் மிகச் செறிவான, ஒருமுனைப்படுத்தப்பட்ட வெளிப்பாடு ஆகும். ஆளும் வர்க்கம் தன் பொது நிர்வாகத்தை மேற்கொள்வதற்காக உருவாக்கப்பட்ட தனிச்சிறப்பான அமைப்பே அரசு. அது நடுநிலையானது அல்ல; ஏனெனில் அது நடுநிலையானதாக இருக்க முடியாது. தெளிவாக வரையறுத்துச் சொல்வதென்றால் ஒரு வர்க்கம் இன்னொரு வர்க்கத்தை ஒடுக்குவதற்கான அமைப்பே அரசு.

லெனின் முன்வைக்கும் மூன்றாவது வாதம், கட்டுடைப்பு தொடர்பானது. அவரது மூன்று வாதங்களில் போதிய அளவு முக்கியத்துவம் கொடுக்கப்படாத அம்சமான இது, அரசு என்ற அமைப்புக்கான புரட்சிகரமான மாற்று ஏற்பாடு பற்றிய அவரது கருத்துகளைப் புரிந்துகொள்வதற்கு இன்றியமையாதது. அரசு செயல்படும் விதம், அதன் தன்மை ஆகியவற்றைப் புரிந்துகொண்டால், அதை அப்படியே சோசலிஸ்டுகள் எடுத்துக் கொள்ளவோ, தொழிலாளி வர்க்கம் அதைத் தன் சுய-விடுதலைக்குப் பயன்படுத்திக் கொள்ளவோ முடியாது என்று லெனின் கூறுகிறார். இது, மார்க்ஸ் 'பிரான்ஸில் உள்நாட்டுப் போர்' என்னும் தலைப்பில் சர்வதேசத் தொழிலாளர் சங்கத்தில் (முதல் அகிலம்) ஆற்றிய நீண்ட உரையிலுள்ள கருத்து. இவ்வாறு லெனின் கூறுவதற்குக் காரணம் அரசு இயந்திரத்தின் கட்டமைப்புதான். அதாவது அரசின் பல்வேறு செயல்பாடுகள்

அதற்குரிய ‘தனிவகை மக்கள் அமைப்புக’ளால் (‘special bodies of people’) மேற்கொள்ளப்படுபவை. இவை சமுதாயத்தின் பிற பகுதிகளிலிருந்து பிரிந்து நிற்பவையேயன்றி சமுதாயம் முழுவதாலும் நிர்வகிக்கப்படுபவை அல்ல. எடுத்துக்காட்டாக ‘அரசியல்’ என்பதை எடுத்துக் கொள்வோம். அதைப் பற்றிய பொதுவாக நிலவும் கருத்து என்னவென்றால் அரசியல் என்பது ‘அரசியல்வாதிகள்’ என்று சொல்லப்படுபவர்களின் பிரத்யேகமான செயல்பாடு; அது சட்டப் படியாக சட்டமன்றங்கள், நாடாளுமன்றங்கள் ஆகியவற்றில் அவற்றுக்குத் தேர்ந்தெடுக்கப்பட்டவர்களால் சட்டப்படியாக நிகழ்த்தப்படும் செயல்பாடு. இந்தக் கருத்தின்படி பார்த்தால் வாழ்வாதாரங்களைப் பெறுவதற்கான மாபெரும் மக்கள் இயக்கங்கள், பெண் விடுதலை இயக்கங்கள், சாதி ஒழிப்பு இயக்கங்கள், சுற்றுச்சூழல் பாதுகாப்பு இயக்கங்கள், சமூக நீதிக்கான இயக்கங்கள் போன்றவை எதுவுமே ‘அரசியல்’ என்பதற்குள் வராது. போனால் போகட்டும் என்பது போல சில இயக்கங்கள் ‘நிர்ப்பந்தக் குழுக்கள்’ என்ற அளவுக்கு அங்கீகரிக்கப் படலாம்; ஆளும் வர்க்கங்களின் நலன்களுக்கு எதிரான இயக்கங்கள் சட்ட ரீதியானவை அல்ல என்றோ சட்ட விரோதமானவை என்றோ அறிவிக்கப்படும். சட்டமன்றங்களுக்கு அல்லது நாடாளுமன்றங்களுக்கு வெளியே, அவற்றுக்கு அப்பால் ‘அரசியல்’ என்பது ஏதும் இருக்க முடியாது என்பதுதான் இக்கருத்துகளின் சாரம்.

இங்கு லெனின் அரசின் நடவடிக்கைகள் மீது கவனம் குவிக்கிறார். குறிப்பாக, சமுதாயத்தின் பாதுகாப்பை ‘ஆயுதமேந்திய மனிதர்களைக் கொண்ட தனிச்சிறப்பான அமைப்பு’, இராணுவம் என்ற அமைப்பு மேற்கொள்கிறது. இதைவிடச் சிறு எண்ணிக்கையுள்ளவர்களைக் கொண்ட இன்னொரு தனிவகை மனிதர்களைக் கொண்ட அமைப்பால், அதாவது தளபதிகளால் அந்த இராணுவம் வழிநடத்தப்படுகிறது. பாதுகாப்பு என்பது ஒரு காலத்தில் இருந்ததுபோல சமுதாயம் முழுவதன் செயல்பாடாக இருந்த நிலை மாறி, தற்போது மக்களிடமிருந்து அந்நியமான அரசின் செயல்பாடாகிவிட்டது. இவ்வாறு இராணுவம், ஆளும் வர்க்கங்களின் கைகளில் தனிச்சிறப்பான ஆயுதமாகச் சேவை புரிந்து, எங்கெல்லாம் தேவைப்படுகிறதோ அங்கு உழைக்கும் வர்க்கத்துக்கு எதிராக அனுப்பப்படும். அதனால்தான், ஒவ்வொரு புரட்சிகர சூழ்நிலையிலும் பின்வரும் கேள்விக்கு உடனடியாகப் பதில் கண்டறிய வேண்டியுள்ளது. அதாவது இராணுவத்தை அரசிலிருந்து முறித்துக் கொண்டு அதனுடைய விசுவாசத்தை சமுதாயத்திற்கு, மக்களுக்குத் திருப்புவதற்கு என்ன செய்ய வேண்டும்? உலகம்

முழுவதிலும் ஆளும் வர்க்கங்களைப் பொருத்தவரை, இராணுவம் தனது தனிச்சிறப்பான தகுதியைக் கைவிட்டு கிளர்ச்சி செய்யும் மக்களுடன் சகோதரத்துவ உணர்வைக் கொள்வதைவிட பீதியூட்டக் கூடியது ஏதும் இல்லை.

அரசு செயல்படும் விதம், தனக்கு மட்டுமே உரிய தனிவகை அமைப்புகளைக் கொண்டிருத்தல் ஆகியன சில முக்கியக் கேள்விகளை எழுப்புகின்றன: ஓர் அரசால், அதை வழக்கமாக நாம் புரிந்து கொண்ட அளவில், உழைக்கும் மக்களுக்கு சேவை செய்ய முடியுமா? தொழிலாளர்கள் ஒரு புரட்சியின் மூலம் அதிகாரத்தைக் கைப்பற்றிக் கொள்வார்களேயானால், அரசின் தனி வகைப்பட்ட செயல்பாடுகள் ஒவ்வொன்றையும் தொடர்ந்து மேற்கொண்டுவரும் அமைப்புகளால் அதிகாரம் தொடர்ந்து பயன்படுத்தப்பட்டு வருமேயானால், தொழிலாளர்களால் உண்மையிலேயே அதிகாரத்தைச் செலுத்த முடியுமா?

அரசுக்கும் தொழிலாளர் ஜனநாயகத்துக்குமுள்ள இந்த ஒத்துவராத தன்மையை - இதுதான் அடிப்படையான பிரச்சினை - முன்னிலைப் படுத்திக் காட்டுவதன் மூலம், இதற்கு ஒரு தீர்மானகரமான, தடுத்து நிறுத்த முடியாத ஓர் அரசியல் தீர்வு என்ன என்பதை லெனின் விளக்குகிறார். அதாவது தொழிலாளர்கள் அதிகாரத்தை எடுத்துக் கொள்ள வேண்டுமென்றால் அவர்கள் அரசை ஒழித்துக் கட்ட வேண்டும் அல்லது அடித்து நொறுக்க வேண்டும்.

இது பிரமிப்புத் தரக்கூடிய தீர்வாக இருக்கலாம். விட்டுக் கொடுக்காத ஜனநாயகத்தன்மை கொண்டதாக இருப்பதால்தான் இது பிரமிப்பூட்டுகிறது. ஏனெனில் 'அரசு' என்ற பெயரால் ஒட்டுமொத்தமாக அழைக்கப்படும் தனிவகை அமைப்புகளால், முன்பு சமுதாயம் முழுவதாலும் மேற்கொள்ளப்பட்ட செயல்பாடுகளை ஒரு சிலர் மட்டும் தமது பிரத்யேக செயல்பாடுகளாக மாற்றுவதற்கு முன்பு இருந்த நிலைமையை - தனிவகை அமைப்புகள் மேற்கொண்டுவரும் செயல்பாடுகளை சமுதாயம் முழுவதும் மேற்கொள்ளும் நிலைமையை - மீளக் கொணருவதுதான் இந்தத் தீர்வு.

அந்த அரசுக்கு மாற்றாக அமையப் போவது எது என்பதை லெனின் சிந்தித்து வந்தார்.

ரஷியாவில் 1917 பிப்ரவரியில் ஜார் ஆட்சி தூக்கியெறியப்பட்டது. அரசு அதிகாரத்தை மேற்கொண்ட தாற்காலிக அரசாங்கம், தனது நோக்கம் ரஷியாவின் எதேச்சாதிகார அரசாங்க முறையை அகற்றிவிட்டு

மேற்கு நாட்டு தாராளவாத ஜனநாயகத்தைக் கொண்டுவருவதுதான் என்று அறிவித்தது.

அதேவேளை, ரஷியாவின் தொழில் நகரங்களில் தொழிலாளர்கள் வசித்த பகுதிகளில் 'சோவியத்துகள்' என்ற வடிவத்தில் வேறு வகையான அரசியல் அதிகாரம் தோன்றிக் கொண்டிருந்தது. அதாவது, தொழிலாளர்களால் ஜனநாயக முறைப்படி தேர்ந்தெடுக்கப்பட்ட பிரதிநிதிகளைக் கொண்ட சட்டமன்றங்களே அந்த சோவியத்துகள். அவை தொழிற்சாலைகளையும் அவற்றைச் சுற்றியுள்ள பகுதிகளையும் தம் கட்டுப்பாட்டின் கீழ் கொண்டு வந்தன. அவை எந்த விகிதத்தில் தொழிலாளர்கள் கட்டுப்பாட்டில் வந்தனவோ அதே விகிதத்தில் தாற்காலிக அரசாங்கத்தின் அதிகாரம் சுருங்கி வரலாயிற்று.

ஜார் அரசின் ஒடுக்குமுறையிலிருந்து தப்பிப்பதற்காக வெளிநாடுகளில் புலம் பெயர்ந்து வாழ்ந்து வந்த லெனின் ரஷியாவுக்கு திரும்பி வருவதற்குச் சற்று முன்னதாக போல்ஷ்விக்குகளில் மிகப் பெரும்பான்மையினர் மிதவாத நிலைப்பாட்டை மேற்கொண்டிருந்தனர்; கட்சியின் கொள்கைகளை நெறிப்படுத்திக் கொண்டிருந்தனர். அவர்கள் தாற்காலிக அரசாங்கத்தை அகற்றுவதற்கான அறைகூவல் விடுக்க மறுத்து வந்தனர். மாறாக அந்தத் தாற்காலிக அரசாங்கத்திற்கு சில நிபந்தனைகளுடன் கூடிய ஆதரவு அளித்து வந்தனர். அவர்கள் தொழிலாளர் கவுன்சில்களை (சோவியத்துகளை) மக்கள் ஆதரவு பெற புதிய வகையான, சுய ஆட்சியுள்ள அரசாங்கமாகப் பார்க்கவில்லை. மாறாக, தாற்காலிக அரசாங்கம் ஆட்சிக்கு வந்தபோது உத்தரவாதம் அளித்தபடி தாராளவாத ஜனநாயகப் பாதையிலிருந்து வழுவாமல் இருப்பதைக் கவனித்துக் கொள்ளும் அமைப்புகளாகவே அவற்றைப் பார்த்தனர்.

1917 ஏப்ரல் மாதம் லெனின், ரஷியாவுக்குத் திரும்பிவந்தது தீர்மானகரமான நிகழ்வாக இருந்தது. முதலாளிய சக்திகளுக்கு இடம் கொடுக்கும் தாராளவாதப் போக்கைக் கொண்டிருந்த தாற்காலிக அரசாங்கத்தின் நிலைப்பாட்டை நிராகரித்த அவர், அரசை சமரசமற்ற வகையில் எதிர்த்து நிற்குமாறும், நாளடைவில் சோவியத்துகள் அந்த **தாராளவாத அரசிலிருந்து அதிகாரத்தைக் கைப்பற்றுமாறும் அறைகூவல் விடுத்தார். அந்தக் கோரிக்கை "அனைத்து அதிகாரங்களும் சோவியத்துகளுக்கே" என்ற முழக்கமாக வெளிப்பட்டது.**

சாராம்சத்தில் லெனினின் அறைகூவல், தாராளவாத பூர்ஷ்வா புரட்சியை சோசலிசப் புரட்சியாக மாற்றுவதும், சமுதாயத்திடமிருந்து

முதல் முதலில் அபகரிப்பட்ட அதிகாரத்தையும் செயல்பாடுகளையும் சோவியத்துகள் மீண்டும் தன்வயமாக்கிக் கொள்வதும்தான். தனக்கான ஆதரவைக் குறிப்பாக போல்ஷ்விக் கட்சியின் அடிமட்டத் தொண்டர்களிடமிருந்து பெற்றுக் கொண்ட லெனின் கட்சி முழுவதையும் தனது நிலைப்பாட்டுக்குக் கொண்டு வந்தார். அதாவது புரட்சியை அதனுடைய பூர்ஷ்வா வரம்புகளிலிருந்து மீட்டு பாட்டாளி வர்க்கத்தின் நவம்பர் புரட்சியாக வளர்த்தெடுத்தெடுப்பதில் அவரது நிலைப்பாடு முக்கியப் பாத்திரம் வகித்தது.

இந்த அனுபவத்தைத்தான், மார்க்ஸ், எங்கெல்ஸ் ஆகியோரின் படைப்புகளை முழுமையாகப் படித்தறிந்த லெனின், 'அரசும் புரட்சியும்' என்ற நூலில் புரட்சிகர எழுத்துகளாக வடித்தெடுத்தார். இந்த நூலின் முக்கிய செய்தி என்னவென்றால், 'அரசு'ம் 'புரட்சி'யும் ஒன்றோடொன்று நெருக்கமாக உறவுடைய எதிர்மறைகள் என்பதாகும். அதாவது, 'அரசு' என்பது என்ன என்பதைப் புரிந்து கொள்ளாமல் 'புரட்சி' என்பதைப் புரிந்து கொள்ளவோ அந்தப் புரிதலின் அடிப்படையில் செயல்படுவதோ இயலாது.

இந்தக் கருத்து 1914இல் ஜெர்மன் சோசலிச ஜனநாயகவாதிகள் இழைத்த படுகேவலமான துரோகத்தை நினைத்துப் பார்க்க வைக்கிறது. அவர்களுடைய வரலாறு, அரசும் புரட்சியும் பற்றி லெனின் கொண்டிருந்த கருத்துகளுக்குத் தலைகீழானது; எந்த அளவுக்கு அவர்கள் ஜெர்மன் அரசுடன் தங்களை அடையாளப்படுத்திக் கொண்டார்களோ, அந்த அளவுக்கு அவர்கள் புரட்சிகரக் கோட்பாடுகளைக் கைவிட்டனர். 1917 ஏப்ரலில் லெனின் கட்சி விவகாரத்தில் மேற்கொண்ட தலையீடு, போல்ஷ்விக்குகளிடையேயும் வளரத் தொடங்கியிருந்த, ஜெர்மன் சோசலிஸ்டுகள் மேற்கொண்டதைப் போன்ற, அடிப்படையில் சீர்திருத்தவாதத் தன்மை கொண்டிருந்த போக்கிற்கு முற்றுப்புள்ளி வைத்தது.

நீண்டகாலப் பார்வையில், புரட்சிக்குப் பிந்திய நோக்குநிலையிலிருந்து பார்த்தால், தொழிலாளர்களின் புரட்சியிலிருந்து தோன்றுகின்ற மக்களாதரவு பெற்ற அரசாங்கம் என்று லெனின் கருதியது 'அரசு' என்பதற்கு வழக்கமாக ஏற்றுக் கொள்ளப்பட்ட பொருளில் 'அரசு' அல்ல. அரசுக்கு முன்பு இருந்த அதிகாரமும் செயல்பாடுகளும் ஜனநாயக ரீதியில் தேர்ந்தெடுக்கப்பட்ட தொழிலாளர்களின் சோவியத்துகளின் கைகளுக்கு வந்த பிறகு அது எப்படி 'அரசாக' இருக்க முடியும்? எனினும், லெனின் அந்தப் புரட்சிகர சுய ஆட்சி அரசாங்கத்தை மாறுதலுக்கான இடைநிலைக் கட்ட அரசாங்கம் என்ற

வகையில் ‘அரை-அரசு’ (semi-state), ‘அரசியல்சாராத அரசு’ (non-political state) அல்லது இன்னும் தெளிவாக ‘பாட்டாளி வர்க்க அரசு’ என்று அழைத்தார். இப்படி மாறுதல் கால இடைநிலைக் கட்ட அதிகார அமைப்பை அவர் மேற்சொன்னவாறு கருதியது இரு நடைமுறைக் காரணங்களினால் முக்கியத்துவம் பெற்றது.

தொழிலாளர் சோவியத்துகள் போன்ற வெகுமக்களின் ஜனநாயக அமைப்புகள் உடனடியாக அரசின் செயல்பாடுகளை (முன்பு சமுதாயத்திலிருந்து அபகரிக்கப்பட்ட செயல்பாடுகளை) மீண்டும் தன்வயமாக்கிக் கொள்வதை உடனடியாக மேற்கொள்ள வேண்டும் என்பதை வலியுறுத்தி வந்தபோதிலும், உழைக்கும் மக்களின் சுய அரசாங்கத்தின் அனுபவத்திலிருந்து தொழிலாளர்கள் கற்றுக் கொள்ள வேண்டியுள்ளது என்றும், அதிலிருந்து அவர்கள் பயிற்சி பெற வேண்டும் என்றும் கருதினார். எனவே, ஒழிக்கப்பட்ட வர்க்க சமுதாயத்தின் பின் விளைவுகளை எதிர்த்து முறியடிக்கவும் அவற்றைச் செயலிழக்க வைக்கவும் தொழிலாளர்கள் புதிய அனுபவங்களைக் கையாளப் புதிய ஆற்றல்களைப் பெறுவதற்கும் அவர்களுக்குக் கால அவகாசம் (அதாவது மாறுதல் காலகட்டம்) தேவை என்பதை ஆழமாக உணர்ந்திருந்தார். இந்தப் புரட்சிகர நிகழ்வுப்போக்கின் ஊடாக, சமுதாயம் தன்னிடமிருந்து முன்பு அபகரிக்கப்பட்ட செயல்பாடுகளை அது மீண்டும் தன்வயமாக்கிக் கொள்கையில், அரசோ ஏதுமற்றதாவிடும். அது ‘வாடி உதிர்ந்துவிடும்’ என்று கருதினார் (இந்தக் கருத்தை அவர் எங்கெல்ஸின் படைப்புகளிருந்து கற்றுக் கொண்டார்).

மாறுதல் காலகட்டம் என்று அவர் பேசிவந்தது சரியானதே என்பதற்கு இன்னொரு முக்கியமான, அச்சுறுத்துகிற காரணமும் இருந்தது. வீழ்த்தப்பட்ட ஒடுக்குமுறையாளர்கள் காயமடைந்த கொடிய விலங்கைப் போல மிக அபாயகரமானவர்கள் என்பதற்கு வரலாறு ஏராளமான சான்றுகளைத் தருகிறது. அதை ரஷியப் புரட்சி மீண்டும் மெய்ப்பித்தது. ஒரு வர்க்கம் இன்னொரு வர்க்கத்தை ஒடுக்குகின்ற கருவி என்ற வகையில் அரசின் முக்கிய செயல்பாடு இன்னும் தேவைப்படுகிறது என்றும் ஆனால், இப்போதுள்ள வேறுபாடு என்னவென்றால், தற்போது எதிர்ப்புரட்சியை ஒடுக்குவதற்காக பாட்டாளி வர்க்கம் பூர்ஷ்வா வர்க்கத்தை தோற்கடிக்க வேண்டியுள்ளது என்பதுதான் என்பதை லெனின் சுட்டிக் காட்டினார். பூர்ஷ்வா வர்க்கத்தின் தோல்வி அரசு மறைவதற்கான கட்டியம் கூறும்.

‘அரசும் புரட்சி’யும் புரட்சிகரப் பாட்டாளி வர்க்கத்திற்கு, உழைக்கும் மக்களுக்கு மிக அவசியமாகத் தேவைப்படுகின்ற நூல்.

ஜெர்மன் சோசலிச ஜனநாயகவாதிகளின் துரோகம், ரஷியப் புரட்சியின் எதிர்காலப் பயணம் ஆகியவற்றைக் கருத்தில் கொண்டு எழுதப்பட்ட நூல் என்றாலும், நீடித்து நிற்கும் அதன் முக்கியத்துவத்திற்கு என்ன காரணம்? தொழிலாளர் சோவியத்துகளின் உலக - வரலாற்று முக்கியத்துவம் பற்றிய லெனின் புரிதலும், இந்த தொழிலாளர் அமைப்புகள்தான் புதிய, அரசு இல்லாத, சுய ஆட்சியுள்ள சமுதாயத்தை நிர்மாணிக்கும் வலுவான கற்கள் என்பதில் அவருக்கிருந்த அபார நம்பிக்கையும்தான். இவை மேற்சொன்ன வரலாற்றுப் பின்புலங்களைக் கடந்து நிற்பவை. அவரது புரிதலும் நம்பிக்கையும் இன்னும் பொருத்தப்பாடுடையதா என்ற கேள்விக்கான விடையைக் கண்டறிய உலகில் இன்றுள்ள அரசுகளின் செயல்பாடுகளை (கூபாவிற்கு மட்டும் ஓரளவு விதிவிலக்கு தரலாம்) கவனித்து வந்தாலே போதும். இன்று இந்தியாவில் ஆட்சி செலுத்தும் பாசிசத்தை நாம் கடுமையாக விமர்சிக்கிறோம், எதிர்க்கிறோம். அது வீழ்த்தப்பட்டால்தான் ஓரளவு ஜனநாயக உரிமைகள் மீளக் கிடைக்கும் என்று நம்புகிறோம். ஆனால் இந்திய அரசின் கட்டமைப்பிலேயே பாசிசத்திற்கான வேர்கள் உள்ளன என்பதையும், நாடாளுமன்றத்தில் இடதுசாரிகள் நடத்தும் போராட்டத்தை பகைவன் விதித்துள்ள விதிகளின்படியேதான், ஒரு பகைக் களத்தில்தான் நடத்த வேண்டியுள்ளது என்பதையும் புரிந்து கொள்வது அவசியம். நாடாளுமன்ற அரசியலில் பங்கேற்பது கம்யூனிஸ்டுகள் கடைப்பிடிக்க வேண்டிய தந்திர உத்திகளில் ஒன்று. ஆனால் அது ஒன்று மட்டுமே ஒரே உத்தியாகி விட முடியாது.

'அரசும் புரட்சியும்' நூலை மேலோட்டமாகவோ அல்லது தற்சாய்வுடனோ படிப்பவர்கள் லெனின் வன்முறையை வழிபட்டவர் அல்லது விரும்பியவர் என்று கூறுகின்றனர். பத்து நாள்களில் நடந்து முடிந்த நவம்பர் புரட்சி இரத்தம் சிந்தாத புரட்சி. அதில் இறந்தவர்களின் எண்ணிக்கையை விரல் விட்டு எண்ணி விடலாம். பதினான்கு முதலாளிய, ஏகாதிபத்திய நாடுகள் புரட்சி என்ற குழந்தையை அதன் தொட்டிலிலேயே கழுத்தை நெரித்துக் கொன்றுவிட தங்கள் இராணுவங்களை அனுப்பி ரஷிய எதிர்ப்புரட்சி சக்திகளுக்குத் துணை நின்றதால் ஏற்பட்டதுதான் நான்காண்டு காலம் நடந்த உள்நாட்டுப் போர். அதில் இரு தரப்பிலும் இலட்சக்கணக்கானோர் மாண்டனர். இறுதியில் புரட்சியாளர்கள் வெற்றியடைந்த போதிலும், உள்நாட்டுப் போரின் போது தவிர்க்க முடியமல் கடைப்பிடிக்க நேர்ந்த சில பொருளாதாரக் கொள்கைகளும் போர் முடிந்த பிறகு நாடெங்கிலும் பரவிய பஞ்சமும் பட்டினியும் நாட்டின் பொருளாதாரத்தை சீரமைக்க

லெனின் நடைமுறைப்படுத்திய புதிய பொருளாதாரக் கொள்கையும், புரட்சிகரப் பாட்டாளி வர்க்கம் முற்றிலுமாக அழிந்துபோன பின் பழைய அதிகாரவர்க்கத்தின் உதவியை நாட வேண்டியிருந்ததும் புரட்சியின் இலட்சியங்கள் உடனடியாக நிறைவேற முடியாமல் செய்துவிட்டன. இவற்றைக் கருத்தில் கொள்ளாமல் லெனினை 'வன்முறையை வழிபட்டவர்' என்று மார்க்ஸியத்தின் பகைவர்களும் மார்க்ஸ், எங்கெல்ஸ் ஆகியோரின் கருத்துகளிலிருந்து விலகிச் சென்றவர் என்று மார்க்ஸிய முகாமிலுள்ள சில கல்விப்புலம் சார் அறிவாளிகள் பேசுவதும் எழுதுவதும் ஏற்றுக் கொள்ளக் கூடியவையா?

புதிய புத்தகம் பேசுது
மார்ச், 2024

21. உச்சி வெயில்: ஒடுக்குமுறையும் திரைப்படமும்

I

ஹாலிவுட் திரைப்படங்களில் 'கௌ பாய்' (Cow Boy) படங்கள் என்று சாமானிய இரசிகர்களால் அழைக்கப்பட்டு வந்தவை 'வெஸ்டெர்ன்' (Western) என்ற திரைப்பட வகையைச் (genre) சேர்ந்தவை. 'வெஸ்டெர்ன்' என்பதில் திரைப்படங்கள் மட்டுமின்றி நாவல்கள், சிறுகதைகள், தொலைக்காட்சித் தொடர்கள், வானொலிக் கதைகள் ஆகியனவும் அடங்கும். அமெரிக்க 'வெஸ்டெர்ன்' என்பது பதினெட்டாம் நூற்றாண்டிலிருந்து பத்தொன்பதாம் நூற்றாண்டுத் தொடக்கம் வரையிலான காலகட்டத்தைப் பின்புலமாகக் கொண்டவை. என்றாலும், அது அர்ஜெண்டினா நாட்டைச் சேர்ந்த வீரதீர சாகச உணர்வுடன் குதிரை சவாரி செய்யும் மனிதர்களைப் பற்றிய கதைகளையும் - அவர்கள் 'கௌச்சோ' (Gaucho) என அழைக்கப்பட்டனர் - ஆஸ்திரேலியாவில் தனிமைப்பட்டிருந்த கிராமப் பகுதிகளில் வாழ்ந்த வெள்ளைக்காரக் குடியேறிகள் பற்றிய கதைகளையும் உள்ளடக்கியவையாக இருந்தது. 'வெஸ்டெர்ன்' வகையைச் சேர்ந்த திரைப்படங்கள் இருபதாம் நூற்றாண்டின் தொடக்கத்தில் மௌனப் படங்களாகத் தொடங்கி பின்னர் அந்த நூற்றாண்டின் நடுப்பகுதி வரை பிரபல்யமாக இருந்தன. அதன் பிறகு அவற்றின் 'புகழ்' மங்கத் தொடங்கிற்று.

அமெரிக்க 'வெஸ்டெர்ன்' திரைப்படங்களும் நாவல்களும் அந்த நாட்டின் மேற்குப் பகுதியிலிருந்த மிகப் பரந்த சமவெளிப் பிரதேசங்கள், தற்போதைய அமெரிக்க மாகாணங்களான கொலராடோ, நியூ மெக்ஸிகோ, கான்ஸாஸ், டெக்ஸாஸ் ஆகியவற்றின் பகுதிகள், மிஸ்ஸிப்பி ஆற்றின் மேற்குப் பகுதியிலுள்ள மலைத்தொடர்கள் ஆகியவற்றைப் பின்புலமாகக் கொண்டிருந்தன. அமெரிக்க உள்நாட்டுப் போர் (1861-65) முடிந்த பிறகே அப்பகுதிகள் வெள்ளையர்களின் குடியேற்றத்திற்குத் திறந்துவிடப் பட்டன. அப்பகுதிகளிலிருந்த பல்லாயிரக்கணக்கான அமெரிந்தியர் களையும் அவர்களின் வாழ்வாதாரங்களையும் - குறிப்பாக காட்டெருமைகள் - கிட்டத்தட்ட முழுமையாக ஒழித்துக் கட்டித்தான் இந்தக் குடியேற்றங்கள் நடைபெற்றன. என்னைப் போன்றவர்கள் இளம்

வயதில் பார்த்த பல 'வெஸ்டெர்ன்' திரைப்படங்களில் அமெரிந்தியர்கள் காட்டுமிராண்டிகளாகவும் மூர்க்கர்களாகவும் சித்தரிக்கப்பட்டுள்ளனர். அவர்களை வெள்ளையர்கள் ஒழித்துக்கட்டும் அல்லது போர்களில் தோற்கடிக்கும் காட்சிகளைப் பார்த்து கைதட்டி மகிழ்திருக்கிறோம். உண்மை வரலாறை அறிந்து கொண்டபின் அத்தகைய திரைப்படங்களை மட்டும் - எல்லா 'வெஸ்டெர்ன்'களையும் அல்ல - வெறுக்கக் கற்றுக் கொண்டேன். 'வெஸ்டெர்ன்' திரைப்படங்களை இயக்குவதில் புகழ்பெற்றிருந்த ஒருவர் ஜான் ஃபோர்ட் (John Ford). அவரைத் தன் திரையுலக குருநாதர் என்று அகிரா குருஸோவா பாராட்டியுள்ளார். அதற்குக் காரணம், ஜான் ஃபோர்டிடம் இருந்த திறமை, வெளிப்புறக் காட்சிகளைப் படமாக்கிய விதம் ஆகியவைதான். அவரது இயக்கத்தில் வெளிவந்த 'The Cheynne Autumn' என்ற படத்தில்தான் அமெரிந்தியர்கள் அனுதாபத்துடன் காட்டப்பட்டுள்ளனர். அந்தத் திரைப்படம் அமெரிந்தியர்களுக்கான 'இரங்கற்பா' என்றும்கூட வர்ணித்துள்ளார் ஜான் ஃபோர்ட். அமெரிக்க இராணுவத்தால் ஒடுக்கப்பட்ட அமெரிந்தியர்களைப் பற்றிய உண்மை நிகழ்வுகளை அடிப்படையாகக் கொண்டு அப்படத்தை இயக்கிய அவர், அதற்கு முன் தன் 'வெஸ்டெர்ன்' திரைப்படங்களில் அமெரிந்தியர்கள் தவறாகச் சித்தரிக்கப்பட்டிருந்ததை ஒப்புக்கொண்டார். அவரது புகழ்பெற்ற 'வெஸ்டெர்ன்' திரைப்படங்களில் கதாநாயகனாக நடித்த ஜான் வெய்ன் (John Wayne) கடைந்தெடுத்த பிற்போக்குவாதி. தடிமனான உடல்வாகு கொண்ட அவர் குதிரையிலேறும்போது, அந்தக் குதிரை கால் மடங்கி கீழே விழுந்து விடுமோ என்று அப்போது நான் நினைத்ததுமுண்டு. அமெரிக்க செவ்வியல் இலக்கியப் படைப்புகளிலொன்று என்று கருதப்படுவதும் ஜேம்ஸ் ஃபென்னிமோர் கூப்பரால் (James Fennimore Copper) எழுதப்பட்டதுமான 'The Prarire' என்ற நாவலும் 'வெஸ்டெர்ன்' வகையைச் சேர்ந்ததுதான். அந்த நாவலும்கூட அமெரிந்தியர்களைப் பற்றிய எதிர்மறையான பார்வையை கொண்டுள்ளது என்றாலும் அது அமெரிக்கப் புல்வெளிப் பிரதேசங்களை அப்படியே நம் கண் முன் கொண்டு வந்து நிறுத்துகிறது.

நான் இரண்டு மூன்று முறை பார்த்த 'வெஸ்டெர்ன்' திரைப்படங்களிலொன்று ஆர்தர் பென் (Arthur Penn) இயக்கத்தில் உருவான 'The Little Big Man'. என் அபிமான ஹாலிவுட் நடிகர்களில் ஒருவரான டஸ்டின் ஹாஃப்மன் (Dustin Hoffman) நடித்த அத்திரைப்படம் அமெரிந்தியர்களால் வளர்க்கப்பட்ட ஒரு வெள்ளைக்காரச் சிறுவனைப் பற்றிய கதையை மையமாகக் கொண்டது. வழக்கமான 'வெஸ்டெர்ன்'

திரைப்படங்களை நையாண்டி செய்யும் அது, பத்தொன்பதாம் நூற்றாண்டு அமெரிக்க அரசின் குதிரைப் படையின் மூர்க்கத்தனமான நடவடிக்கைகளை அம்பலப்படுத்துகிறது. அது எனக்கு மிகவும் பிடித்திருந்ததற்கு முக்கியக் காரணம், 19ஆம் நூற்றாண்டு கால அமெரிக்கக் குதிரைப் படையைக் கடுமையாக விமர்சிப்பதை, வியத்நாமில் அமெரிக்க இராணுவம் நடத்திய ஆக்கிரமிப்பு போரைக் கண்டனம் செய்வதற்கான உத்தியாக ஆர்தர் பென் பயன்படுத்தியதுதான்.

'வெஸ்டெர்ன்' என்றாலே 'கௌ பாய்' படம் என்று சாமானிய திரைப்பட இரசிகர்கள் கருதியதற்குக் காரணம், ஊருக்கும் சட்டத்திற்கும் அடங்காமல் தான்தோன்றித்தனமாக ஆடுமாடுகள், குதிரைகள் ஆகியவற்றைக் கவர்ந்து செல்கிறவர்கள், வழிப்பறிக் கொள்ளைக்காரர்கள் முதலியோர் பற்றிய கதைகளையும் 'வெஸ்டெர்ன்' படங்கள் பல கொண்டிருந்ததுதான். அந்தக் 'கௌ பாய்களு'க்கென்றே தனி பாணியிலான 'டெனிம்' ரக இறுக்கமான காலாடை, தொப்பிகள், துப்பாக்கிகளைச் சுழற்றும் இலாவகம் முதலியன அவர்களுக்கான அடையாளங்களாக அமைந்திருந்ததுதான். இளம் வயதில் நான் பார்த்த ஏராளமான 'வெஸ்டெர்ன்' திரைப்படங்களிலொன்று, 1950களின் இறுதியில் வெளிவந்த 'The Legend of Tom Doley'. கொலைக் குற்றம் செய்து விட்டு தலைமறைவாக இருந்த, ஆனால் பின்னர் கைது செய்யப்பட்டு தூக்கிலேற்றப்பட்ட தாமஸ் டூலா என்பவனைப் பற்றிய உண்மை நிகழ்வுகளின் அடிப்படையில் பல பத்தாண்டுக்காலம் பாடப்பட்டு வந்த ஒரு நாட்டார் பாடலைத் தழுவித் தயாரிக்கப்பட்ட அத்திரைப்படத்தின் சிறப்பு அதில் இடம் பெறும் 'Hang DownYour Head Tom Dooley, Hang Down your head' என்ற பாட்டு. அக்காலத்தில் புகழ்பெற்றிருந்த 'தி கிங்ஸ்டன் ட்ரியோ' என்ற மூவர் அடங்கிய குழுவினரால் பாடப்பட்ட அது 1960களிலும்கூட உதகையில் ஆங்கிலத் திரைப்படங்கள் மட்டுமே காட்டப்பட்டு வந்த ஒரு திரையரங்கில் எந்தவொரு படமும் தொடங்கும் முன்போ அல்லது இடைவெளியின் போதோ திரும்பத்திரும்ப இசைக்கப்படும் மூன்று பாடல்களில் ஒன்றாக இருந்தது. மற்ற இரு பாட்டுகள் பில்லி வானின் (Billy Vaugn) 'Sail along the Silvry Moon', கிளிஃப் ரிச்சர்டின் (Cliff Richard) 'The Young Ones'. ரிச்சர்ட் இந்தியாவில் பிறந்து வளர்ந்த ஆங்கிலேயர் என்பதால் அவர் மீது என்னைப் போன்றோருக்குத் தனிப் பாசம்! 'பீட்டில்ஸ்' குழுவினரின் வருகைக்குப் பிறகு, பிற எல்லா இசைகளுமே புறந்தள்ளப்பட்டன. அது வேறு வரலாறு. 'கிங்க்ஸ்டன் ட்ரியோ' குழுவினர் பாடிய மற்றொரு புகழ்பெற்ற பாட்டு 'Where all the flowers have gone?'. அது போரில் ஈடுபடுத்தப்பட்டு இறந்துகொண்டிருக்கிற படைவீரர்களைப் பற்றிய பாடல். அவர்களின் சமாதிகள் மீதுதான் 'காணாமல் போன' பூக்கள் வைக்கப்பட்டிருக்கும். போர் எதிர்ப்புப் பாடலான அது இப்போதும் அமெரிக்க முற்போக்குப் பாடகர்களால் பாடப்பட்டு வருகிறது. பத்தாண்டுகளுக்கு முன் இறந்துபோன அமெரிக்க 'மக்கள் பாடகர்' பீட் ஸீகராலும் (Pete Seeger) இன்னும் உயிரோடுள்ள இன்னொரு 'மக்கள் பாடகர்' ஜோன் பேயஸாலும் (Joan Baes) அப்பாட்டு பாடப்பட்டு மீண்டும்மீண்டும் புகழ் பெற்றது.

நான் பலமுறை பார்த்து இரசித்த 'வெஸ்டெர்ன்' படங்களில் இன்னொன்று 'The Magnificient Seven'. அதில் முக்கியப் பாத்திரமேற்று நடித்தவர் ரஷியாவில் பிறந்து ஹாலிவுட்டில் பெரும் புகழ்பெற்றிருந்த, அக்காலத்தில் முழுமொட்டைத் தலையுடனேயே எல்லாப் படங்களிலும் நடித்து வந்த யுல் ப்ரன்னெர் (Yul Brynner). மேற்சொன்ன திரைப்படம் குரு ஸோவாவின் 'Seven Samurai' திரைப்படத்தைத் தழுவித் தயாரிக்கப்பட்டது என்பதைப் பின்னாளில் தான் தெரிந்து கொண்டேன். மனித உளவியலை ஆய்வுக்குட்படுத்தும் 'வெஸ்டெர்ன்' திரைப்படங்களும் இருந்தன. அவற்றில் இன்னும் என் கைவசம் உள்ளது என்னால் எப்போதும் போற்றப்பட்டு வந்த மார்லன் பிராண்டோ நடித்த 'One Eyed Jacks'. நான் பார்த்த 'வெஸ்டெர்ன்' திரைப்படங்களைப் பற்றிய தகவல்களை அடுக்கிக் கொண்டே போகலாம். அவையும் மேற்சொல்லப்பட்ட தகவல்களில் சிலவும்கூட இந்தக் கட்டுரைக்குப் பொருத்தப்பாடற்றவைதாம். ஆர்வ மிகுதியால் மளமளவென்று கூடுதலான தகவல்களை எழுதிவிட்டேன். எனினும், 'வெஸ்டெர்ன்' திரைப்படங்களைப் பற்றிய மேற்சொன்ன குறிப்புகள் இக்கட்டுரையில் விவாதிக்கப்படவுள்ள ஒரு திரைப்படத்தைப் புரிந்து கொள்ள உதவும்.

II

அமெரிக்காவில் கம்யூனிஸ்ட் இயக்கத்தையும் சோவியத் ஆதரவு சக்திகளையும் கண்காணிப்பதற்காக 1918-1919 முதலே அந்நாட்டு அரசாங்கம் பல்வேறு குழுக்களை அமைத்திருந்தது. அவையாவும் தாற்காலிகக் குழுக்களே. 1950களின் நடுப்பகுதியில் அமெரிக்க நாடாளுமன்றத்தின் மேலவை (Senate) உறுப்பினராக இருந்த மெக்கார்த்தி என்பவரின் தலைமையில்தான் கம்யூனிச விரோத நடவடிக்கைகளும் புலன் விசாரணைகளும் மிகத் தீவிரமான வடிவத்தைப் பெற்றன. ஆனால், மெக்கார்த்தியின் குற்றச்சாட்டுகள்

பெரும்பாலானவற்றுக்கு எவ்விதமான ஆதாரங்களும் இல்லாமல் போனதால் அவர் நம்பகத்தன்மையற்றவர் என்ற கருத்து அமெரிக்கக் குடிமக்களிடையே மேலோங்கத் தொடங்கியது. எனினும் அமெரிக்காவில் கம்யூனிச விரோதப் பரப்புரை, கம்யூனிஸ்டுகள், அவர்களின் ஆதரவாளர்கள் ஆகியோர் மீதான ஒடுக்குமுறை ஆகியன பொதுவாக மெக்கார்த்தியிசம் என்றழைக்கப்படுகின்றது.

அமெரிக்க நாடாளுமன்றத்தால் 1938இல் உருவாக்கப்பட்ட 'அமெரிக்க விரோதச் செயல்பாடுகள் பற்றிய குழு' (House Committee on Un-American–Activities - HUAC [ஹூவாக்]) உருவாக்கப்பட்டது. டெக்ஸாஸ் மாகாணத்தைச் சேர்ந்த மார்ட்டின் டையெஸ் (Martin Dies) என்ற கடைந்தெடுத்த பிற்போக்கு நாடாளுமன்ற உறுப்பினரின் தலைமையில் இயங்கிய அந்தக் குழு அமெரிக்கக் குடிமக்கள், அமெரிக்க அரசாங்க ஊழியர்கள், அதிகாரிகள், கம்யூனிஸ்ட் இயக்கத்துடன் தொடர்புடையவையாகக் கருதப்பட்ட அமைப்புகள் ஆகியவற்றில் இருந்தவர்கள் ஆகியோரைப் பற்றி மட்டுமின்றி நாஜிகளுடனும் ஜப்பானுடனும் தொடர்புடையவர்கள் பற்றியும் புலன் விசாரணை செய்யும் குழுவாகச் செயல்பட்டு வந்தது. எனினும் அப்போதும்கூட அது கம்யூனிஸ்டுகள், அவர்களது ஆதரவாளர்கள் என்று சந்தேகிக்கப் பட்டவர்கள் ஆகியோர் மீதே அதிக கவனம் செலுத்தியது. 1945இல் அமெரிக்க நாடாளுமன்றத்தின் நிலையான குழுவாக (Standing Committee) மாற்றப்பட்ட ஹூவாக்குக்கு புலன் விசாரணை செய்யும் அதிகாரத்துடன், விசாரணை செய்து தண்டிக்கும் அதிகாரமும் வழங்கப்பட்டது. கம்யூனிஸ்ட் உறுப்பினர்கள், ஆதரவாளர்கள் என்று அது கருதிய ஹாலிவுட் திரைப்படக் கலைஞர்களை விசாரணைக்கு வருமாறு அழைப்பாணை விடுத்தது. அத்தகைய நடவடிக்கைகளின் காரணமாக பல திரைப்பட ஸ்டூடியோக்கள் தங்கள் நலன்களைப் பாதுகாத்துக் கொள்ள இடதுசாரிக் கண்ணோட்டம் கொண்டிருந்த பல கலைஞர்களை புறக்கணித்து திரையுலகில் அவர்களுக்கு எந்த இடமும் இல்லாமல் செய்தன. அவர்களில் முக்கியமானவர்கள் சார்லி சாப்ளின், ஆர்ஸென் வெல்ஸ், பால் ராப்ஸன் (உலகப் புகழ் பெற்ற கறுப்பின அமெரிக்கப் பாடகரான ராப்ஸன், அமெரிக்கக் கம்யூனிஸ்ட் கட்சியுடன் நெருக்கமான தொடர்பு கொண்டிருந்தவர்தான்), அலென் ரோமாக்ஸ் (இசை வல்லுநர்), யிப் ஹர்பபார்க் (திரைப்படப் பாடலாசிரியர்), டால்ட்டன் ட்ரும்போ (திரைக்கதை எழுதுவதில் ஈடிணையற்றவர் என்று இதுநாள் வரை கருதப்படும் அவரும் கம்யூனிஸ்ட் கட்சியில் இருந்தவர்தான்). சார்லி சாப்ளின், ஆர்ஸென் வெல்ஸ் ஆகியோர்

வெளிநாடுகளுக்குச் சென்றுவிட்டனர். டால்டன் ட்ரும்போ சிறிது காலம் புனைபெயர்களில் திரைக்கதை, வசனம் எழுதி வந்தார் என்றாலும் அந்த வாய்ப்பு நீடிக்கவில்லை. கம்யூனிஸ்ட் அனுதாபி என்று சந்தேகிக்கப்பட்ட திரைப்பட இயக்குநர் ஜோசப் லோஸி (அவர் பெர்டோல்ட் ப்ரெஹ்ட்டின் நெருக்கமான நண்பர்) இங்கிலாந்துக்குச் சென்று அங்கே குறிப்பிடத்தக்க திரைப்படங்களை இயக்கினார். நூற்றுக்கணக்கான திரைப்படக் கலைஞர்கள், திரைப்படத் தயாரிப்பாளர்களால் புறக்கணிக்கப்பட்டு 'கறுப்புப் பட்டியலில்' சேர்க்கப்பட்டு தங்கள் வாழ்வாதாரங்களை இழந்தனர்.

ஹுவாக் நிலைக் குழுவால் விசாரணைக்கு அழைக்கப்பட்ட பத்து முக்கியமான திரைப்படக் கலைஞர்கள், அந்தக் குழுவின் செயல்பாடுகளையும் அதிகாரங்களையும் தட்டிக் கேட்டதுடன், கம்யூனிஸ்ட் அனுதாபிகள் அல்லது உறுப்பினர்கள் என்று சந்தேகிக்கப் பட்டவர்களின் பெயர்களையோ அல்லது தாங்கள் அக்கட்சியுடன் தொடர்புடையவர்களா இல்லையா என்பதையோ அந்தக் ஹுவாக் நடத்திய விசாரணையின் போது தெரிவிக்க மறுத்துவிட்டதால், அவர்கள் ஒவ்வொருவருக்கும் ஓராயிரம் டாலர் அபராதமும் ஆறு முதல் ஒன்றரையாண்டு வரையிலான சிறை தண்டனையும் விதிக்கப்பட்டன. 'ஹாலிவுட் டென்' என்றழைக்கப்படும் அவர்கள் பின்வருமாறு: ஆல்வின் பெஸ்ஸி(Alvah Bessie: திரைப்படக் கதாசிரியர்), ஹெர்பெர்ட் பைபெர்மான் (Herbert Biberman: திரைப்பட இயக்குநர் - கதாசிரியர்), லெஸ்லி கோல் (Lester Cole: திரைப்படக் கதாசிரியர்), எட்வர்ட் டிமிட்ரிக் (Edward Dmytryk: இயக்குநர்), ரிங் லார்ட்னெர் ஜுனியர் (Ring Lardner Jr: திரைக்கதை ஆசிரியர்) ஜான் ஹொவார்ட் லாஸன் (John Howard Lawson: திரைக்கதாசிரியர்); ஆல்பெர்ட் மால்ஸ் (Albert Maltz: திரைக்கதாசிரியர்) ஆல்பெட் பெஸ்ஸி (திரைக்கதாசிரியர்), டால்டன் ட்ரும்போ (Dalton Trumbo: திரைக்கதாசிரியர்). (இவர்களில், எட்வர்ட் டிமிட்ரிக் மட்டுமே தான் எழுதிய நினைவுக் குறிப்புகளில் தான் மேற்கொண்ட நிலைப்பாடு தவறானது என்று எழுதினார்.)

அவர்களைப் பின்பற்றி பதில் சொல்ல மறுத்தவர்களும் கறுப்புப் பட்டியலில் சேர்க்கப்பட்டனர். சகக் கலைஞர்களைக் காட்டிக் கொடுத்தவர்களும் ஏராளம். அவர்களின் மிக முக்கியமானவர் மார்லன் பிராண்டோவைக் கதாநாயகனாக வைத்து முக்கியத் திரைப்படங்களை இயக்கிய எலியா காஸான். இன்னொருவர், அப்போது துணை நடிகராக இருந்தவரும் பின்னாளில் அமெரிக்கக்

குடியரசுத் தலைவர் பதவியை வகித்தவருமான ரிச்சர்ட் நிக்ஸன். ஹூவாக், சாட்சியம் சொல்ல வந்தவர்களை 'நட்பு ரீதியாக அக்குழுவுடன் ஒத்துழைத்தவர்கள்', 'ஒத்துழைக்க மறுத்த பகை சாட்சிகள்' என வகைப்படுத்தியது. ஜான் வெய்ன் முதல் வகையைச் சேர்ந்தவர். அமெரிக்க அரசமைப்புச்சட்டத்தின்படி கம்யூனிஸ்ட் கட்சியையோ, அதன் உறுப்பினர்களையோ, ஆதரவுச் சக்திகளையோ தடை செய்ய முடியாது என்று அமெரிக்க சிவில் உரிமை சங்கம் (American Civil Rights Association) வாதிட்டதால் அச்சங்கத்தின் மீதும் ஹூவாக்கின் கவனம் சென்றது. உலகில் அமைக்கப்பட்ட முதல் சிவில் உரிமைச் சங்கம் அதுதான். அரசியல் பாரபட்சம் இன்றி மிகுந்த அர்ப்பணிப்புடன் இன்று வரை அது இயங்கி வருகிறது.

தங்கள் சகக் கலைஞர்களைப் பாதுகாக்க முன்வராமலும், அவர்களுக்காகக் குரல் கொடுக்காமலும் கோழைகள் போல ஒதுங்கிக் கொண்டவர்கள் அல்லது ஒடுக்குமுறையாளர்களுடன் கூட்டுச் சேர்ந்து பலரைக் காட்டிக் கொடுத்தவர்கள் ஆகியோர் பற்றிப் பல நூல்கள் எழுதப்பட்டிருக்கின்றன. பாதிக்கப்பட்ட சிலர் நினைவுக் குறிப்புகளையும் எழுதியுள்ளனர். டால்டன் ட்ரும்போ பற்றி அமெரிக்கப் பத்திரிகையாளரும் எழுத்தாளருமான புரூஸ் அலெக்ஸாண்டெர் குக் (Bruce Alexander Cook) 1977இல் எழுதிய வாழ்க்கை வரலாற்று நூல் 2015இல் 'ட்ரும்போ' என்ற பெயரில் திரைப்படமாகவும் வெளிவந்தது. நல்ல வரவேற்புப் பெற்ற அந்தத் திரைப்படம் (அதில் ட்ரும்போவாக நடித்தவர் ப்ரையன் கிரண்ஸ்டன் [Briyan Cranston]). அந்தத் திரைப்படம் சிறந்த நடிகருக்கான ஆஸ்கார் விருது உள்ளிட்ட பல விருதுகளுக்குப் பரிந்துரைக்கப்பட்டது. ஆனால் எந்த விருதும் கிடைத்ததாகத் தெரியவில்லை.

ஹூவாக் நடவடிக்கைகள், கறுப்புப் பட்டியல், திரைப்படக் கலைஞர்களை கறுப்புப் பட்டியலில் சேர்த்தல் முதலிய நிகழ்வுகளை ஓரளவு திரைப்படமாகவும் ஆக்க முடியும் என்பதற்கு மேற்சொன்ன படம் ஓர் எடுத்துக்காட்டு. ஆனால் அவற்றை 'வெஸ்டெர்ன்' ரகப் படமாகத் தயாரிக்க முடியுமா? அதற்கு மிகுந்த கற்பனா சக்தி வேண்டும் என்றாலும், அது சாத்தியமற்றதாகவே தோன்றும். எனினும் 'வெஸ்டெர்ன்' பாணியில் ஓர் உருவகக் கதையாக அந்த நிகழ்வுகளைக் காட்சிப்படுத்த முடியும் என்பதற்கு 1952இல் ஹூவாக்கின் ஒடுக்குமுறை நிலவி வந்த போது வெளியிடப்பட்ட 'உச்சி வெயில்' (High Noon) என்ற திரைப்படம் சாட்சியமாக நிற்கிறது. அத்திரைப்படம் வெளிவந்த 70 ஆண்டு நிறைவு விழா அமெரிக்காவில் 2012இல் கொண்டாடப்பட்டு அந்தத் திரைப்படம் மீண்டும் பல திரையரங்குகளில் திரையிடப்பட்டது.

அப்போதே நான் முகநரம்பு வலியை சகித்துக் கொண்டு அந்தத் திரைப்படத்தை மீண்டும் பார்த்தேன். என் எழுத்துகளில் முதன்மை கொடுக்க வேண்டிய பெரிய நூல்களை எழுதி முடிப்பதில் என் நேரமும் சக்தியும் கழிந்துவிட்டன. இப்போது நான்கு வரி எழுதுவதுகூட எனக்குப் பெரும் சவாலாக உள்ளது. எனினும் வேறு எவருக்காக இல்லாவிடினும் எனக்காகவேனும் அத்திரைப்படத்தைப் பற்றி ஒரு கட்டுரையை எழுதி முடிக்க வேண்டும் என்ற விருப்பம் சிறிதும் தணியவில்லை. அந்த விருப்பத்தின் நிறைவேற்றம்தான் இக்கட்டுரை.

III

'உச்சி வெயில்' படத்தின் திரைக்கதை வசனத்தை எழுதியவர் கார்ல் ஃபோர்மன் (Carl Foreman); தயாரிப்பாளர் ஸ்டான்லி க்ரேமர் (Stanley Kramer); இயக்குநர் ஃப்ரெட் ஸின்னமென் (Fred Zinneman). இந்த மூவரும் பிறப்பால் யூதர்கள். ஃப்ரெட் ஸின்னமென் ஆஸ்திரியாவில் பிறந்து நாஜிகளின் கொடுமைகளிலிருந்து தப்பிக்க அமெரிக்காவுக்குப் புலம் பெயர்ந்தவர். ஃபிரெட் ஸின்னமென் சிறிது காலம் அமெரிக்கக் கம்யூனிஸ்ட் கட்சியில் இருந்தவர். ஆனால் 'உச்சி வெயில்' படத்திற்கான திரைக்கதை எழுதுவதற்கு சில ஆண்டுகளுக்கு முன்பே அக்கட்சியிலிருந்து விலகியிருந்தபோதிலும் கடைசிவரை முற்போக்குக் கருத்துகளைக் கொண்டிருந்தார். இயக்குநர் ஃப்ரெட் ஸின்னமென் போர் எதிர்ப்பாளர். அதற்குச் சான்றாக இருப்பது அவர் இயக்கிய படங்களிலொன்றான 'From Here to Eternity'. இதைப் பார்க்கும் வாய்ப்பு எனக்கு 1960களில் (உதகையில்) கிட்டியது. தயாரிப்பாளரான ஸ்டான்லி க்ரேமர் பிற்போக்குவாதியல்ல என்றாலும் அரசியல் நிலைப்பாட்டில் பட்டும் படாததுமாக இருந்தவர். எனினும் அவர் தயாரித்த 'Judgement at Nuremburg' நாஜிக் குற்றவாளிகளை நேசநாடுகள் விசாரணை செய்து தண்டிப்பதற்காக ஜெர்மனியின் நியூரம்பர்க் நகரில் அமைக்கப்பட்ட நீதிமன்றத்தில் நடந்த சில விசாரணைகள் குறித்தவை. அமெரிக்கா பல நாஜி குற்றவாளிகளை - அவர்கள் அறிவியலாளர்களாகவோ தொழில்நுட்ப வல்லுநர்களாகவோ இருந்தவர்கள் - விசாரணைக்குக் கொண்டு வராமல் தன் நாட்டிற்குக் கொண்டு சென்றதும் நாஜிகளை முறியடிப்பதில் பெரும் தியாகங்களைச் செய்த சோவியத் யூனியன் நியூரம்பர்க் விசாரணையில் முக்கியப் பாத்திரம் இல்லாமல் பார்த்துக் கொண்டதும் வேறு விடயங்கள். அவற்றைப் பற்றித் தனிக் கட்டுரையே எழுத வேண்டும். ஸ்டேன்லி க்ரேமர் தயாரித்த இன்னொரு முக்கியத் திரைப்படம் 'Guess Who Is Coming for Dinner'. அன்று திரையுலகில் நுழைந்து வெற்றி பெற்ற கறுப்பின நடிகர்களில் முக்கியமானவரும்

வெள்ளை இனவாதத்திற்கு எதிராகப் போராடியவருமான சிட்னி பாய்ண்டர் (Sydney Pointier), வெள்ளைக்காரப் பெண்மணியொருவரைக் காதலிப்பதைக் கருவாகக் கொண்டு தயாரிக்கப்பட்ட படம். வெள்ளை இனத்தவருக்கும் கறுப்பினத்தவருக்கும் கலப்புத் திருமணம் நடப்பதைத் தடை செய்யும் சட்டம் அமெரிக்காவின் உச்ச நீதிமன்றத்தால் சட்ட விரோதமானது என்ற தீர்ப்பு வருவதற்கு முன் எடுக்கப்பட்ட காட்சிகள் தணிக்கை செய்யப்பட்டன என்றாலும் பின்னாளில் அந்தக் காட்சிகள் இடம் பெறத்தான் செய்தன. இதுபோன்ற படங்களைத் தயாரித்தவர் என்ற அளவுக்கு ஸ்டான்லி க்ரேமர் பாராட்டத் தக்கவர்.

அவரது தயாரிப்பில் கார்ல் ஃபோர்மனின் திரைக்கதையைக் கொண்டு ஃப்ரெட் ஸின்னாமனால் திரைப்படமாக இயக்கி 1952 வெளிவந்த 'உச்சி வெயில்' (High Noon) திரைப்படத்திற்கு பல சிறப்புகள் உண்டு: 1. அன்று புகழ்பெற்றிருந்த திரைப்பட பாடகர் டெக்ஸ் ரிட்டரால் (Tex Ritter) பாடப்பட்ட டைட்டில் பாட்டு 'Don't Forsake Me, Oh My Darling'. அது அமெரிக்கத் திரைப்பட நிறுவனத்தால் (The American Film Institute) நூறு முக்கியத் திரைப்படப் பாடல்கள் பட்டியலில் இடம் பெற்றுள்ளது; 2. அமெரிக்காவின் 'வெஸ்டெர்ன்' எழுத்தாளர்களின் (Western Writers of America) அமைப்பால் நூறு முக்கிய 'வெஸ்டெர்ன்' திரைப்படப் பாடல்களில் ஒன்றாகக் கருதப்படுகிறது; 3. 1952இல் அந்தத் திரைப்படம் ஏழு அகாதமி (ஆஸ்கார்) விருதுகளுக்குப் பரிந்துரை செய்யப்பட்டு சிறந்த நடிகர், சிறந்த எடிட்டிங், சிறந்த மூலச்சிறப்புள்ள பாட்டு, சிறந்த இசையமைப்பு ஆகிய விருதுகளைப் பெற்றது. சிறந்த கதாசிரியர் விருதை ஏன் பெறவில்லை என்பதைப் பின்னர் காண்போம். ஆனால் அமெரிக்க எழுத்தாளர் சங்கத்தால் (Writer's Guild of America) சிறந்த திரைக்கதைக்கான விருது அதற்குக் கிடைத்தது. அமெரிக்கத் திரைப்பட நிறுவனத்தால் மிகச் சிறந்த பத்து 'வெஸ்டெர்ன்' திரைப்படங்கள் பட்டியலில் இரண்டாவது இடத்தைப் பெற்றது. இத்தனை சிறப்புகளைப் பெற்ற அந்தப் படம் அமெரிக்கத் திரைப்பட வரலாற்றில் மிக சோதனை மிக்க காலகட்டத்தில் வெளிவந்தது என்பதும், அச்சமயம் அந்தத் திரைப்படத்தின் அரசியல் செய்தியைப் புரிந்துகொள்ளத் தெரியாமல் இருந்த அமெரிக்க இடதுசாரிகள் பெரும்பாலோரால் விமர்சிக்கப்பட்டது என்பதும் பின்னாளில் அமெரிக்கக் குடியரசுத் தலைவர்களாக இருந்த ஐஸன்ஹோவர், ரிச்சர்ட் நிக்ஸன், பில் கிளிண்டன் ஆகியோரால் விரும்பிப் பார்க்கப்பட்டது என்பதும் இன்னொரு வரலாற்று முரண் நகை.

மேலோட்டமாகப் பார்ப்பவர்களுக்கு, இந்தத் திரைப்படம் வழக்கமான 'வெஸ்டெர்ன்' படங்களிலொன்றாகவே தெரியும்: அமெரிக்காவிலுள்ள ஹாட்லிவில் (Hadleyville) என்ற சிறுநகரத்தில் (அது கற்பனை நகரம்) தலைமைப் போலிஸ் அதிகாரியாகப் பணியாற்றும் வில் கேன் (கேரி கூப்பர்[Gary Cooper]), புரொடெஸ்டண்ட் மதத்தில் ஒரு பிரிவினரான குவாக்கர்களைச் (Quaker) சேர்ந்த ஆமியைத் (கிரேஸ் கெல்லி [Grace Kelly]) திருமணம் செய்து கொள்கிறார். அந்தப் பதவியிலிருந்து ஓய்வுபெற்று தன் மனைவியுடன் அந்த நகரத்தை விட்டு வெளியேறும் முடிவை அவர் மேற்கொள்ளும் சமயத்தில் ஒரு தீய செய்தி வந்து சேர்கிறது. ஐந்தாண்டுகளுக்கு முன் அவரால் கைது செய்யப்பட்டு சிறைத் தண்டனை பெற்ற கொலைகாரன் ஃப்ராங்க் மில்லரின் தண்டனைக் காலம் குறைக்கப்பட்டு (அதற்கு செல்வாக்கு மிக்க சிலரின் உதவிதான் காரணம்) அவன் அந்த நகரத்துக்கு வந்து கொண்டிருக்கிறான் என்பதும் நடுப்பகலில் (உச்சி வெயிலில்) அந்த நகரத்துக்கு வந்து சேரும் ரயிலில் பயணம் செய்யும் அவனை வரவேற்க அவனது கொலைகாரக் கூட்டாளிகள் சிலர் காத்துக் கொண்டிருக்கின்றனர் என்பதும்தான் அந்த செய்தி. அதைக் கேட்டதும் தன் முடிவை மாற்றிக் கொண்டு அந்த நகர மக்களை காப்பாற்றத் தீர்மானிக்கிறார் வில் கேன். அதன் பொருட்டு அவர் துணைப் போலிஸ் அதிகாரிகளின் உதவியைக் கோருகிறார். ஆனால் கெடுவாய்ப்பாக அவரது வேண்டுகோள் பல்வேறு காரணங்களால் அனைவராலும் நிராகரிக்கப்படுகிறது. கௌரவ நீதிபதியாக (Justice of Peace) இருப்பவர் மில்லருக்கு அஞ்சி நடுங்குகிறார்; மூட்டு வலியால் அவதிப்படும் வயதான பழைய போலிஸ் அதிகாரியால் கைத்துப்பாக்கியைப் பிடிக்கக்கூட முடிவதில்லை. புதிய துணைப் போலிஸ் அதிகாரியின் பதவி உயர்வுக்கு வில் கேன் பரிந்துரை செய்யவில்லை என்பதால் அவருக்குக் கேன் மீது கோபம்.

இந்தத் திரைப்படத்தின் உச்ச கட்டம் (க்ளைமேக்ஸ்) கதாநாயகனுக்கும் வில்லன்களுக்கும் நடக்கும் துப்பாக்கிச் சண்டை அல்ல - அது விறுவிறுப்பாக நடந்த போதிலும். மாறாக அந்த நகரத்திலுள்ள மக்களைத் திரட்டுவதற்காக வில் கேன் அங்குள்ள தேவாலயத்திலுள்ள மணியை அடித்து அவர்களை அங்கு வரவழைக்கும் காட்சியும் அதன் தொடர்ச்சியாக நடக்கும் உரையாடல்களும்தான். பிரார்த்தனையின் போது, வரவிருக்கும் பேராபத்தை விளக்கிக் கூறி அவர்கள் எல்லோரும் தன்னுடன் ஒன்றிணைந்து நிற்க வேண்டும் என்று கேட்டுக் கொள்கிறார் கேன். முதலில் அவர்கள் எல்லோரும் சம்மதிக்கிறார்கள். ஆனால் பின்னர் அவர்கள் ஒவ்வொருவரும் தங்கள் பொருளாதார நலனையே

முக்கியமாகக் கருதுகின்றனர். அதாவது அமெரிக்காவின் வடபகுதியைச் சேர்ந்த நிதி முதலீட்டாளர்கள் சிலர் ஹாட்லிவில்லில் முதலீடு செய்து தொழில் தொடங்க முடிவு செய்திருக்கிறார்கள். எனவே அங்கு துப்பாக்கிச் சண்டை நடக்குமானால், அது அவர்கள் முதலீடு செய்வதற்கு முட்டுக்கட்டையாக இருக்கும் என்று அவர்கள் கருதுகிறார்கள். எனவே வில் கேன் தன்னந்தனியாகக் அந்தக் கொடியவர்களை எதிர்த்து நிற்க முடிவு செய்கிறார். குவாக்கர்கள் சமாதான விரும்பிகள்; போர் எதிர்ப்பாளர்கள்; வன்முறையை விரும்பாதவர்கள் (காந்தியடிகளுக்கும்கூட பல குவாக்கர்கள் நண்பர்களாக இருந்தனர் என்பது குறிப்பிடத்தக்கது.) ஆகவே வில் கேனின் மனைவி ஆமியும்கூட அவருடன் ஒத்துழைக்க மறுக்கிறார்.

தன் உயிரைப் பணயம் வைத்து அந்தக் கொடியவர்களுடன் துப்பாக்கிச் சண்டையில் ஈடுபடுகிறார் வில் கேன். மிகச் சிறப்பாகப் படமாக்கப்பட்ட அந்த சண்டைக் காட்சிகளின் போது வில் கேனின் மனைவியும் வில்லன்களால் துப்பாக்கி முனையில் அச்சுறுத்தப்படுகிறார். அந்த நகரத்தின் மையப் பகுதியை நன்கு அறிந்து வைத்திருந்த வில் கேன் லாவகமாக அந்தச் சூழலைப் பயன்படுத்தி அந்தக் கொடியவர்களை வீழ்த்துகிறார். இக்கட்டான சமயத்தில் அவரது உயிருக்கு உலை வைக்கப்படும்போது, வன்முறையை விரும்பாத அவரது மனைவியே துப்பாக்கி ஏந்தி ஒரு கொடியவனை வீழ்த்துகிறார்.

அதன் பிறகு அந்த நகர மக்கள் வில் கேனைப் பாராட்டத் திரண்டு வருகிறார்கள். அவர்களின் கோழைத்தனத்தையும் சந்தர்ப்பவாதத்தையும் சுயநலனையும் வெறுக்கும் வில் கேன், போலிஸ் அதிகாரி அணிந்து கொள்ளும் பாட்ஜை கழற்றி வீசியெறிந்துவிட்டுத் தன் மனைவியுடன் குதிரை வண்டியில் அந்த நகரை விட்டு வெளியேறுவதுடன் படம் முடிவடைகிறது.

அந்தத் திரைப்படத்தின் படப்பிடிப்பு பாதி முடிவடைந்திருந்த நேரத்தில் திரைக்கதையாசிரியான கார்ல் ஃபோர்மன், ஹுவாக் குழுவின் விசாரணைக்கு அழைக்கப்பட்டார். அவர் ஏற்கெனவே கம்யூனிஸ்ட் கட்சியிலிருந்து விலகிவிட்டாலும், திரைப்படத் துறையில் தனக்குத் தெரிந்திருந்த கம்யூனிஸ்டுகள், அவர்களது ஆதரவாளர்கள் ஆகியோரின் பெயர்களைக் கூற மறுத்துவிட்டதால், அவரும் ‘பகை சாட்சிகளில்’ ஒருவராகக் கருதப்பட்டு ‘கறுப்புப் பட்டியலில்’ சேர்க்கப்பட்டு வாழ்வாதாரத்தை இழந்தார். பின்னர் இங்கிலாந்துக்குச் சென்ற அவரால் திரைப்படத் தயாரிப்பாளராகவும் வளர்ச்சியடைந்து ஜெர்மானிய

நாஜிச, ஜப்பானிய பாசிச எதிர்ப்புத் திரைப்படங்களான ‘Guns of Navarone’, ‘The Bridge on the River Quai’ ஆகியவற்றின் மூலம் புகழ்பெற்ற பிறகே (பல ஆண்டுகள் கழித்தே) அமெரிக்காவுக்குத் திரும்பி வர முடிந்தது.

‘உச்சி வெயில்’ படத்துடன் சம்பந்தப்பட்டிருந்த வேறு சிலரும் ஹூவாக் குழுவின் ஒடுக்குமுறைக்கு ஆளாயினர். ஹாட்லிவில் நகர ஓட்டலொன்றில் வரவேற்பு எழுத்தராக நடித்த ஹவ்லாண்ட் சேம்பெர்லெய்னுக்கு (Howland Chamberlain) 25 ஆண்டுகள் கழித்தே மீண்டும் திரைப்படத்தில் (ஸ்டான்லி க்ரேமர் தயாரிப்பில் 1979இல் வெளியான Kramer vs. Kramer என்ற படத்தில்) நடிக்கும் வாய்ப்புக் கிடைத்தது. இன்னொரு நடிகரான லாயிட் பிரிட்ஜெஸ் (Lloyd Bridges) ஹூவாக் குழுவால் வெறுக்கப்பட்ட ஓர் அமைப்பில் (Actor's Laboratory Theater) உறுப்பினராக இருந்ததால் அவரும் ‘கறுப்புப் பட்டியலில்’ சேர்க்கப்பட்டிருந்தார். ஆனால் சிறிது காலம் கழித்து அவர் ஹூவாக் குழுவுடன் ஒத்துழைக்க முன் வந்ததால் அந்தக் ‘கறுப்புப் பட்டிய’லிலிருந்து அவர் பெயர் நீக்கப்பட்டது. திருமதி லூயிஸ் என்ற பாத்திரத்தில் நடித்த வர்ஜினியா ஃபார்மர் (Virginia Farmer) கறுப்புப் பட்டியலில் சேர்க்கப்பட்டார். அதன் பிறகு அவர் இறக்கும் வரை திரைப்படத்தில் நடிக்கும் வாய்ப்பு ஏதும் அவருக்குக் கிடைக்கவில்லை. ‘உச்சி வெயில்’ படத்தை மிகச் சிறப்பாகப் படமாக்கிய காமிராமேன் (cinematographer) ஃப்ளாயிட் கிராஸ்பிக்கு (Floyd Crosby), முதன்மை நீரோட்டத் திரையுலகில் எந்த வாய்ப்பும் தரப்படவில்லை. ஹாலிவுட்டுக்கு வெளியே குறைந்த பட்ஜெட்டில் தயாரிக்கப்பட்ட திரைப்படங்களில் மட்டுமே அவருக்கு வேலை கிடைத்தது.

கதாநாயகன் வில் கேன் பாத்திரத்தில் கேரி கூப்பர் இடதுசாரி செய்தியைத் தரும் ஒரு படத்தில் நடித்ததுதான் அனைவருக்கும் வியப்புத் தந்த விசயம். ஒரு சமயம் அவர் கம்யூனிஸ்ட் ஆதரவு சொற்பொழிவு ஆற்றினார் என்ற சந்தேகத்தின் பேரில் அவர் அமெரிக்க உள்நாட்டு உளவுத் துறையான எஃப்.பி.ஐ.யால் விசாரணை செய்யப்பட்டிருந்தார். ஆனால் அவர் கம்யூனிஸ்ட் ஆதரவாளரல்லர்; வலதுசாரிக் கருத்தைக் கொண்டிருந்தவர். முற்போக்கு அரசியல் கண்ணோட்டத்தைக் கொண்டிருந்த ஹென்றி ஃபோண்டா (Henry Fonda), கிரிகொரி பெக் (Gregory Peck) ஆகியோரும்கூட வில் கேன் பாத்திரத்தில் நடிப்பதற்கு மறுத்திருந்தபோது, கேரி கூப்பர் அந்தப் படத்தில் நடிக்க ஒப்புக் கொண்டதுதான் எல்லோருக்கும் வியப்பைத்

தந்திருந்தது. அவர் அமெரிக்கத் திரையுலகில் மிகப் பிற்போக்கு வாதிகளாக இருந்த வால்ட் டிஸ்னி, ரொனால்ட் ரீகன், ஜான் வெய்ன் ஆகியோரால் உருவாக்கப்பட்டிருந்த ஓர் அமைப்பில் (Motion Picture Alliance for the Preservation of American Ideals - MPA) உறுப்பினராக இருந்தவர். அந்த அமைப்பின் நோக்கம், ஹாலிவுட்டில் கம்யூனிஸ்டுகள் 'ஊடுருவுவதை'த் தடுப்பதுதான். ஆயினும் ஹூவாக் குழுவின் விசாரணையின்போது கார்ல் ஃபோர்மனுக்கு ஆதரவாகக் குரல் கொடுத்ததுடன் திரைப்படக் கலைஞர்களைக் 'கறுப்புப் பட்டிய'லில் சேர்ப்பதைக் கடுமையாக எதிர்த்தார்.

அந்தப் படம் அன்று அமெரிக்க இடதுசாரிகளில் மிகப் பெரும்பாலோரால் கடுமையான விமர்சனத்துக்குள்படுத்தப்பட்டது இன்னொரு முரண்நகை. உண்மையில் அவர்களால் அந்தத் திரைப்படம் சொல்ல வந்த செய்தியைப் புரிந்து கொள்ள முடியவில்லை என்றே கூறலாம். 'இண்டர்நேஷனல் சோஷியலிஸ்ட் லீக்' என்ற த்ரோத்ஸ்கிய அமைப்பு இந்த விசயத்தைப் பொருத்தவரை இரண்டு கருத்துகளைக் கொண்டிருந்தது. 'லேபர் ஆக்ஷன்' என்ற ஏட்டின் நவம்பர் 24, 1952ஆம் தேதியிட்ட இதழில் 'பிலிப் போபென்' (Philip Boben) என்ற புனைபெயரில் எழுதிய மார்க்ஸிய அறிஞர் ஹால் ட்ரேப்பர் (Hal Draoer), "அத்திரைப்படம் 'ஜனநாயக விரோதக் கருத்தை'க் கூறுகிறது" என்ற குற்றச்சாட்டை மறுத்து, "அது மற்ற முற்போக்கு ஹாலிவுட் திரைப்படங்களைப்போல உணர்வுபூர்வமான சமூகச் செய்தியைச் சொல்வதில்லை" என்றாலும் "தனிநபரின் நேர்மை, உறுதிப்பாடு ஆகியவற்றைத் தூக்கிப் பிடிக்கிறது" என்று எழுதினார். அதே ஏட்டின் டிசம்பர் 8, 1962 இதழில் எழுத்தாளர் பாப் போன் (Bob Bone) அந்தத் திரைப்படம் நச்சுத்தன்மை வாய்ந்த போர் பரப்புரை செய்வதாகக் குற்றம் சாட்டினார். சுயேச்சையான இடதுசாரி ஏடான 'தி நேஷன்' (The Nation), 1952 ஏப்ரல் 26 இதழில் 'உச்சி வெயில்' மோசமான முறையில் தயாரிக்கப்பட்ட 'வெஸ்டெர்ன்' படம் என்று கூறியது. ஆனால் அதிலுள்ள அரசியல் செய்தியைப் பற்றி அது ஒரு சொல் கூட எழுதவில்லை. அமெரிக்கக் கம்யூனிஸ்ட் கட்சியின் அதிகாரபூர்வமான நாளேடான 'டெய்லி வொர்க்கர்', அந்தத் திரைப்படம் 'வழக்கமான அளவுக்கு நம்பிக்கை வறட்சி, மனிதவிரோதத்தன்மை ஆகியவற்றைக் கொண்டிருப்பதாகவும், கேரி கூப்பர் நடுத்தெருவில் தன்னந்தனியராக நடந்து செல்லும் காட்சி, கிட்டத்தட்ட அனைத்து 'கௌ பாய்' படங்களிலும் உள்ள மனித விரோதக் கருத்தையே மீண்டும் கூறுகிறது" என்று எழுதியது. சோவியத் நாளேடான 'ப்ரவ்தா', 'வெகுமக்களுக்கு எந்த முக்கியத்துவம்

இல்லை, ஆனால் தனிமனிதர்கள் மட்டுமே பிரமாண்டமான சக்திகள்' என்ற செய்தியைத்தான் அந்தத் திரைப்படம் கூறுவதாக எழுதியது. 'தி நேஷன்' ஏட்டைப் போலவே சுயேச்சையான இடதுசாரி ஏடான 'தி பார்டிஸான் ரெவியூ' (Partisan Review) "*(கம்யூனிஸ்ட் கட்சி)* அறிக்கை வெளிவந்து நூறாண்டுகளுக்குப் பிறகு ஐரோப்பாவை அச்சுறுத்தி வரும் பேயாக கேரி கூப்பர் இருக்கிறார்" என்று கூறி அப்படத்தின் அரசியல் செய்தியைப் பாராட்டியது. 'நியூயார்க் டைம்ஸ்' நாளேட்டில் எழுதிய திரைப்பட விமர்சகர் போஸ்லி குரோதெர் (Bosley Crowther) 'உச்சி வெயில்' படம் கூறும் செய்தியைத் தெளிவாகப் புரிந்து கொண்டு, "வில் கேனின் நெஞ்சுரம் இன்று ஹாலிவுட்டில் இருக்கின்ற மனிதர்களுக்கு அருமையான பாடம் புகட்டும்" என்று எழுதினார்.

அமெரிக்க இடதுசாரிகள், தாராளவாதிகள் ஆகியோரில் பெரும்பாலோர், 'உச்சி வெயில்' படத்தின் செய்தியைப் புரிந்து கொள்ளத் தவறியதற்கு மாறாக, அந்தச் செய்தி ஓர் உருவகப் படத்தின் வழியாக மிகத் தெளிவாகவும் எவரும் சிரமப்படாமல் புரிந்து கொள்ளத்தக்கதாகவும் இருக்கிறது. பாசிசத்திற்கு எதிரான பரப்புரை செய்துவந்த ஹாலிவுட் திரைப்படங்கள், பாசிச எதிர்ப்பாளர்களுக்கு நிதி திரட்டுவதற்காகத் தயாரிக்கப்பட்ட திரைப்படங்கள் ஆகியவை ஒரு காலத்தில் பாசிச எதிர்ப்புச் செயல்பாட்டை மேற்கொண்டதைத் தான், இந்தப் படத்தில் வில் கேன், மில்லர் என்ற கொடியவனைத் தோற்கடித்த செய்தி பிரதிபலிக்கிறது.

திரைப்பட விமர்சகர், ரிச்சர்ட் ஸ்லோகின் (Richard Slotkin), 'Gunfighter Nation' என்ற நூலில் எழுதுகிறார்: "மில்லர் போன்ற கொடியவர்களை எதிர்த்துப் போராட மறுக்கும் ஹாட்லிவில் மக்கள், ஹாலிவுட் தாராளவாத நடிகர்களான எட்வர்ட் ஜி.ராபின்ஸன் (Edward G. Robinson), ஹம்ஃப்ரி பொகர்ட் (Humphrey Bogart) போன்றவர்களைப் போல கறுப்புப் பட்டியலுக்கு பலியானவர்களைத் திரும்பிக்கூடப் பார்க்காதவர்களைப் பிரதிநிதித்துவம் செய்கிறார்கள். நிறுவனமயமாக்கப்பட்ட மதமும் பெரும் வணிக சக்திகளும் பாசிசம் புத்தெழுச்சி பெற்று வருவதை எதிர்த்து நிற்க விரும்பாதவையாகவோ எதிர்த்து நிற்க இயலாதவையாகவோ இருந்ததை இந்தத் திரைப்படம் தாக்குதலுக்குள்ளாக்குகிறது. இந்தப் படத்தில் காட்டப்படும் மதுக்கடையை நடத்தும் ஹெலென் ராமிரெஸ், அதன் சட்டப்படியான உரிமையாளரான வெள்ளைக்கார காரி ஜுடாவோவுடன் வேறு வழியின்றி வேலை செய்து வருகிறவர், ஹாட்லிவில் நகர வெள்ளை

இனவாதத்தை நன்கு புரிந்து கொண்டவராகவும் மில்லர் வருவதை அறிந்தவுடன் அந்த நகரத்தை விட்டு வெளியேறுபவராகவும் காட்டப்படுகிறார். அது பாசிசம் தோற்கடிக்கப்பட்டாலும், அதன் இடத்தில் இனவாதம் வளர்ந்து வருவதைக் காட்டுகிறது'.

அந்தத் திரைப்படம் துணிச்சலாகச் சொல்லும் அரசியல் செய்தியைப் புரிந்து கொள்ளத் தவறிய இடதுசாரிகளுக்கு மாறாக, அதனை அமெரிக்க வலதுசாரிகள் உடனடியாகப் புரிந்து கொண்டனர். எடுத்துக்காட்டாக 'தி அமெரிக்கன் லீக்' (The Americal League) என்ற சஞ்சிகை, அந்தத் திரைப்படத்தில் நடிப்பதற்காகத் தேர்தெடுக்கப் பட்டவர்களும் திரைப்படக் குழுவினரும் 'கம்யூனிஸ்டுகளின் கூட்டாளிகள்' என்று எழுதியது. ஹாலிவுட் சிடிஸன் - நியூஸ் (Hollywood Citizen-News) என்ற ஏட்டில் வெளிவந்த விமர்சனக் கட்டுரை, ஹாலிவுட் நகரத்தின் நல்ல குடிமக்களின் பலகீனம் இந்தப் படத்தில் மீண்டும் மீண்டும் கோடிட்டுக் காட்டப்படுவது திரைப்படங்களில் கம்யூனிஸ்ட் பரப்புரை நெருக்கடியில் இருப்பதைக் காட்டுகிறது என்று கூறியது. மேலே நாம் குறிப்பிட்டிருந்த எம்.பி.ஏ. என்ற அமைப்பின் தலைவரும் நடிகருமான ஜான் வெய்ன், அந்தப் படத்திற்கும் கார்ல் ஃபோர்மனுடன் வணிக ரீதியாக ஒத்துழைத்த கேரி கூப்பருக்கும் எதிரான பரப்புரை இயக்கத்தைத் தொடங்கினார். அத்தோடு நிற்காமல், ஃபோர்மனின் வீட்டுக்கே ஒரு முறை சென்று ஹுவாக் குழுவுடன் ஒத்துழைத்து கம்யூனிஸ்டுகள், கம்யூனிஸ்ட் ஆதரவாளர்கள் ஆகியோரின் பெயர்களைத் தெரிவிக்க வேண்டும் என்று ஃபோர்மனை மிரட்டினார். ஆனால் மேலே குறிப்பிடப்பட்டது போல, ஃபோர்மன் இங்கிலாந்துக்குச் சென்று மிகப் புகழ்பெற்ற சில திரைப்படங்களைத் தயாரித்தார். தான் பார்த்த படங்களில் 'உச்சி வெயிலை'ப் போன்ற மிகுந்த அமெரிக்க விரோதத்தன்மை வாய்ந்த படத்தை ஒருபோதும் பார்த்ததில்லை என்று கூறினார் ஜான் வெய்ன். மேலும், கார்ல் ஃபோர்மனை அமெரிக்காவை விட்டு ஓடும்படி செய்ததற்காக தான் ஒருபோதும் வருந்தப் போவதில்லை என்றும் கூறினார். 'உச்சி வெயில்' 1952இன் சிறந்த திரைப்படத்திற்கான ஆஸ்கார் விருதைப் பெற முடியாமல் தடுத்ததற்கான 'பெருமை'க்கு உரிமை கொண்டாடினார் ஆஸ்கார் விருதுகளை வழங்கும் அகாதமியின் உறுப்பினரும், பாரமவுண்ட் பிக்சர்ஸ் நிறுவனத்தில் உயர் அதிகாரியாகப் பணியாற்றியவரும் சிஐஏவுடன் நெருக்கமான தொடர்பு கொண்டிருந்தவருமான லூகி லூரார்ஸ்சி (Lugi lurarschi). அந்த ஆண்டின் சிறந்த திரைப்படம் என்று தேர்ந்தெடுக்கப்பட்டது எம்.பி.ஏ. உறுப்பினரும்,

'கறுப்புப் பட்டியலை' வெறித்தனமாக ஆதரித்தவரும், கம்யூனிஸ்ட் விரோதியுமான டி. சிசில் டிமில் இயக்கிய 'The Greatest Show On Earth'. ஊர் ஊராகச் சென்று சர்க்கஸ் விளையாட்டுகளைக் காட்டும் ஒரு சர்க்கஸ் நிறுவனம் பற்றிய கதை.

மக்களின் நலனுக்காகத் தன்னந்தனியாகப் போராடக்கூடியவர்கள் ஒரு சில தனிநபர்கள்தான், வெகுமக்கள் அல்ல என்றும் அதன் காரணமாக 'உச்சி வெயில்' ஜனநாயக விரோதக் கருத்துகளைச் சொல்கிறது என்று வாதிடும் 'இடதுசாரி'களும் உள்ளனர். உலகெங்கிலும் நியாயத்திற்காகவும் நீதிக்காகவும் போராடுபவர்கள் பெரும்பாலும் சிறுபான்மையினராகவே இருக்கின்றனர். சோசலிசத்துக்காக, மாற்றுப் பாலினத்தவருக்காக, ஓரினச் சேர்க்கையாளர்களுக்காக, திருநங்கைகளுக்காக, மாற்றுத் திறனாளிகளுக்காக, மனித உரிமைகளுக்காக, கருத்துச் சுதந்திரத்துக்காக, சுற்றுச் சூழல் பாதுகாப்புக்காக, இந்தியாவைப் பொருத்தவரை பாசிசத்துக்கு எதிராகப் போராடுபவர்கள் குறைந்தபட்சம் தொடக்கத்திலாவது சிறுபான்மையினராகவே இருக்கின்றனர் என்பதை இந்த அதி இடதுசாரிகள் மறந்துவிடுகின்றனர்.

தரவுகள்

1. 'Western', Encyclopèdia Britannica, *https://www.britannica.com/art/western* (Accessed on 20.1.2024)
2. Paul Buhle and Dave Wagner, The Hollywood Blacklistees in Film and Television 1950-2002, Paul Grave Mcmillan, New York, 2005.
3. Hank Kennedy, Don't Forsake Me, Comrade, MR online, January 12, 2003, *https://mronline.org/2023/01/12/do-not-forsake-me-comrade/* (Accessed on 13 January 2023)

உயிர் எழுத்து
மார்ச், 2024

22. ஸ்டானிஸ்லோவ் ஜெர்ஸி எல்இசி: வியக்க வைக்கும் மூதுரைகள்

போலந்தைச் சேர்ந்த ஸ்டானிஸ்லோவ் ஜெர்ஸி எல்இசி (Stanislaw Jerzy Lec (1909-1966) இருபதாம் நூற்றாண்டின் மிகப் புகழ்பெற்ற ஐரோப்பிய எழுத்தாளர்களில் ஒருவர். அவரது கவிதைகளைவிட அதிகம் விரும்பிப் படிக்கப்பட்டவை அவரது அங்கதச் சுவை மிகுந்த எழுத்துகளாகும். அவற்றில் பெரும்பாலானவை மூதுரை வடிவத்தில் (aphorism) எழுதப்பட்டவை. மிகச் செல்வந்த யூதக் குடும்பத்தில் பிறந்த அவர் போலந்து நாட்டிலும் வியன்னா நகரிலும் இருந்த மிகச் சிறந்த உயர் கல்வி நிறுவனங்களில் படிக்கும் வாய்ப்புப் பெற்றிருந்த அவர் இளம் வயதிலிருந்தே சோசலிசக் கருத்துகளால் ஈர்க்கப்பட்டிருந்தார். வியன்னா நகரம் அப்போது ஆஸ்த்ரோ - ஹங்கேரியப் பேரரசின் தலைநகரமாக இருந்ததால் (முதல் உலகப் போரில்தான் அப்பேரரசு தகர்ந்தது), ஹங்கேரிய, யூத, போலிஷ் பண்பாடுகளை அவரால் நன்கு உள்கிரகிக்க முடிந்தது. 1929இல் இலக்கியப் பயணத்தைத் தொடங்கிய அவர் முதலில் கவிதை எழுதுவதில் கவனம் குவித்தார். 1935இல் போலந்தின் தலைநகரான வார்ஸாவில் ஓர் இலக்கியச் சங்கத்தை ஏற்படுத்துவதிலும் 'ஊசிகள்' (Splice) என்ற மிகச் சிறந்த நையாண்டி எழுத்துகளை வெளியிடும் ஏட்டைத் தொடங்குவதிலும் முக்கியப் பாத்திரம் வகித்தார். அந்த ஏடு, ஆளும் வர்க்கத்தையும் அதனுடைய அரசியல் சக்திகளையும் ஊசி போலக் குத்தி நையாண்டி செய்யக்கூடியதாக இருந்தது என்பதைப் பல இலக்கிய விமர்சகர்கள் சுட்டிக் காட்டியுள்ளனர்.

1939இல் போலந்தை ஆக்கிரமித்த நாஜிகளால் 1941இல் கைது செய்யப்பட்ட அவர் 1943இல் நாஜிகள் அமைத்த கட்டாய உழைப்பு முகாமொன்றிலிருந்து தப்பிக்க முயன்று நாஜிகளிடம் பிடிபட்டார். இரண்டாவது முறை தப்பிக்க முயன்றபோதும் மீண்டும் பிடிபட்டு மரண தண்டனை விதிக்கப்பட்ட அவர், தனது சவக் குழியைத் தானே தோண்ட வேண்டும் என்று ஆணையிடப்பட்டார். ஆனால், அவருடன் வந்த ஜெர்மன் காவலனை மண் வெட்டியால் அடித்துக் கொன்றுவிட்டு ஜெர்மன் சீருடையை அணிந்து கொண்டு தப்பித்து மத்திய போலந்தில் தலைமறைவாக இயங்கி வந்த நாஜி எதிர்ப்புப் படையில் சேர்ந்து

ஆயுதமேந்திய போராட்டதில் ஈடுபட்டார். 1946இல் நாஜிகளிடமிருந்து போலந்தை விடுதலை செய்த சோவியத் செஞ்சேனையின் உதவியுடன் அப்போது மிகச் சிறுபான்மையினராக இருந்த போலந்துக் கம்யூனிஸ்டுகளின் ஆட்சி நிறுவப்பட்டது. கம்யூனிஸ்ட் அரசாங்கம் அவரை வியன்னாவில் போலந்து அரசாங்கத்தின் கலாசார தூதராக நியமித்தது.

1950இல் தன் மனைவியுடனும் மகளுடனும் மகனுடனும் இஸ்ரேலுக்குப் புலம் பெயர்ந்த அவரால், ஜியோனிஸ்டுகளுடன் ஒத்துப்போக முடியாததால் 1952இல் போலந்துக்குத் திரும்பி வந்தார். இஸ்ரேலுக்குப் புலம் பெயர்ந்ததற்கான தண்டனையாக போலந்து அரசாங்கம் அவரது எழுத்துகளை வெளியிடத் தடைவிதித்தது. ஆனால் இரண்டாண்டுகளுக்குப் பின் அந்தத் தடைநீக்கப்பட்டவுடன் அவரது எழுத்துகள் போலந்து மக்களிடம் மிகப் பெரும் வரவேற்பைப் பெற்றன. அவர் கம்யூனிச அரசாங்கத்தையும் அதன் செயல்பாடுகளையும் கூட விமர்சித்து வந்த போதிலும் 1966இல் காலமான போது மக்களிடம் பெரும் செல்வாக்குப் பெற்றிருந்த எழுத்தாளர் என்பதை போலந்து அரசாங்கம் அங்கீகரித்ததால், அரசு மரியாதையுடன் அவரது உடல் நல்லடக்கம் செய்யப்பட்டது.

அவரது தொடக்க கால எழுத்துகளில் கவிதைக்கு முக்கியத்துவம் தரப்பட்டிருந்தது. பின்னாளில் மூதுரை வடிவத்தில் அவரது சிந்தனைகள் வெளிப்பட்டன. நாஜிகளையும் அவர்களது ஆதரவாளர்களையும் விமர்சித்தது போலவே கம்யூனிஸ்ட் அரசாங்கத்தின் எதேச்சதிகாரத்தையும் தவறுகளையும் கிண்டலும் கேலியும் செய்து வந்தார். முரண் நகை, சோகம், பழங்காலத்துக்கான ஏக்கம், சில சமயங்களில் நம்பிக்கை வறட்சி ஆகியவை நிறைந்திருந்த அந்த மூதுரைகளில் ஆழமான தத்துவக் கருத்துகள் ஒன்றிரண்டு வரிகளில் சொல்லப்படுகின்றன. சொல் விளையாட்டு (இதற்கு எடுத்துக்காட்டாக இருப்பது "The window to the world can be covered by a newspaper" என்ற மூதுரை. இதை "உலகத்திற்கான ஜன்னலை ஒரு செய்தித்தாள் மூலம் மறைத்து விட முடியும்" என்றோ "உலகத்துக்கான ஜன்னலை ஒரு செய்தித் தாளிலேயே உள்ளடக்கி விடலாம்" என்றோ மொழியாக்கம் செய்ய முடியும். 'covered' என்ற சொல் இரு அர்த்தங்களையும் கொண்டது), புதிர்கள், அபத்தமான கருத்துகள், நகைச்சுவை, நீதி போதனை ஆகியனவற்றின் கலப்புகளாக இருந்த அந்த மூதுரைகளை அவர் "ஆறாயிரம் ஆண்டுக் காலத்தவை" என்று கூறுவது வழக்கம். "அவற்றில் சொல்லப்படும் விசயங்கள், உலகத்தால் மறக்கப்பட்டுவிட்ட மிகத்

தொன்மையானவை" என்றும் கூறுவார். அவற்றில் ஜெர்மானிய, பிரெஞ்சு, பண்டைக்கால கிரேக்கப் படைப்புகளின் தாக்கம் மட்டுமல்லாது, விவிலியம், யூதர்களின் புனித நூல்கள் என்று கருதப்படுபவை, அவர்களது பழமொழிகள், நீதிக்கருத்துகள் ஆகியவற்றையும் காண முடியும் என விமர்சகர்கள் கருதுகின்றனர். அவரது மூதுரைகள் சிலவற்றை உள்ளடக்கிய 'ஒழுங்கீனமான மூதுரைகள்' (Unkempt Aphorisms) என்ற தலைப்பில் சில தொகுதிகள் ஆங்கிலத்தில் மொழியாக்கம் செய்யப்பட்டுள்ளன.

1980களில் நானும் காலஞ்சென்ற 'க்ரியா' எஸ்.ராமகிருஷ்ணனும் அவரது 'மூதுரைகள்' அடங்கிய நூலொன்றின் ஆங்கில மொழி யாக்கத்தைக் கண்டறிந்தோம். அந்த நூலை முழுமையாக மொழியாக்கம் செய்ய வேண்டும் என்று முடிவு செய்து சில தொடக்க வேலைகளைச் செய்தோம். அவற்றின் குறிப்புகளை நான் பத்திரப்படுத்தி வைத்திருந்தேன். ஆனால் என் வாழ்க்கை வேறொரு திசையில் (அரசியலில்) சென்றது ராமகிருஷ்ணனுக்குப் பெரும் ஏமாற்றம். இப்படித்தான் பல எழுத்துப் பணிகளை நாங்கள் இருவரும் செய்யத் திட்டமிட்டிருந்தவை அனைத்தும் நிறைவேறாமல் போயின. என்னைப் போலவே அவரது உற்ற நண்பராக இருந்தவரும் சிறந்த மொழியாக்கங்களைத் தமிழ் வாசகர்களுக்குத் தந்தவருமான வெ.ஸ்ரீராமிடம் இவ்விடயம் குறித்துக் கேட்டேன். ஸ்டானிஸ்லோவ் படைப்புகளைத் தமிழாக்கம் செய்ய நானும் 'க்ரியா' ராமும் மேற்கொண்ட முயற்சி தனக்குத் தெரியவில்லை என்று கூறிய அவர், ராமின் முயற்சிகளில் அரைகுறையாக நின்று போன வேறு சிலவற்றைக் குறிப்பிட்டார். எனவே நான் எழுதிவைத்த குறிப்புகளுடன், இணையதளத்தில் கிடைக்கும் மூதுரைகள் பலவற்றையும் திரட்டத் தொடங்கினேன். நான் திரட்டியவை அனைத்தையும் தமிழாக்கம் செய்ய என்னால் இயலவில்லை. எண்ணற்ற ஐரோப்பிய மொழிகளிலும் வேறு மொழி களிலும் மொழியாக்கம் செய்யப்பட்ட சில மூதுரைகளை மட்டும் அந்த மாபெரும் எழுத்தாளரை தமிழ் வாசகர்களுக்கு அறிமுகம் செய்யும் நோக்கில் தமிழாக்கம் செய்துள்ளேன். அவை பின்வருமாறு:

1. யதார்த்தத்தைப் பார்க்காமல் நீங்கள் உங்கள் கண்களை மூடிக் கொள்ளலாம், ஆனால் நினைவுகளை பார்த்தல்ல.

2. மனித மாமிசம் உண்பவன் முள்கரண்டியைப் பயன்படுத்தினால் அது முன்னேற்றமா?

3. சாகாமைக்கான முன் தேவை மரணம்தான்.

4. கருத்துகளுக்கிடையே நடக்கும் போரில் மடிபவர்கள் மக்கள் தான்.

5. உங்கள் சொற்களை மதியுங்கள். அவற்றில் ஒவ்வொன்றும் உங்கள் கடைசிச் சொல்லாக இருக்கலாம்.

6. வாழ்க்கை என்பது மிகவும் நேரம் பிடிக்கக்கூடியது என்பதை மக்கள் பார்க்கிறார்கள்.

7. எப்போதெல்லாம் மனிதன் தன்னை சந்தேகிக்கக் தொடங்குகிறானோ அப்போது அவன் தன்னை மீண்டும் உறுதிப்படுத்திக் கொள்ளும் முட்டாள்தனமான ஏதோவொன்றைச் செய்கிறான்.

8. மகிழ்ச்சியால் நீங்கள் துள்ளிக் குதிக்கும்போது, உங்கள் காலடிக்குக் கீழே உள்ள நிலத்தை எவனும் அகற்றாதபடி எச்சரிக்கையாக இருங்கள்.

9. ஒருபோதும் பொய் பேசாதீர்கள், உண்மை அதைவிட ஆதாயம் மிக்கதாக இருக்கும்போது.

10. ஒரு சங்கிலியில் உள்ள மிக பலவீனமான கண்ணிதான் மிக வலுவானது. ஏனெனில் அதனால் உடைக்க முடியும்.

11. நீங்கள் படிக்கின்ற அதே புத்தங்களைப் பகிர்ந்து கொள்ள இன்னொருவன் வாழும்போது படிப்பதில் உள்ள ஆனந்தம் இரட்டிப்பாகிறது.

12. சிந்தனைகள் உண்ணிப் பூச்சிகள் போல ஒரு மனிதனிடமிருந்து இன்னொரு மனிதன் மீது குதிக்கின்றன. ஆனால் அவை ஒவ்வொருவனையும் கடிப்பதில்லை.

13. தேவனுக்குக் கொடுக்க வேண்டியதை தேவனுக்குக் கொடுங்கள். அரசனுக்குக் கொடுக்க வேண்டியதை அரசனுக்குக் கொடுங்கள். ஆனால் மனிதனுக்கு - எதை?

14. ஒடுக்குமுறைக்கான ஒரு கருவியாக நீங்கள் சுதந்திரப் பாடலைப் பாட முடியாது.

15. இதயத்தை நம்பாதீர்கள். அது உங்கள் இரத்தத்தைக் கேட்கிறது.

16. உங்களுக்குப் பொறுமை இருப்பதைக் கற்றுக் கொள்வதற்கு உங்களிடம் பெருமளவில் பொறுமை இருக்க வேண்டும்.

17. ஒவ்வொரு சிகரத்தின் உச்சியிலும் நீங்கள் அதல பாதாளத்தின் விளிம்பில் இருக்கிறீர்கள்.

18. அவனுக்குத் தூய்மையான மனசாட்சி இருந்தது. ஆனால் ஒருபோதும் பயன்படுத்தியதில்லை.

19. அவனைத் துன்புறுத்தினார்கள், அவன் மூளைக்குள் தங்கள் எண்ணங்களையே அவர்கள் தேடிக்கொண்டிருக்கிறார்கள்.

20. எல்லாமே மனிதனின் கைகளில்தான் இருக்கின்றன. எனவே அவற்றை அடிக்கடி கழுவுங்கள்.

21. தீமைகூட நம்மை மகிழ்விக்கவே விரும்புகிறது.

22. மனிதனை மீறி உயரே செல்ல முடியாதவர்கள் அவனை இழிவுபடுத்துகிறார்கள்.

23. சில சூழ்நிலைகள் தங்களுக்கு எதிரான எதனையும் சகித்துக் கொள்வதில்லை.

24. பணிந்துபோக வெட்கமாக இருந்தால் ஆணையை மேற்கொண்டு விடுங்கள்.

25. பாராட்டும் இரசிகர்களின் கைகளில் தன் தலையைக் கொடுத்துவிட்ட கடவுளுக்குத் துன்பம்தான்.

26. ஒரு நாட்டின் அரசமைப்புச் சட்டம், அதன் குடிமக்களின் உடலமைப்புகளை மீறக்கூடாது ('Constitution' என்ற சொல்லை இரு அர்த்தங்களில் பயன்படுத்துகிறார் ஸ்டானிஸ்லோவ் - எஸ்.வி.ஆர்.)

27. அழுக்கு ஆற்றில் எதிர் நீச்சல் போடுவது பயங்கரமானது.

28. அறிவு என்ற மரத்தில் உட்கார்ந்திருந்த குரங்குகளின் சந்ததியினரே தாங்கள் என்று சிலர் சொல்கிறார்கள்

29. ஒருவழியாக அவர்களுக்கிடையே ஓர் உடன்பாடு ஏற்பட்டது. தாங்கள் பகைவர்கள்தான் என்ற மறுக்கப்பட முடியாத முடிவுக்கு அவர்கள் வந்துவிட்டார்கள்.

30. அவர்களது உடல்கள் ஒன்றுக்கொன்று அவ்வளவு நெருக்கமாக இருந்ததால் பாசத்துக்கு இடமில்லாமல் போயிற்று.

31. நாம் எல்லாவற்றையும் புரிந்துகொள்கிறோம். அதனால் தான் எதையும் புரிந்துகொள்வதில்லை.

32. எழுத்தாளர்களுக்கு ஓர் அறிவுரை: சில சமயம் நீங்கள் எழுதுவதை நிறுத்த வேண்டியிருந்தாலே போதும், தொடங்குவதற்கு முன்பு கூட.

33. அவன் மௌனமாக இருந்தபோதும்கூட இலக்கணப் பிழைகள் இருந்தன.

34. உங்களிடம் திறமையில்லை என்பதை எந்தக் கணத்தில் உணர்கிறீர்களோ அப்போது மேதைமை பளிச்செனத் தோன்றுகிறது.

35. முட்டாள்தனம் சிந்திக்காமலிருப்பதற்கான முகாந்திரம் அல்ல.

36. சோர்ந்துபோன ஓர் ஆச்சரியக் குறி ஒரு கேள்விக் குறி.

37. கடவுள் நம்பிக்கை உள்ளவர்கள் உயிர்த்தெழுதலை நம்புகிறார்கள், நாத்திகர்களோ திரும்பி வருதலை மட்டும்தான்.

38. உங்கள் சொந்தக் கட்டுக் கதைகளை நீங்கள் உருவாக்குங்கள். கடவுள்கள் அப்படித்தான் தொடங்கினார்கள்.

39. கனவுகளைக் கொண்டு நம்மால் ஜாம்களைத் தயாரிக்க முடியும். நீங்கள் பழங்களையும் சர்க்கரையையும் மட்டும் சேர்த்துவிடுங்கள்.

40. மரண தண்டனையை நிறைவேற்றுபவன் வழக்கமாகவே ஒரு முகமூடியை அணிந்து கொள்கிறான் - நீதி என்ற முகமூடியை.

உயிர் எழுத்து
மார்ச், 2024

23. விடைபெறுதல்

I

கலை இலக்கியம் என்பது சமுதாயத்தின் முன் நிறுத்தப்படும் முகம் பார்க்கும், அழகு பார்க்கும் கண்ணாடி அல்ல; மாறாக, அதை மாற்றி வடிவமைக்கும் சம்மட்டி.

-பெர்டோல்ட் ப்ரெஹ்ட்

உலகில் மிகத் தொன்மையானவை எனக் கருதப்படும் சுமேரிய, கிரேக்க, ரோம, சீன, தமிழ் நாகரிகங்களில்தான் மிகப் பழமையான இலக்கியப் படைப்புகள் தோன்றியுள்ளன. இலக்கியப் படைப்புகள் எனப் பலரும் தவறாகக் கருதுவது புனைவிலக்கியப் படைப்புகள் மட்டுமல்ல. தத்துவம், அறவியல், வரலாறு, இலக்கணம், வானவியல், உயிரியல், சமயம் முதலியவற்றையும் உள்ளடக்கியவைதான் இலக்கியப் படைப்புகள். இவற்றில் சில புனைவிலக்கியப் படைப்புகள் பலவற்றின் மீது தாக்கம் செலுத்துபவையாக இருப்பதைக் காணலாம். மிக அண்மைக்கால எடுத்துக்காட்டுகளாக மார்க்ஸியம், இருத்தலியம் (Existentialism) ஆகியவற்றைக் குறிப்பிடலாம்.

இந்திய இலக்கியத்தை எடுத்துக் கொண்டால் மிகப் பழமையான படைப்புகள் தமிழிலும் சம்ஸ்கிருதத்திலும் மட்டுமே உள்ளன.

கிரேக்க, ரோமானிய நாகரிகங்களைப் பொருத்தவரை கவிதைகள், நாடகங்கள், காப்பியங்கள் ஆகியவற்றுடன் தத்துவம், அறவியல், வரலாறு, அறிவியல் ஆகியன தொடர்பான படைப்புகள் இன்றும் படிக்கப்படுகின்றன. அரிஸ்டாட்டில் தத்துவவாதி மட்டுமல்ல; உயிரியலாளரும் இலக்கியக் கோட்பாடுகளை வகுத்தவரும் ஆவார். ஹோமர் எழுதிய இரு மாபெரும் காப்பியங்களான இலியட், ஒதிஸ்ஸி ஆகியவை 3000 ஆண்டு காலத்துக்கு முன் எழுதப்பட்டவை. எனவே அவைதான் உலகில் மிகப் பழமையான காப்பியங்கள் என்ற கருத்து பரவலாக உள்ளது. ஆனால், ‘ஹோமர்’ என்பவர் ஆணா, பெண்ணா அவர் எங்கு பிறந்தார், எங்கு வளர்ந்தார் என்பதற்கான மறுக்க முடியாத சான்றுகள் இதுவரை கிடைக்கப் பெறவில்லை. உலகச் செவ்வியல் மொழிகளில் ஒன்றான இலத்தீனைப் பிறப்பித்த

ரோமப் பேரரசின் இலக்கியப் படைப்புகள்கூட 2500 ஆண்டுகளுக்கு முற்பட்டவை அல்ல. மற்றொரு செவ்வியல் மொழியான சீனத்தில் மிகப் பழமையான இலக்கியப் படைப்புகள் ஏறத்தாழ 2700 ஆண்டுகளுக்கு முற்பட்டவையல்ல என ஆராய்ச்சியாளர்கள் கருதுகின்றனர்.

ஆனால் எகிப்தில் பிறந்த முதல் இலக்கியப் படைப்புகள் கிரேக்க, ரோம, சீன, தமிழ், சம்ஸ்கிருத இலக்கியங்களைவிடப் பழமையானவை. ஏறத்தாழ 4600 ஆண்டுகளுக்கு முற்பட்டவை. அவற்றில் கவிதைள், ஒப்பாரிப் பாட்டுகள், இறைவணக்கப் பாடல்கள், தன் வரலாறுகள் ஆகியன உள்ளன. ஹைரோகிளாபிக் (hieroglyphic) அல்லது ஹைராடிக் (hieratic) என்று சொல்லப்படும் குறியீட்டு வகை சித்திர எழுத்துகளில் எழுதப்பட்ட அவற்றின் பொருளறிந்து கூறவும் அவற்றை நவீனகால மொழிகளுக்குப் பெயர்க்கவும் பெரும்பாடுபட்ட ஆராய்ச்சியறிஞர்கள் நம் வணக்கத்துக்குரியவர்கள். ஆனால் அவப்பேறாக சிந்து சமவெளி நாகரிகத்தின் திராவிடத்தன்மையை ஐயந்திரிபுர மெய்ப்பிக்க முடியாததற்குப் பல்வேறு காரணிகள் உள்ளன. அவற்றில் முதன்மையானது அரசியல் காரணி.

எகிப்திய இலக்கியப் படைப்புகளில் மிகவும் குறிப்பிடத்தக்கது ஹோமருக்கு 12,000 ஆண்டுகளுக்கு முன்பே ஃபன்டாசியா (Phantasia) என்ற பெண் கவிஞர் இயற்றிய காப்பியம்தான். அதுதான் ஹோமரின் இரு காப்பியங்களுக்கான முதல் வடிவமாக அமைந்துள்ளது. உண்மையில் நவீன ஐரோப்பிய அறிவியலின் ஊற்றுக் கண் என்று சொல்லப்படும் கிரேக்க அறிவியலுக்கான அடிப்படையாக அமைந்தவை எகிப்திய மண்ணைச் சார்ந்தவை என்பதற்கான ஏராளமான சான்றுகளை மார்க்ஸிய அறிவியல் அறிஞர் மார்ட்டின் பெர்னால் (Martin Bernal) - இவர் உலகப் புகழ்பெற்ற மார்க்ஸிய அறிவியிலாளர் ஜே.டி.பெர்னாலின் மகன் - மூன்று பாகங்கள் கொண்ட ‘கறுப்பு அதீனா’ (Black Athena) என்ற நூலில் வழங்கியுள்ளார். ஐரோப்பிய மைய வாதத்திற்கு எதிரான இந்த நூல் அறிவியலாளர்களிடையே இன்றும் விவாதப் பொருளாகத் திகழ்கிறது.

ஆனால் இலக்கியப் படைப்புகளைப் பொருத்தவரை எல்லா வற்றையும்விட மிகப் பழமையானவை சுமேரியாவில் பிறந்தவைதான். சுமேரியாவில்தான் முதன் முதலின் எழுத்துருக்கள் தோன்றின. மெஸபடோமிய நாகரிகம் என்று சொல்லப்படும் சுமேரிய நாகரிகம் இன்றைய இராக்கின் பெரும் பகுதியிலிருந்து சிரியாவின் சிறு பகுதிவரை பரவியிருந்தது. 3000 முதல் 3500 ஆண்டுகளுக்கு முன் படைக்கப்பட்டதாகச் சொல்லப்படும் கில்கெமிஷ் (Gilgemish) - இது

பல்லாண்டுகளுக்கு முன்பே ஆங்கிலத்தில் மொழியாக்கம் செய்யப் பட்டது. ஸ்டீஃபன் மிட்செல் (Stephen Mitchell) என்ற அமெரிக்க அறிஞரின் புதிய ஆங்கில மொழியாக்கம் 2004இல் வெளிவந்துள்ளது. அது கில்கெமிஷ் என்ற பெயர் கொண்டிருந்த ஓர் அரசனின் வீரதீரச் செயல்களை விதந்தோதும் காப்பியம். அதை எழுதியவர் யார் என்று தெரியவில்லை. ஆனால், ஏறத்தாழ 5,000 ஆண்டுகளுக்கு முன் ஓர் இலக்கியப் படைப்பை - புனைவிலக்கியப் படைப்பை - எழுதியவர் அதே சுமேரிய நாகரிகத்தைச் சேர்ந்த என்ஹெடுயண்ணா (Enhedunna) என்ற பெண்மணிதான். அரச குடும்பத்தைச் சேர்ந்த அவரது வரலாற்றுப் பின்னணி ஆழமாக ஆராய்ந்தறியப்பட்டுள்ளது. உலகின் முதல் எழுத்தாளர் என்று ஆராய்ச்சியாளர்களால் ஐயந்திரிபுற மெய்ப்பிக்கப் பட்டுள்ளவர் அவர் தான். ஆக உலகின் முதல் மிகப் பழம்பெரும் எழுத்தாளர்கள் இருவரும் பெண்களே.

கிரேக்க, ரோம மொழிகளைத் தவிர பிற ஐரோப்பிய மொழிகளில் எழுதப்பட்ட முதல் புனைவிலக்கியம் பழம் ஆங்கிலம்* (Old English) என்று சொல்லப்படும் மொழியில் செய்யுள் வடிவத்தில் எழுதப்பட்ட 'பியோவொல்ஃப்' (Beowulf) என்ற காப்பியம்தான். இதை மார்க்ஸிய அறிஞர் ஜார்ஜ் தாம்ஸன் மிகவும் சிலாகித்துப் பேசுவார். மேற்சொன்ன ஸ்டீஃபன் மெட்செல் என்ற அறிஞரும் இதை நவீன ஆங்கிலத்திற்குப் பெயர்த்துள்ளார். ஏறத்தாழ 1,500 ஆண்டுகளுக்கு முன் இயற்றப்பட்ட இதனை எழுதியவர் யார் என்பது இதுவரை கண்டறியப்படவில்லை.

இவற்றுக்கு முன்பே உலகின் பல்வேறு நாடுகளில் வாய்மொழி இலக்கியம், நாட்டார் இலக்கியம் என்று சொல்லப்படுபவை இருக்கத்

---

* பழைய ஆங்கிலம் (Old English) அல்லது ஆங்கிலோ-சாக்ஸன் (Anglo-Saxon) மொழி என்பது, ஆங்கில மொழியைப் பொருத்தவரை வரலாற்றில் பதிவு செய்யப்பட்ட மிகத் தொன்மையான வடிவமாகும். இங்கிலாந்திலும் ஸ்காட்லாந்திலும் மத்திய காலத்தின் தொடக்கம் வரை பேசப்பட்டு வந்த அந்த மொழியைப் பிரிட்டனுக்குக் கொண்டு வந்தவர்கள் 5ஆம் நூற்றாண்டின் நடுப்பகுதியில் பிரிட்டனில் குடியேறிய ஆங்கிலோ-சாக்ஸன் இனத்தவராவர். அவர்கள் ஐரோப்பாவின் வடமேற்கு, மத்திய, ஸ்காண்டினேவியப் பகுதிகளில் வாழ்ந்து வந்த ஜெர்மானிக் (Germanic) இனத்தவரைச் சேர்ந்தவர்கள். இந்த ஜெர்மானிக் இனத்தவர்களை ஜெர்மன் மக்களுடன் சேர்த்துக் குழப்பிக் கொள்ளக்கூடாது. பதினோராம் நூற்றாண்டின் தொடக்கத்தில் அந்த மொழியின் இடத்தை மேற்குடி வர்க்கங்கள் பேசிவந்த ஆங்கிலோ-நார்மன் மொழி (Anglo-Norman) பிடித்துக்கொண்டது. அந்த மொழிகளை இன்றைய ஆங்கில மொழி பேசுபவர்களால் புரிந்து கொள்ளமுடியாது. ஆராய்ச்சி அறிஞர்களுக்கு மட்டுமே இது சாத்தியம். நவீன ஆங்கில மொழி என்பது 17ஆம் நூற்றாண்டின் தொடக்கத்தில்தான் உருக்கொள்ளத் தொடங்கியது."

தான் செய்தன. ஆனால் எழுத்து வடிவம் பெற்ற முதல் படைப்புக்கான பெருமை சுமேரியப் பெண்மணிக்கே உரித்தது. இராக்கிலும் சிரியாவிலும் இருந்த அத்தகைய பெருமை மிக்க சுமேரிய நாகரிகத்தின் எச்சங்களில் பெரும்பகுதி - கட்டடங்கள், சிற்பங்கள் முதலியன - அமெரிக்காவின் தலைமையிலுள்ள ஏகாதிபத்திய நாடுகளின் படைப்புகளின்போது அழிக்கப்பட்டன அல்லது களவாடப்பட்டன.

மிகத் தொன்மையான நாகரிகங்களிலொன்று தமிழர் நாகரிகம். கீழடி முதல் சிந்துப் பள்ளத்தாக்கு வரை பரவியிருந்ததாக அறிஞர்களால் சொல்லப்படும் இந்த நாகரிகம் 3,000 ஆண்டுகளுக்கு முன்பே இலக்கியப் படைப்புகளைக் கண்டிருக்கிறது. தொல்காப்பியம் என்ற இலக்கண நூல் 3,000 ஆண்டுகளுக்கு முன் எழுதப்பட்டது என்றால் அதற்கு முன்பே வேறு பல இலக்கியங்கள் இருந்திருக்க வேண்டும். கீழடி அகழ்வாய்வுகள் கடைச் சங்க காலம் 3,600 ஆண்டுகளுக்கு முன்பிருந்து தொடங்குகிறது என்பதற்கான வலுவான சான்றுகளை வழங்கியுள்ளது.

நாம் அறிந்தவரை சங்ககாலம்தான் பெண் கவிஞர்களை முதன் முதலாக நமக்கு வழங்கியிருக்கிறது. கொடிய ஆணாதிக்கப் பண்டைக் கிரேக்கத்தில் இருட்டடிப்புச் செய்யப்பட்டு வரலாற்றிலிருந்து அகற்றப்பட்ட பல பெண் கவிஞர்களைத் தவிர்த்து ஏறத்தாழ 15 பெண் புலவர்கள் இருந்தனர் என்றால், அத்தகைய கொடிய ஆணாதிக்கம் நிலவாத சங்க காலத்தில் முப்பதிற்கும் மேற்பட்ட பெண் புலவர்களைப் பார்க்க முடிகின்றது. அரச குடும்பத்திலிருந்து மண்பாண்டத் தொழில் செய்யும் குடும்பம் வரை பல்வேறு சமூகப் பிரிவுகளையும் பின்னணிகளையும் கொண்டவர்களாக அவர்கள் இருந்ததை அந்தப் புலவர்களின் பெயர்களே காட்டுகின்றன. அவர்களில் மிகவும் சிறப்புக்குரியவர் அவ்வையார். தமிழ்நாட்டுக் கட்டுக் கதைகளிலும் புராணங்களிலும் சொல்லப்படும் அவ்வையார்களுக்கு முற்றிலும் மாறுபட்ட சங்ககால அவ்வையார் குறுநில மன்னர் அதியமானின் நண்பராக, அவருடன் சேர்ந்து கள் அருந்துபவராக, நெல்லிக் கனியைப் பகிர்ந்தவராக இருந்திருக்கிறார். சங்க காலப் பெண் புலவர்களில் மிக அதிகமான பாடல்களை இயற்றியவரும் அவரேதான் (நற்றிணையில் 7, குறுந்தொகையில் 15, அகநானூறில் 4, புறநானூறில் 3). பௌத்த தம்மத்தை ஒரு பாடலாக வடிவமைத்தவரும் அவர்தான். அவ்வைப் பற்றிய புரட்சிகரமான நாடகத்தைச் சில ஆண்டுகளுக்கு முன் காலமான புரட்சிக் கவிஞர் இன்குலாப் எழுதியுள்ளார். அது பேராசிரியர் மங்கையின் இயக்கத்தில் ஓரிருமுறை அரங்கேற்றப் பட்டது. இவ்வாண்டுக்கான (2024) அவ்வையார் விருதை தமிழகத்தின் சிறந்த புனைவிலைக்கியப் படைப்பாளியான பாமாவிற்கு வழங்கியுள்ள

தமிழ்நாடு அரசாங்கம் இந்த நாடகம் மீண்டும்மீண்டும் நாடு முழுக்க அரங்கேற உதவி செய்ய வேண்டும் என்பது நமது அவா.

சங்க இலக்கியத்திலும்கூட சில பிற்போக்கான நடைமுறைகள், கருத்துகள் நிலவின. எடுத்துக்காட்டாக, திணையொழுக்கத்தைப் பொருத்தவரை முல்லைத் திணையின் ஒழுக்கமாக 'கற்பு' கற்பிக்கப் பட்டது. ஆடு மாடுகள் என்ற வடிவத்தில் தனிச்சொத்து தோன்றியதுடன் இணைந்ததுதான் 'கற்பு' என்று எழுத்தாளர் ச. தமிழ்செல்வன் மிகச் செறிவான விளக்கம் தருவார். எனினும் ஆண்களும் பெண்களும் கல்வி கற்கவும் எழுதவும் பெருமளவு வாய்ப்பு இருந்தது.

சுமேரிய, எகிப்திய, கிரேக்கக் காப்பியங்களின் அளவுக்குப் பழமையான காப்பியங்கள் தமிழில் நமக்குக் கிடைக்கவில்லை. ஐம்பெருங்காப்பியங்கள் என்று சொல்லப்படுபவற்றில் இரண்டே இரண்டுதான் முழுமையாகக் கிடைத்துள்ளன. அவை சமண, பௌத்த நெறிகளைப் பின்பற்றியவர்களால் எழுதப்பட்டவை. அவை எல்லாவற்றிலும் சாமானிய மக்களே கதை மாந்தர்களாக உள்ளனர்.

சம்ஸ்கிருத இலக்கியத்திலும்கூட ஆதி சங்கரரை தத்துவ விவாதத்தில் தோற்கடித்த கார்க்கி என்ற பெண்மணி, யக்ஞவல்லியர் என்ற தத்துவவாதியைத் தோற்கடித்த இன்னொரு பெண்மணி ஆகியோர் பற்றிய குறிப்புகள் காணப்படுகின்றன. ஆனால் அவர்களது எழுத்துகள் ஒழித்துக்கட்டப்பட்டுவிட்டன. அதே போலத் தான் சார்வாகர் என்ற நாத்திகரின் கருத்துகளும். அவரைப் பற்றிய குறிப்புகள் மட்டுமே எஞ்சியுள்ளன.

சங்ககாலத்திற்குப் பிறகு பெண் புலவர்களை மிக அரிதாகவே காண முடிகின்றது. ஆண், பெண் சமத்துவத்தை வலியுறுத்தியதுடன் கல்வி கற்பித்தலையும் மருத்துவம் செய்வதையும் மக்கள் பணியாகக் கருதிய பௌத்தமும் சமணமும் ஆசீவகமும் பார்ப்பனிய பக்தி இயக்கத்தால் வீழ்த்தப்பட்ட பிறகு, காரைக்கால் அம்மையார், ஆண்டாள் ஆகிய இரு பெண் புலவர்களை மட்டுமே பார்க்க முடிகின்றது. காரைக்கால் அம்மையாரைவிட ஆண்டாளின் பாடல்களில் அழகுணர்வும் கலக உணர்வும் மிளிர்கின்றன. அதே பக்தி இலக்கியக் காலத்தில்தான் கன்னட மொழி பேசும் பகுதியில் மாபெரும் சாதி மறுப்புத் தத்துவவாதி பசவேசருக்கு இணையான அக்கம்மா தேவி என்ற பெண் கவிஞரைப் பார்க்கிறோம். மலையாள, தெலுங்கு மொழி இலக்கியத்தில் அத்தகையவர்கள் யாரேனும் இருந்திருக்கின்றனரா என்பது நமக்குத் தெரியவில்லை. நீண்டகாலம் சனாதனம் ஆதிக்கம் செலுத்திய தமிழ்நாட்டில் பெண்களுக்கு மட்டுமல்ல, பிற்படுத்தப்பட்ட வகுப்பினர் என்றழைக்கப்படும் சூத்திரர்கள், ஒரு காலத்தில் சண்டாளர்கள்

என்றழைக்கப்பட்ட தலித்துகள் ஆகியோருக்கும் கல்வியுரிமை மறுக்கப்பட்டிருந்தது. ஆங்கிலேயரால் நாம் ஒடுக்கப்பட்டோம், சுரண்டப்பட்டோம் என்றாலும் அவர்களது ஆட்சிக் காலத்தில்தான் மேற்சொன்ன பிரிவினருக்குக் கல்வியுரிமை தரப்பட்டது. இந்தியர்களை அடிமைகளாக்குவதற்காகக் கொண்டு வரப்பட்டதாகச் சொல்லப்படும் மெக்காலெவின் கல்வித் திட்டம்தான் நமக்கு நவீன அறிவியலைப் பாடத் திட்டத்தில் சேர்த்தது. ஆங்கிலேயர் ஆட்சிக் காலத்தில்தான் தமிழ் உரைநடை இலக்கியம் வளர்ச்சிடைந்தது.

ஆங்கில மொழியின் வாயிலாகவே உலகின் பல்வேறு மொழிகளில் எழுதப்பட்ட படைப்புகள் நமக்குக் கிடைக்கத் தொடங்கின. இந்துத்துவ பாசிஸ்டுகளால் வெறுக்கப்படும் கிறிஸ்தவர்களில் சிலர்தான் முதன் முதலில் அச்சுக்கூடத்தை நிறுவியவர்கள். மிக நீண்ட இடைவெளிக்குப் பிறகு, நவீன காலத்தில்தான் பெண் கவிஞர்களைக் காண முடிகின்றது. அதற்கு மேலை நாட்டுக் கருத்துகள் பெரிதும் உதவின என்றாலும் அவர்களுக்கு ஊக்கமும் உரமும் வழகியவை தேசிய விடுதலை இயக்கம், பொதுவுடைமை இயக்கம், பெரியாரின் சுயமரியாதை சமதர்ம இயக்கம் ஆகியவை. பெண் விடுதலை குறித்த பெரியாரின் சிந்தனைகள் ஈடிணையற்றவை. இவற்றுக்கு இணையான பங்களிப்பை அண்ணல் அம்பேத்கரின் விடுதலைச் சிந்தனை வழங்கிற்று. இச்சிந்தனைகள்தான் சூத்திர, தலித் மக்களைச் சேர்ந்த பலரை எழுத்துலகத்திற்குக் கொண்டு வந்தன. அவர்களில் நானும் ஒருவன்.

II

இன்றைய தமிழ் இலக்கியத்தில் பெண்களின் எழுத்துகள், தலித் இலக்கியம், மொழியாக்க நூல்கள் ஆகியவை முக்கியக் கூறுகளாக அமைந்துள்ளன. மொழியாக்கங்கள் வழி நமது அறிவின் எல்லைகள் விசாலமடைந்து வருகின்றன. உலகிலுள்ள மக்கள் அனைவரும் பகிர்ந்து கொள்கிற விடுதலை வேட்கைகள். இலட்சியங்கள், துன்ப துயரங்கள், சோதனைகள், இடர்ப்பாடுகள் ஆகியவற்றை மொழியாக்க நூல்கள் வழியாகவே அறிந்து கொள்கிறோம். மதக் கொள்கைகளும், புரட்சிகர, ஜனநாயக, அரசியல், சமூக, பொருளாதார, வரலாற்று, தத்துவக் கருத்துகளும் கலை இலக்கியம் பற்றிய புதிய பார்வைகளும் கற்பனையின் நுட்பங்களும் மொழியாக்கங்கள் வழியாகக் கிடைக்கின்றன. ஆனால், மொழியாக்கம் செய்வதற்கான அளவுகோல்கள் எதனையும் பயன்படுத்தாமல் ஆங்கிலம் ஓரளவு தெரிந்தாலே போதும் என்ற மனநிலையோடு செய்யப்படும் தமிழாக்கங்கள்தான் மிகுதியாக உள்ளன. எந்த ஒரு நூலைப் பற்றியும் மதிப்பீடு செய்யும் தகுதியுள்ள பதிப்பாளர்களின் எண்ணிக்கை இரண்டு

அல்லது மூன்றுக்கு மேல் இல்லை என்பதை என் அனுபவத்தினூடாக, மன வேதனையுடன் பதிவு செய்ய விரும்புகிறேன். அழகான அட்டை வடிவமைப்பு மட்டுமே நல்ல மொழியாக்கத்திற்கான அடையாளமாக ஆகிவிட முடியாது.

அளவில்லாத அறிவுச் செல்வத்தை இலவசமாகப் பெற்றுக் கொள்ள இணையதளம் உதவுகிறது. ஆனால் இணைய தளம், வலைத் தளம், முகநூல் போன்ற சமூக வலைத் தளங்களைப் பயன்படுத்தி விமர்சனம் என்ற பெயரில் தங்களுக்குப் பிடிக்காதவர்கள் மீது எவ்வித ஆதாரமுமற்ற குற்றச்சாட்டுகளையோ அவதூறுகளையோ அள்ளித் தெளிப்பவர்கள் ஏராளம். இதில் சில 'பிரபலங்களும்' அடங்குவர். இவையெல்லாம் இலக்கியம், பண்பாடு, நாகரிகம் ஆகியவற்றின் வளர்ச்சிக்குக் குந்தகம் விளைப்பவை. வெறுப்பை விதைப்பதும் வளர்ப்பதும் எளிது. ஆனால். அப்படி வெறுப்பை விதைக்கும்போது வேறொருவர் இதைவிட அதிகமான வெறுப்பை விதைத்து அதை சமுதாயம் முழுவதிலும் பரவச் செய்யும் தீமையை உருவாக்குகிறார். அன்பையும் மனித நேயத்தையும் வளர்ப்பதும்கூட எளிதானதுதான். ஆனால், வெறுப்பை விதைப்பவர்கள் இதை உணர்வதில்லை என்றால் அதற்குக் காரணம் அவர்களின் கல் நெஞ்சம் ஈரம் என்றால் என்ன என்பதை அறியாதது; ஆனால் அவர்கள் முகமோ கபடத்தனமான புன்முறுவலோடு உலா வரும்.

மாணவர்கள், இளைஞர்கள் ஆகியோரிடையே வாசிப்பதற்கான ஆர்வம் மிகக் குறைவாகவே உள்ளது. இடதுசாரிகளிடையேயும் மூல நூல்களை வாசிக்கும் பழக்கம் தேக்கநிலையிலேயே உள்ளது அல்லது அறவே இல்லை என்றுகூடச் சொல்லலாம். இவையெல்லாம் என் 84 வயது வாழ்க்கையில் கிடைத்த அனுபவம்.

III

என் பள்ளிப் பருவத்திலிருந்தே பாடப் புத்தகங்கள் அல்லாத நூல்களின் வாசிப்பும் அரசியலும் என் இரத்தத்தில் ஊறிப்போய் விட்டன. என் எழுத்துகளில் அரசியல் இன்றியமையாத கூறாக அமைந்துவிட்டது. சிறுகதை எழுத்தாளனாகத்தான் என் இலக்கிய வாழ்க்கையைத் தொடங்கினேன். ஆனால் நான் சார்ந்திருந்த ஒரு தீவிர இடதுசாரி இயக்கம், இலக்கியப் படைப்புகளுக்கான சில இறுக்கமான சூத்திரங்களை வகுத்திருந்ததால், என் கவனத்தைக் கட்டுரைகளிலும் மொழியாக்கங்களிலும் குவிக்கத் தொடங்கினேன். 1967-69ஆம் ஆண்டுகளுக்குப் பிறகு, அவசரநிலை முடியும் தறுவாயில் இரு சிறுகதைகள் எழுதினேன். அவற்றைப் படித்த இலக்கிய நண்பர்கள்

பலர் தொடர்ந்து சிறுகதைகளை எழுதும்படி ஊக்குவித்து வந்தனர். ஆனால், என் மனம் அதில் நாட்டம் கொள்ளவில்லை. எனினும் புனைவிலக்கியத்தின் மீதும், இசை, திரைப்படம், ஓவியம் போன்ற கலைகள் மீதும் எனக்குள்ள தீராக்காதலின் விளைவாக கலை, இலக்கியத் திறனாய்வுக் கட்டுரைகள் எழுதி வந்தேன். சிறந்த தமிழ் எழுத்தாளர்கள், அயல்மொழி எழுத்தாளர்கள் ஆகியோரின் புனைவிலக்கியப் படைப்புகளைப் படிக்கும்போது அவர்களது தரத்தில் புனைகதைகள் எழுத முடியுமா என்ற ஐயப்பாடு என் மனதைக் கவ்வி சிறுகதைகளோ, நாவலோ எழுதும் எண்ணத்தை ஆழமாகப் புதைத்துவிடும்.

எழுதுவதை நான் ஓர் அரசியல் கடமையாகவே இது வரை கருதி வந்திருக்கிறேன். அது சமூக மாற்றத்துக்கான கடுகளவு பங்களிப்பைச் செய்தாலே போதும் என்ற மன நிலையிலேயே எழுதி வந்துள்ளேன். 'அரசியல்' என்றாலே முகஞ்சுளிப்பவர்கள், 'அரசியலுக்கும் எங்களுக்கும் வெகுதூரம்', 'எங்களுக்கு எந்த அரசியலும் கிடையாது' என்று பெருமைப்படும் புனைவிலக்கியப் படைப்பாளிகள் பலரைப் பார்க்கிறோம். 'எங்களுக்கு எந்த அரசியலும் இல்லை' என்று சொல்வதுகூட ஓர் அரசியல்தான் என்பதை அவர்கள் அறிவதில்லை. அவர்களில் பலர் சாதிப் பற்றாளர்களாக, ஏன் சாதி வெறியர்களாக, பாசிசத்தை ஆதரிப்பவர்களாக அல்லது இருக்கும் சமூக, பொருளாதார, அரசியல் நிலைமையைப் பாதுகாப்பவர்களாக இருப்பவர்கள்தான். அரசியலற்ற அறிவாளிகள் பற்றி ஓட்டோ ரெனே காஸ்டில்லோ (Otto Rene Castello) - அரசு பயங்கரவாதத்திற்குப் பலியான குவதமாலா கவிஞர்கள், எழுத்தாளர்களில் ஒருவர் - ஒரு கவிதை எழுதியுள்ளார்:

1

ஒரு நாள்
எமது நாட்டின் அரசியலற்ற அறிவாளிகளை
எமது மக்களில் உள்ள மிகமிகச் சாமான்யர்கள்
கேள்வி கேட்பர்
எமது நாடு தன்னந்தனியாக
சிறு தீ போல மெல்ல அணைந்து அழிந்து போகையில்
நீங்கள் என்ன செய்தீர்கள் எனக் கேட்பர்
அவர்களின் உடைகளைப் பற்றி
மதிய உணவிற்குப் பின் அவர்கள் போடும்
குட்டித் தூக்கம் பற்றி
யாரும் அவர்களைக் கேட்கப் போவதில்லை
'வாழ்க்கையின் வெறுமை' பற்றிய

இந்த அறிவாளிகளின் வெற்றுவாதங்களைத்
தெரிந்து கொள்ள
யாருக்கும் விருப்பமில்லை
அவர்கள் எந்த வழியில் தங்கள் செல்வத்தைத்
திரட்டிக் கொண்டனர்
என்பதை யாரும் பொருள்படுத்தப் போவதில்லை
கிரேக்க இதிகாசங்கள் பற்றி,
அவர்களில் யாரோ ஒருவர்
ஒரு கோழையின் மரணத்தைத்
தழுவத் தொடங்குகையில்
அவர்களுக்கு ஏற்படும் சுயவெறுப்பு பற்றி
யாரும் கேள்விகள் கேட்கப் போவதில்லை.
அப்பட்டமான பொய்யின் நிழலில் பிறந்த
அவர்களது அபத்தமான நியாயவாதங்கள் பற்றி
யாரும் எதையும் கேட்கப் போவதில்லை.

2

அந்த நாளில் சாமான்யர்கள் வருவர்
அரசியலற்ற அறிவாளிகளின்
நூல்களிலும் கவிதைகளிலும் இடம் பெறாதவர்கள்
ஆனால் அவர்களுக்கு ரொட்டியும் பாலும்
முட்டையும் ஆப்பமும்
கொண்டு வந்தவர்கள்
அவர்களுக்கு ஆடைகள் தைத்துக் கொடுத்தவர்கள்
அவர்களது வாகனங்களை ஓட்டியவர்கள்
அவர்களது தோட்டங்களையும் நாய்களையும்
பராமரித்தவர்கள்
அவர்களுக்கு ஊழியம் செய்தவர்கள்
அவர்கள் கேட்பர்:
ஏழைகள் வாடியபோது என்ன செய்தீர்கள் நீங்கள்
ஏழைகள் உள்ளத்தில் பரிவும் ஜீவனும்
அடங்கியொடுங்கிய போது
என்ன செய்தீர்கள் நீங்கள்?

3

எனது இனிய நாட்டின்
அரசியலற்ற அறிவாளிகளே

உங்களிடம் விடை ஏதும் இருக்காது
மௌனக் கழுகு ஒன்று
உங்கள் குடல்களைக் கொத்தித் தின்னும்
உங்கள் மனவேதனை
உங்களது ஆன்மாவை அரித்தெடுக்கும்
வெட்கத்தால் நீங்கள் வாயடைத்துப் போவீர்கள்.

தற்போது இஸ்ரேலிய நகரமொன்றில் வாழவேண்டியுள்ள பாலஸ்தினக் கவிஞர் மார்வான் மக்கூல் (Marwan Makhoul) மிக அண்மையில் எழுதியுள்ள 'அரசியலும் கவிதையும்' என்ற கவிதையின் தமிழாக்கம்:

அரசியல் அற்ற கவிதையை எழுதுவதற்கு
நான் பறவைகளின் ஒலிகளைக் கேட்க வேண்டும்
பறவைகளின் ஒலிகளைக் கேட்பதற்கு
போர் விமானங்கள் மௌனமாக இருக்க வேண்டும்.

இந்த நான்கு வரிகளில் ஆக்கிரமிப்பாளர்களுக்கு எதிரான அரசியல் வெளிப்படுத்தப்படுகிறதா இல்லையா?

திரைப்படங்களும்கூட அரசியலிலிருந்து விதிவிலக்குப் பெற்றவை அல்ல. உலகப் புகழ்பெற்ற திரைப்பட இயக்குநர்களிலொருவர் ஜெர்மனியைச் சேர்ந்த விம் வெண்டெர்ஸ் (Wim Wenders). அவர் மிகச் சிறந்த எழுத்தாளரும் புகைப்படக் கலைஞருமாவார். தான் தயாரிக்கும் திரைப்படங்கள் முழுவதற்கும் ஒட்டுமொத்தமான 'ஆசிரியராகத்' திகழ்பவர் அவர். திரைப்படங்களுக்கான உலகளவிலான பல உயர்ந்த விருதுகளைப் பெற்றிருப்பவர். அவற்றில் முக்கியமானவை, கான் (Cannes) திரைப்பட விழாவில் பெற்ற 'Palm d' Orr', பெர்லின் திரைப்பட விழாவில் பெற்ற 'Golden Lion', வெனிஸ், பெய்ரூத் திரைப்பட விழாக்களில் வழங்கப்பட்ட சிறந்த திரைப்படத்துக்கான விருதுகள், 'பாஃப்டா' (British Acadeny Film Awards) விருது ஆகியனவாகும். ஆஸ்கார் விருதுக்கு அவரது திரைப்படங்கள் மும்முறை பரிந்துரைக்கப்பட்டுள்ளன. ஐரோப்பியத் திரைப்பட சங்கத்தின் தலைவராகப் பல ஆண்டுகள் பணி புரிந்திருக்கிறார். அதே போல அவர் தயாரித்த ஆவணப் படங்களும் பல விருதுகளைப் பெற்றுள்ளன. அவரது சிறந்த ஆவணப் படங்களிலொன்று, ஜெர்மன் நடனக் கலைஞரும் நடனங்களை அமைப்பவருமான பினா பாய்ஷ் (Pina Bausch) என்பவரைப் பற்றிய முப்பரிமாண 'Pina'. அந்த ஆவணப் படத்திற்கான தயாரிப்புகளை விம் வெண்டெர்ஸ் உருவாக்கிக் கொண்டிருக்கும்போதே அந்த நடனக் கலைஞர் எதிர்பாராத விதமாக இறந்துவிட்டதால், அத்திட்டத்தைக் கைவிட்டார் அவர். ஆனால்

பினாவின் நடனக் குழுவைச் சேர்ந்தவர்கள், அவரது நினைவைப் போற்றும் வகையில் ஓர் ஆவணப் படம் இருக்க வேண்டும் என்று வற்புறுத்தியதால் விம் வெண்டர்ஸ், பினா தொடர்பான பல வீடியோக்களைச் சேகரித்தும் அவரது நடனக் குழுவினரின் பங்கேற்பைப் பெற்றும் அந்த ஆவணப் படத்தைத் தயாரித்தார். அந்த ஆவணப் படத்தையும் பிரேஸிலின் புகழ்பெற்ற புகைப்படக் கலைஞர் செபாஸ்டியோ சால்காடோவுடன் (Sebastio Salgado) இணைந்து இயக்கிய 'Salt of the Earth' என்ற இன்னொரு ஆவணப் படத்தையும் ஆறாண்டுகளுக்கு முன் பார்த்து இரசிக்கும் பேறு எனக்கிருந்தது. விம் வெண்டெர்ஸ் எந்த அரசியல் கட்சியையும் - குறிப்பாக எந்த இடதுசாரிக் கட்சியையும் - சேர்ந்தவரல்லர். ஆனால் சமூக அக்கறை நிரம்பப் பெற்றவர். 'படிமங்களின் தர்க்கம்: கட்டுரைகளும் உரையாடல்களும்' (Logic of Images: Essays and Conversations) என்ற நூலில் கூறுகிறார்:

> ஒவ்வொரு திரைப்படமும் அரசியல்தன்மை கொண்டதே. அவற்றில் மிகவும் அரசியல் தன்மை கொண்டவை, 'கேளிக்கைத் திரைப்படங்கள்'தான் (Entertainment Movies). அரசியலற்றவை என்று நடிப்புக் காட்டும் அவைதான் மிகவும் அரசியல் தன்மையுள்ளவையாக இருக்கின்றன. அதற்குக் காரணம், (சமூக) மாற்றத்துக்கான சாத்தியப்பாட்டை அவை நிராகரிப்பதுதான். அவற்றின் ஒவ்வொரு ஃப்ரேமும் இப்போது இருக்கின்றவை எல்லாமே அருமையானவை என்று உங்களுக்குச் சொல்கின்றன. விஷயங்கள் இப்போது எவ்வாறு இருக்கின்றனவோ அவற்றுக்கான தொடர்ச்சியான விளம்பரங்கள்தான் அத்திரைப்படங்கள்.

இந்தியா சுதந்திரம் பெற்று 75 ஆண்டுகளாகின்றன. 1947-48இல் நாட்டுப் பிரிவினையால் ஏற்பட்ட இந்து-முஸ்லிம் பிளவு தணிந்து அனைவரும் சமாதான சகவாழ்வு நடத்தி வந்த நாட்டில் முன்னுவமை இல்லாத அளவுக்கு மத ரீதியான வெறுப்பு, அரசு ஒப்புதலுடன் நடக்கும் வன்முறைத் தாக்குதல்கள், பொருளாதாரச் சீரழிவு, அனைத்துத் துறைகளிலும் சர்வாதிகார ஆட்சி ஆகியவை நிகழ்ந்து கொண்டிருக்கும்போது 'நாங்கள் அரசியலுக்குக் அப்பாற்பட்டவர்கள்' என்று கூறுபவர்களைப் போல மனசாட்சியைக் கொன்றுவிட்டவர்கள் யாரேனும் இருக்க முடியுமா? குறைந்தது இவர்கள் வாக்குரிமையையாவது பயன்படுத்துவார்களா? அப்படியானால் எந்தக் கட்சிக்கு வாக்களிப்பர்? எந்தக் கட்சிக்கு வாக்களிக்கிறார்களோ அந்தக் கட்சியின் அரசியலை ஏற்றுக்கொள்பவர்கள்தாம் இவர்கள் என்று கருதப்பட வேண்டாமா? ஆக, 'நாங்கள் அரசியல் அற்றவர்கள்' என்று கூறிக் கொள்வதைப் போன்ற மாய்மாலப் பேச்சு உலகில் வேறு எங்கேனும் இருக்க முடியாது.

எனினும் சிலவேளை போர்ஹெ, டி.எஸ்.இலியட், எஸ்ரா பவுண்ட் போன்ற பிற்போக்குவாதிகளின் எழுத்து நுட்பங்களை அங்கீகரிப்பதையும் அவற்றிலிருந்து இடதுசாரி, முற்போக்கு எழுத்தாளர்கள் கற்றுக்கொள்ள வேண்டிய தேவையையும் மறுக்க மாட்டேன். ஆனால், அவர்களது அப்பட்டமான பிற்போக்கு/பாசிச ஆதரவு நிலைப்பாட்டை அம்பலப்படுத்தத் தயங்கமாட்டேன்.

ஆனால் அச்சத்தின் காரணமாக அநீதிக்கு எதிரான தங்கள் உளமார்ந்த கருத்துகளை வெளிப்படுத்த தயங்குபவர்களும் உள்ளனர். அவர்களுக்கு ஃபெய்ஸ் அஹ்மத் ஃபெய்ஸின் சில கவிதை வரிகள் நினைவூட்டப்பட வேண்டும்:

பேசு, ஏனெனில் உதடுகள் சுதந்திரமாக உள்ளன
பேசு, உன் நாக்கு இன்னும்
உன்னுடையதாகவே உள்ளது
உனது நிமிர்ந்த உடல் உன்னுடையதுதான்
பேசு, உன் உயிர் இன்னும் உன்னுடையதுதான்.

IV

அரசியலோடு சேர்த்து வாசிப்புப் பழக்கமும் என் இரத்தத்தில் ஊறி அவற்றின் நீட்சியாக எழுதும் வேட்கையும் என் மிக இளமைக் காலத்திலேயே பிறந்திருந்தாலும் நான் எழுதத் தொடங்கியது என் 27ஆம் வயதில்தான் - அதுவும் நான் கம்யூனிச இயக்கத்தில் சேர்ந்த பிறகுதான். ஒரு புத்தாயிரத்தில் பிறந்து இன்னொரு புத்தாயிரத்தில் ஏறத்தாழ கால் நூற்றாண்டுக் காலம் இதுவரை வாழ்ந்துள்ள எனக்கு ஏற்பட்ட அனுபவங்கள் மலையளவு. அவற்றை வெளிப்படுத்த ஒரு பெரிய நூலே தேவைப்படும். அது சாத்தியப்படுமானால் மிக சாதாரண மனிதனாகிய என்னைப் பற்றிய விளம்பரமாக அன்றி, ஏறத்தாழ முக்கால் நூற்றாண்டுக்கால இந்திய, தமிழக, உலக வரலாற்றில் மகிழ்ச்சியூட்டிய தருணங்களுக்கும் சோகத்தை விளைவித்த தருணங்களுக்குமான சாட்சியமாக அமையும்.

மகாத்மா காந்தி, அண்ணல் அம்பேத்கர், தந்தை பெரியார், மாவோ, செ குவாரா, நிக்ருமா, மால்கம் எக்ஸ், மார்ட்டின் லூதர் கிங் ஜூனியர், ழான் பவுல் சார்த்தர் போன்ற மாமனிதர்கள் வாழ்ந்த காலத்தில் நானும் வாழ்ந்திருக்கிறேன் என்ற மன நிறைவு எனக்குள்ளது.

உலகெங்கும் பாசிசத்தின் வளர்ச்சி ஏற்பட்டுள்ள ஒரு காலகட்டத்தில் வாழ்கிறேன் என்ற மன வேதனையோடுதான் என் இறுதி நாள்களைக்

கழிக்கும்படி விதிக்கப்பட்டுள்ளேன். பருவநிலை மாற்றம் நமக்கான ஒரே வாழ்விடமான இந்த புவிப் பந்தை சீர்லைத்துக் கொண்டிருக்கும் காலம் இது. அந்தப் பருவ நிலை மாற்றம் ஏற்படுத்தி வரும் பேரழிவைப் போன்ற அரசியல் மாற்றம் இந்தியாவில் பத்தாண்டுகளுக்கு முன் தொடங்கி காலை, பகல், இரவு என்ற பாகுபாடுகள் நீங்கப் பெற்ற 'உச்சி வெயில்' மட்டுமே இரவும் பகலுமாக முழுக்கத் தகித்து நம்மை வாட்டி வதைத்துக் கொண்டிருக்கும் காலமும் இதுதான். விடியலுக்கான பாதையை வகுத்துத் தரும் என நான் உளமார நம்பிய, நம்பிக் கொண்டிருக்கின்ற இடதுசாரிக் கட்சிகள்கூட இன்றைய காலகட்டத்தில் தேர்தலுக்குச் சரியான முக்கியத்துவம் தரும் அதேவேளையில், சர்வதேச உணர்வைக் கைவிட்டுவிட்ட நாள்களும் இவைதான். இன்று பாலஸ்தின மக்கள் மீது இஸ்ரேலிய இனவாத ஆக்கிரமிப்பாளர்கள் அமெரிக்க, ஐரோப்பிய ஏகாதிபத்தியங்களின் துணையோடு இனக்கொலை புரிந்து வருவதற்கு எதிராக நகரத்தையும் நாட்டையும் குலுக்குகின்ற பேரணிகளையும் போராட்டங்களையும் நடத்தத் தவறினர் இடதுசாரிகள். அதிக அளவு அவர்கள் செய்ததெல்லாம் அடையாள ஆர்ப்பாட்டங்களும் 'பேரணிகளும்'தான். பாலஸ்தினத்தில் நடப்பது மனிதகுலம் முழுவதற்கும் எதிரான இனக்கொலை. இதை உணர்ந்து, அந்த உணர்வுக்கு ஏற்ற மாபெரும் போராட்டங்களில் கட்சி சாராத அமெரிக்க, ஐரோப்பிய, ஆசிய மக்கள் இலட்சக்கணக்கில் திரண்டெழுகின்றனர். ஆனால், இந்தியாவில் அல்ல. இதனால் ஏற்பட்ட விரக்தி, கடந்த நான்காண்டுகளுக்கு மேலாக என்னை வாட்டி வதைத்துக் கொண்டிருக்கும், மனிதர்கள் எவருக்கும் வரக்கூடாத கடுமையான முகநரம்பு வலியை இதுவரை எதிர்கொண்டுவந்த என் மனோதிடத்தின் தகர்வு - இரண்டும் சேர்ந்து தொடர்ந்து எழுதுவதை நிறுத்தும்படி செய்கின்றன. ஆங்கிலத்தில் 'swanong' என்ற மரபுத் தொடரொன்றுள்ளது. அதன் பொருள், ஒரு மனிதன் தனது தொழில்பாட்டில் நிகழ்த்தும் கடைசிச் செயல். இக்கட்டுரையும் ஒரு 'swanong' தான். இதனால் சமுதாயத்திற்கோ எழுத்துலகிற்கோ எந்த இழப்பும் இல்லை. ஆனால் என்னைப் பொருத்தவரை இது ஒரு சுமை இறக்கம். இலக்கிய வெளியைப் பொருத்தவரை வாசிப்பு மட்டுமே இனி எனக்குள்ள ஒரே ஒரு உறவு. எப்போதேனும் நான் எனக்குப் பிடித்த கவிதைகளை மொழியாக்கம் செய்யக்கூடும் - என் உடல் நிலை அனுமதிக்கும் அளவிற்கு. அது எனக்கு மகிழ்ச்சிதரக் கூடிய ஒரு செயல்.

மார்ச் 12, 2024.

●●●